પારિજાતનું પરોઢ

કાજલ ઓઝા વૈદ્ય

મુખ્ય પ્રાપ્તિસ્થાન

નવભારત સાહિત્ય મંદિર

જૈન દેરાસર પાસે
ગાંધી રોડ, અમદાવાદ-૧

૨૦૨, પૅલિકન હાઉસ
આશ્રમ રોડ, અમદાવાદ-૯

૧૩૪, પ્રિન્સેસ સ્ટ્રીટ
મુંબઈ - ૪૦૦ ૦૦૨

બુકશેલ્ફ

૧૬, સિટી સેન્ટર, સ્વસ્તિક ચાર રસ્તા પાસે
સી. જી. રોડ, અમદાવાદ-૯

E-mail : info@navbharatonline.com
Web : www.navbharatonline.com

PARIJATNU PARODH (Gujarati Novel)
Written By : Kajal Oza Vaidya
Navbharat Sahitya Mandir, Ahmedabad
2013

ISBN : 978-81-8440-055-1

પ્રથમ આવૃત્તિ : જુલાઈ, ૨૦૦૭
સંવર્ધિત આવૃત્તિ : ૨૦૧૦
પુનર્મુદ્રણ : ૨૦૧૧
પુનર્મુદ્રણ : ૨૦૧૩

કિંમત : ₹ ૧૫૦-૦૦

પ્રકાશક

મહેન્દ્ર પી. શાહ

નવભારત સાહિત્ય મંદિર

જૈન દેરાસર પાસે, ગાંધી રોડ
અમદાવાદ-૩૮૦ ૦૦૧
ટેલિ. : (૦૭૯) ૨૨૧૩ ૯૨૫૩, ૨૨૧૩ ૨૯૨૧
E-mail : info@navbharatonline.com
Web : www.navbharatonline.com

ટાઈપસેટિંગ

દેવરાજ ગ્રાફિક્સ
અમદાવાદ

મુદ્રક

પ્રિન્ટ કોન
અમદાવાદ

અર્પણ

શ્રીમતી મીનાક્ષી અગ્રવાલ

શ્રી અશ્વિની અગ્રવાલ

અને પરિવારને

સસ્નેહ...

પ્રસ્તાવના

એક થ્રિલર - હું લખી શકું, એવી મને પોતાને જ ખાતરી ન હતી.

મારી દરેક નવલકથા સાથે હું પોતે જ પોતાને શોધી રહી છું એમ કહું તો ખોટું નથી.

તથાગત અને જસ્મીનના સંબંધોમાં આમ ૯/૧૧ ભળી જશે અને કશું આવું રસપ્રદ, વાચકોને જકડી રાખે એવું સર્જાઈ શકશે... એ મારે માટે પણ દરેક પ્રકરણે આશ્ચર્ય આપતી પરિસ્થિતિ હતી.

બેલા ઠાકરે સાથે રહીને દરેક પ્રકરણે મને આગળ વધવા મદદ કરી છે...

'મધુરિમા'ના વાચકો અને 'દિવ્ય ભાસ્કર'ના શ્રી અજય ઉમટ, શ્રી મનીષ મહેતા અને શ્રી શ્રવણ ગર્ગની હૃદયપૂર્વક આભારી છું.

મને હંમેશાં લાગ્યું છે કે જિંદગી જેમ્સ હેડલી ચેઈઝ, કે સીડની શેલ્ડનની નવલકથાઓ જેવી જ છે. પાને પાને રોમાંચ અને આશ્ચર્ય હોય છે. દરેક વ્યક્તિની પાછળ કોઈ રહસ્ય હોય છે અને દરેક ક્ષણ પોતાનામાં કશું નવું લઈને આવતી હોય છે.

આ થ્રિલર લખતાં મારો અનુભવ પણ થ્રિલિંગ રહ્યો એથી વધુ શું કહી શકું ?

– કાજલ ઓઝા - વૈદ્ય

કાજલ ઓઝા વૈદ્યનાં પુસ્તકો

નવલકથા

- **કૃષ્ણાયન :** કૃષ્ણના જીવનની ત્રણ સ્ત્રીઓ. રાધા, રુક્મિણી અને દ્રૌપદી - પ્રેયસી, પત્ની અને મિત્ર... માણસ થઈને જીવી ગયેલા ઈશ્વર સાથે પોતાના મનની વાત કરે છે. અંગ્રેજી, મરાઠી, હિન્દી ભાષામાં અનુવાદિત થયેલી અને ગુજરાતીમાં પાંચ વર્ષમાં અગિયાર આવૃત્તિ જીવી ચૂકેલી ધબકતી નવલકથા.
- **યોગ-વિયોગ (ભાગ ૧-૨-૩) :** 'યોગ-વિયોગ' છે સંબંધોના તાણાવાણા ઉકેલતી એક કથા. 'ચિત્રલેખા'ના પાના ઉપર ૭૬ પ્રકરણ સુધી સફળતાપૂર્વક વાચકોને જકડી રાખનાર અદ્ભુત નવલકથા.
- **મધ્યબિંદુ :** જે સ્ત્રીને પતિ અને પ્રેમીની વચ્ચે બે જિંદગી જીવતાં આવડે છે એવી સ્ત્રીના પ્રણયની સંવેદનશીલ અને છતાં હૃદયમાંથી નીકળતી સાચી વાત. 'દિવ્ય ભાસ્કર'ના વાચકોને સ્પર્શી ગયેલી પહેલી બોલ્ડ ગુજરાતી નવલકથા.
- **મૌનરાગ :** અંજલિ પોતે જ પોતાની કેદી છે ! અંજલિ અને એની આ પીડા... સાથે સાથે વહેતા અનિરુદ્ધ અને અક્ષયની બંધ હોઠોમાં કહેવાતી લગ્નજીવનથી લંબાઈને ભૂતકાળના પ્રેમસંબંધ સુધી ફેલાતી વ્યથા-કથા.
- **છલ (ભાગ ૧-૨) :** નિયતિ અને રેવતી... એક જેવી દેખાતી બે ટ્વીન બહેનોની તદ્દન જુદી જિંદગીની રસપ્રદ વાર્તા.
- **પારિજાતનું પરોઢ :** ધર્મની ગાદી પર બેઠેલા એક એવા માણસની કથા જે ધર્મની વ્યાખ્યા ધરમૂળથી બદલવા માગે છે. 'ધર્મ પ્રેમ છે કે પ્રેમ જ ધર્મ ?' એ સવાલ સૌને પૂછતી એક વિધર્મી પ્રેમીઓની સ્વધર્મ કથા.
- **એક સાંજના સરનામે :** આથમતી સંધ્યાએ પાંગરતા પ્રણયની એક એવી વાત, જેમાં પ્રેમની વ્યાખ્યા નવેસરથી લખવાનો પ્રયાસ છે. અનેક જુદા સ્થળ અને સંવેદનોમાં જીવતી સ્ત્રીઓના મનોભાવોના તાણાવાણા ગૂંથીને બનાવેલું એક ભાતીગળ પોત એટલે નવા સમયની નવલકથા.
- **તારા વિનાના શહેરમાં :** જાતથી ભાગતી રાધિકાના પ્રવાસની એવી વાત જેમાં પડાવ તો અનેક આવે છે, પરંતુ મંઝિલ ક્યાંય મળતી નથી. પ્રેમ પામવાનો પ્રયત્ન ખરેખર આટલી બધી પીડા આપતો હશે ? 'મુંબઈ સમાચાર'ના વાચકોએ વખાણેલી નવલકથા.
- **પોતપોતાની પાનખર (ભાગ ૧-૨) :** અનાહીતા અને શિવાંગી વચ્ચે જીવતા કરણને પોતાનું અસ્તિત્વ શોધવું છે. અસ્તિત્વની આ શોધમાં નીકળી પડેલા

ત્રણેય જણાના રસ્તામાં સવાલોની સાથે સાથે સંબંધો અને સત્યો એવી રીતે સેળભેળ થઈ જાય છે કે ત્રણેય એકબીજામાં ગૂંથાઈને એકસાથે જીવવા મજબૂર થઈ જાય છે. સમય સાથે વહેતી સંબંધોની સંવેદનશીલ નવલકથા.

- **લીલું સગપણ લોહીનું :** શૈલરાજ અને સિકંદર... લોહી એક ને સગપણ કાંઈ નહીં ! વેરમાંથી વહાલ સુધીના વિસ્તૃત પ્રવાસની વેદના એક પછી એક એવા વળાંક લે છે જેમાં માણસના માણસ સાથેના સંબંધની એક સુંદર વાર્તા સર્જાય છે. 'સંદેશ'ના પાના ઉપર વાચકોની સાથે વહેતી રહેલી નવલકથા.
- **દરિયો એક તરસનો :** માનસશાસ્ત્રના પ્રશ્નો પર નવલકથાઓ ગુજરાતી ભાષામાં ઓછી લખાઈ છે. 'પર્સનાલીટી ડિસઓર્ડર' ઓછાવત્તા અંશે બધામાં હોય છે. 'દરિયો એક તરસનો' વિક્ષિપ્ત-વિખંડિત-વિખરાયેલાં વ્યક્તિત્વોની એક એવી જીગ્સો છે જેના કેટલાક ટુકડાઓ ખોવાઈ ગયા છે. આપણી ઈચ્છા અને સંબંધના સત્ય વચ્ચેની ખાલી જગ્યા એટલે 'દરિયો એક તરસનો'.
- **સત્ય-અસત્ય :** બિનજરૂરી રીતે ફક્ત શોખ માટે કે વાતને ટાળી જવા માટે જૂઠું બોલતો સત્યજીત... પ્રિયંકા અને આદિત્યની આ પ્રણયકથા સાવ જુદી રીતે આકાર પામે છે. કૃષ્ણએ મહાભારતમાં કહ્યું હતું, 'મિથ્યા અને અસત્ય વચ્ચે તફાવત છે.' સત્યજીતના સત્ય અને અસત્યને એકબીજા સાથે તાણાવાણામાં ગૂંથીને સર્જાતી એક આગવી સંવેદનશીલ નવલકથા.
- **દ્રૌપદી :** સ્ત્રીઓને પુરાણોનાં પાનાંઓમાંથી જગાડીને સદીઓથી એમની આંખો પર છવાઈ ગયેલાં ઊંઘનાં આવરણ હટાવીને મારે કશુંક એવું કહેવું છે, જેમાં એ સ્ત્રીઓ તો છે જ - સાથે સાથે થોડીક હું છું, થોડાક તમે છો અને થોડીક આપણી સહભાગે વહેંચાતી સમસંવેદનાઓ છે.

  આ દ્રૌપદી 'આજની' છે - હજી જીવે છે ક્યાંક, તમારા અને મારામાં પણ...!
- **સન્નાટાનું સરનામું :** અહીં બધાં જ પાત્રો પોતે જ પોતાની દયા ખાય છે... પોતાના દુર્ભાગ્ય પર અફસોસ કરે છે, પોતાના અભાવ સાથે એકાકાર થઈને જીવે છે.

  ખાલીપો એમનું ભાગ્ય છે, વિફળતા એમની નિયતિ ! અહમ્ અને સ્વમાન વચ્ચેની ભેદરેખા ઓળંગીને બહાર નીકળી જતી સ્ત્રીના સંવેદનોની એક એકલવાયી કથા.
- **શુક્ર-મંગળ :** પાને-પાને જકડી રાખતી, સંબંધોના સમીકરણોને ઉથલાવી-પલટાવી અને વેરવિખેર કરી નાખતી અંડર વર્લ્ડ સાથે જોડાયેલા વેર અને પ્રણયની એક જબરજસ્ત થ્રીલર.
- **ચહેરા પાછળ ચહેરો :** એક સુપરસ્ટારની જિંદગી પર પીએચ.ડી. કરવા નીકળેલો યુવાન સપડાય છે એક થ્રિલરમાં. અંડરવર્લ્ડ ડોન અને ફિલ્મ સ્ટાર

દીકરીની વચ્ચેના વમળમાં અટવાતા એક ગુજરાતી યુવાનની જિંદગીમાં આવતા ઉતાર-ચડાવની કથા.

નવલિકા

- **સંબંધ તો આકાશ :** સ્ત્રી-પુરુષના સંબંધોને આવરી લેતી બાર ટૂંકી વાર્તાઓ જેમાં મા-દીકરાથી શરૂ કરીને લગ્નેતર સંબંધ સુધીના આકાશને કલમથી આંબવાનો એક સંનિષ્ઠ પ્રયાસ પ્રત્યેક વાર્તામાં વિસ્તરે છે.
- **કાજલ ઓઝા-વૈદ્યની વાર્તાઓ :** આ ટૂંકી વાર્તાઓનો બીજો સંગ્રહ છે. ત્રણ લઘુનવલ અને બીજી ટૂંકી વાર્તાઓ સાથે આ સંગ્રહમાં જુદા પ્રકારની, જુદા અવાજની ટૂંકી વાર્તાઓ સંકલિત કરવામાં આવી છે.

કવિતા

- **શેષયાત્રા :** એકમાત્ર કવિતાસંગ્રહ જે મનની પીડામાંથી ઉદ્ભવતી સ્ત્રી સંવેદનાની કવિતાઓને ઉજાગર કરે છે.

નાટક

- **પરફેક્ટ હસબન્ડ :** ગુજરાતી ભાષાનાં બે એવાં નાટકો જે રંગમંચ પર ધૂમ મચાવી ચૂક્યાં છે.

નિબંધો - લેખો

- **સર્ચલાઇટ :** આ લેખો અણસમજમાંથી પ્રગટેલી એક એવી સમજ છે જે કદાચ કોઈના અંધરાઈ રહેલા રસ્તાઓ ઉપર પ્રકાશ પાથરીને એમને દિશા બતાવી શકે. આ લેખો 'ફૂડ ફોર થૉટ' છે, વિચાર માટેનું અમૂલ્ય ભાથું...
- **એકબીજાને ગમતાં રહીએ :** 'સંદેશ'ના પાના ઉપર 'સંબંધોનાં સમીકરણ' નામે ઉકેલાતી રહેલી સમસ્યાઓનો એક એવો સંગ્રહ જે સુખી થવાની નાની નાની ફૉર્મ્યુલાઝ તમારા સુધી લઈને આવે છે. ગુજરાતી ભાષામાં પ્રેમ અને પરિણયની છણાવટ કરતો પહેલો મૌલિક લેખસંગ્રહ.
- **મન - માઇનસથી પ્લસ :** લાગણીનાં બંધનોમાં બંધાતા પહેલાં કે સંબંધમાં પ્રવેશતા પહેલાં સમજવાં જ જોઈએ એવાં કેટલાક સત્યોની નાનકડી હેન્ડબુક ! અપેક્ષાઓના લિસ્ટની બહાર નીકળીને સંબંધને સમજવાની, ફરિયાદોના લિસ્ટને ટૂંકું કરવા માટેની સાવ સરળ, છતાં ખૂબ જ ઉપયોગી એવી નાની નાની વાતોનો એવો સંગ્રહ જે આપણે બધા જ જાણીએ છીએ; જરૂર છે તો માત્ર એને ઓળખીને આવકારવાની.
- **ગેટ વેલ સૂન :** મન સાથે જોડાયેલી કેટલીક સર્વસામાન્ય સમસ્યાઓ વિશેના લેખો. મોટા ભાગના સહુ જે વાતને જાણે છે, પણ સમજી શકતા નથી એવી સાદી વાતોની સમજણપૂર્વક કરાયેલી છણાવટ. નાના-મોટા સહુને ઉપયોગી

નીવડે તેવી, સંબંધો સુધારવાની, જિંદગીને વધુ રસપ્રદ બનાવવાની સાવ સરળ ફૉર્મ્યુલા. દરેક પ્રકરણ સાથે એક એવું પ્રશ્નપત્ર જેના પ્રામાણિક જવાબો તમને એક નવા અજવાળા સાથે જોડી દેશે.

- **આઈ લવ યુ...** દરેક વ્યક્તિ ઇચ્છે છે કે એનાં લગ્ન આદર્શ હોય. ભાંગી ગયેલા, તૂટી ગયેલા લાગતા, મૃતઃપ્રાય થઈ ગયેલાં લગ્ન પણ ફરીથી નવપલ્લવિત થઈ શકે છે. જરૂર છે થોડી સમજદારીની, થોડા સ્વીકારની, થોડા પ્રયત્નની અને થોડા સમાધાનની. આ પુસ્તક જાદુની લાકડી નથી, પરંતુ અનુભવમાંથી જન્મેલાં સાદાં સમીકરણો છે જે તમારાં લગ્નને થોડું ખાતર, થોડું પાણી, થોડો તડકો જરૂર પૂરો પાડી શકશે.
- **મોસમ એકબીજાની... :** જિંદગીના દરેક તબક્કો આપણે જે ઇચ્છીએ તે આપણને નથી મળતું એ સત્ય સહુ સમજે છે. વાતચીતમાં કે સલાહ દરમિયાન આ સત્યનું આપણે પુનઃઉચ્ચારણ પણ કર્યા કરીએ છીએ, તેમ છતાં આ સત્યા સ્વીકારતા નથી ! માણસમાત્રને શોધ છે 'સાચા પ્રેમની'... 'સાચા સંબંધની'... શબ્દમાં વ્યક્ત થતી દરેક લાગણી સાચી નથી હોતી અને દરેક સાચી લાગણી શબ્દમાં વ્યક્ત થઈ શકતી નથી આટલું સમજી લઈએ...સ્વીકારી લઈએ તો કદાચ 'એકબીજાને ગમતાં રહીએ'. આ પુસ્તક 'દિવ્ય ભાસ્કર'ની 'મધુરિમા' પૂર્તિમાં પ્રકાશિત થતી કૉલમ 'એકબીજાને ગમતાં રહીએ'ના લેખોનો સંગ્રહ છે.
- **સ્નેહ એકબીજાનો... :** આ લેખો સાથે જીવવામાં મદદ કરે છે ! કોઈ પણ બે માણસોને સાથે જીવવા માટે જે સમજદારી, સ્નેહ કે સરળતાની જરૂર પડે એ બાબતોને પોતાની અંદર રોપવામાં કે ઉગાડવામાં આ લેખો મદદ કરી શકે એવો પ્રયાસ કરવામાં આવ્યો છે. સંબંધો બાંધવા સહેલા છે, નિભાવવા અઘરા છે અને ટકાવવા તો એથીયે અઘરા છે. આ લેખો એવો પ્રયાસ કરે છે કે બને ત્યાં સુધી એકબીજાને પ્રેમ કરતી બે વ્યક્તિઓ એકબીજાથી દૂર ન થાય અને જો દૂર થવાનો નિર્ણય કરે તો પણ એમની વચ્ચે એક મિત્રતા કાયમ રહી શકે.
- **સમજણ એકબીજાની... :** જિંદગીના દાખલામાં રીતના માર્ક બધાને મળે જ છે, પણ તાળો મળે ત્યારે જ દાખલો સાચો કહેવાય છે... કેટલાકની જિંદગીમાં તાળો મેળવવાનો સમય વીતી જતો હોય છે, તો કેટલાકને પોતાની ભૂલ એવા સમયે સમજાય છે જ્યાં દાખલો ફરીથી ગણવાની તક હજી બાકી હોય છે... 'એકબીજાને ગમતાં રહીએ' એ એક એવી કૉલમ છે જ્યાં દાખલાની રીત વિશે ચર્ચા કરવાને બદલે સાચો તાળો મેળવવાનો નિષ્ઠાપૂર્વક પ્રયાસ કરવાનું મેં નક્કી કર્યું છે !
- **સાથ એકબીજાનો... :** ક્યાં ખાડો છે, ક્યાં ટ્રેપ છે, ક્યાં ફસાઈ શકાય અને ક્યાંથી સરળતાથી નીકળી શકાય... ક્યાં રસ્તો બંધ છે અને કયા રસ્તે જિંદગી

સહેલાઈથી સામે મળી શકશે એવી સાદી વાતો 'વામા' (જન્મભૂમિ, ફૂલછાબ, કચ્છમિત્ર)ના આ લેખોમાં ઉતારવાનો પ્રયાસ કર્યો છે. આ કોઈ એક સ્ત્રી કે પુરુષને ઉદ્દેશીને લખાયેલા લેખો નથી, આ બે વ્યક્તિઓના સંબંધોમાં પડતી ગૂંચને ઉકેલવાના સહજ અને સાદા પ્રયાસોની એક નોંધપોથી છે.

- **સુખ એકબીજાનું... :** 'વામા', 'પ્રાણવાયુ' અને 'મધુરિમા'ની સાથે સાથે લખાતા રહેલા લેખોમાંથી પસંદ કરેલા કેટલાંક લેખોનો સંગ્રહ. મેકડોનાલ્ડ, મો બ્લાં, તનિષ્ક, કિયાહ, ડી દમાસ, રેવલોન, રિબોકની બ્રાન્ડથી બજારો ઊભરાય છે...રોજ એક નવો મોલ ઊભો થાય છે. બધા જ સાધુ સંતો, યોગના ટિચર્સ, રસ્તો બતાવનારા પૂછે છે ભવા ઉલાળીને, મોઢું મલકાવીને, બાંહો ફેલાવીને, હોર્ડિંગ્સ પર - પેમ્ફલેટ્સમાં બ્રોશર્સમાં, ટેલિવિઝનની આસ્થા - સંસ્કારથી શરૂ કરીને પેજથ્રી લાઇફસ્ટાઇલ ચેનલ્સ સુધી...'ચાલ, આવવું છે સુખ શોધવા ?'
- **મારી મમ્મી, મારા પપ્પા :** આ પુસ્તક માતા-પિતાના મનમાં એક વિચાર મૂકવાનો પ્રયાસ છે. એવા વિષયો કે વાતો - જેમના વિશે કદાચ એમણે વિચાર્યું જ નહીં હોય એ બધું એમની સામે મૂકીને એક એવો પ્રયત્ન કર્યો છે, જેનાથી માતા-પિતા અને બાળકની વચ્ચે એક સંવાદ-ડાયલોગ સર્જાઈ શકે. બહુ મોડું થઈ જાય એ પહેલાં જો સંતાન સાથેના સંબંધોમાં સીરિયસ ઈન્વેસ્ટમેન્ટ કરવામાં આવે તો જિંદગીનાં પાછલાં વર્ષોમાં મળતું સ્નેહ, સન્માન અને સલામતીનું પેન્શન છેલ્લા શ્વાસ સુધી અકબંધ રહી શકે છે.

અનુવાદ

- **પ્રેમની પાંચ ભાષા :** ડૉ. ગેરી ચેપમૅનના વર્લ્ડ બેસ્ટ સેલર 'ફાઈવ લવ લેંગ્વેજીસ'નો અનુવાદ. તમારા પ્રિયજનને હૃદયની વાત કહેવાનો સાચો અને સરળ રસ્તો.
- **જીવનસાથી :** શોભા ડેનાં બેસ્ટ સેલર 'સ્પાઉસ'નો અનુવાદ. લગ્ન સંબંધો ઉપર લખાયેલું સુંદર પુસ્તક. આ પુસ્તક એવા લોકો માટે છે જે લગ્નના નશાને જીવનભર સાચવી રાખવા માંગે છે

સંકલન

- **પ્રેમ - ચુંબન - પ્રાર્થના - આંસુ - સ્મિત :** ત્રણ ભાષામાં સંકલિત કરાયેલી સર્વપ્રથમ ફોટો બુક. પરિકલ્પના અને સંકલન દ્વારા દૃશ્ય અને શબ્દને નજીક લાવી જીવનના વિવિધ વિષયોને એકબીજા સાથે સાંકળતી ભેટ આપવા લાયક ઉત્તમ પુસ્તિકાઓ.

પત્રો

- **વ્હાલી આસ્થા, :** પિતાએ પુત્રીને લખેલા પત્રો એક નાજુક સંબંધના બદલાતા રંગોને આલેખવાનો પ્રયાસ છે. સ્ત્રીલેખકે લખ્યા હોવા છતાં આ પત્રો એક પિતાના હૃદયની લાગણીઓને વર્ષોવર્ષ વાચા આપે છે. ૭થી ૨૫ વર્ષની ઉંમર સુધી પુત્રીને સંબોધીને લખાતા પિતાના આ પત્રોમાં દરેક પિતાએ પોતાની પુત્રીને કહેવાની વાતો છે.
- **પ્રિય નમન, :** લગ્નની પહેલી એનીવર્સરીથી પચ્ચીસમી એનીવર્સરી સુધી પતિ-પત્નીના એકબીજાને લખાતા રહેલા પત્રો. જે સંબંધોનાં સત્યોથી શરૂ કરીને અપેક્ષાઓની પીડા સુધી વિસ્તરે છે. લાગણીઓના એવા તાણાવાણા જેમાં દરેક વાચક પોતાના લગ્નજીવનનું પ્રતિબિંબ તો નિહાળી જ શકશે, પરંતુ ક્યાંક પોતાને પ્રશ્નો પૂછીને પરિસ્થિતિ સુધારી શકશે તો ક્યાંક સંવેદનાઓના પ્રવાહમાં વહેતાં વહેતાં પોતાનાં વીતેલાં વર્ષોમાં ભીંજાશે પણ ખરાં.
- **તને, જિંદગી... :** જિંદગીને સંબોધીને લખાયેલા એવાં પત્રો જેમાં આપણાં સૌની જિંદગીને ક્યાંક ને ક્યાંક વણી લેવાઈ છે. સ્વયં સાથેનો સંવાદ છે આ પત્રોમાં. 'હું'ને બદલે 'અમે' વાપર્યું છે એનું એકમાત્ર કારણ એ છે કે આ વાત ક્યાંક ને ક્યાંક, કોઈક ને કોઈક રીતે સહુને સ્પર્શે તેવી વાત છે. મહિનાના ત્રીસ દિવસના ત્રીસ પત્રોમાંથી કોઈ પણ એક પત્ર ખોલીને વાંચવામાં આવે તો એમાંથી એકાદ વાક્ય તો એવું મળી જ આવે, જેની સાથે વાંચનારનો અંગત સંબંધ સ્થપાઈ જાય.

ઓડિયોબુક

- **તારા ચહેરાની લગોલગ :** આદિત્ય, નીશા અને આકાશ એકબીજાંની સાથે ફક્ત પત્રોમાં વાત કરે છે... એકબીજા સુધી પહોંચવાના પ્રયાસમાં એક ન સમજાય તેવી અસમંજસતા સર્જાય છે. એકબીજાને લખાતા પત્રોમાંથી સર્જાતો એક ઝંઝાવાતી પ્રણયત્રિકોણ.
- **પ્રેમપત્રો :** અહીં એક એવો અંગત સંવાદ જાહેરમાં વંચાયો છે, જે આપણા બધા માટે સાવ જાણીતો સંવાદ છે. બંધ આંખે કે ટોળાની વચ્ચે એકાદ ક્ષણ માટે એકલા પડીને આપણે બધાએ આ સંવાદ અનુભવ્યો છે. અહીં લખાયેલાં ગીતો સાચા અર્થમાં યુગલગીતો છે. બે જણાંના કંઠે ગવાતાં એવાં ગીતો, જેમાં બે જણાની વાત કહેવાઈ છે.

૧

યુનાઈટેડ સ્ટેટ્સ ઓફ અમેરિકાનું ન્યૂયોર્ક શહેર... દુનિયાનાં સૌથી બિઝી શહેરોમાંનું એક. આખી રાત જાગતું, ભાગતું રહેતું શહેર. સમય સવારના સાત વાગ્યાનો.

લોન્ગ આઈલેન્ડના એક સ્ટુડિયો અપાર્ટમેન્ટમાં પોણા સાત વાગ્યે ઓટોમેટિક ઓન થઈ ગયેલા કોફીમશીનનું બઝર જોરજોરથી ચીસો પાડી રહ્યું હતું. સાથે જ સાતમાં પાંચનો અલાર્મ જલતરંગ વગાડી રહ્યો હતો. આટલો અવાજ ઓછો હોય એમ દીવાલ પર મૂકેલી કૂ-કૂ ક્લોકમાં સાત વાગ્યા હતા એ કહેવા માટે એક કૂકૂ એનું હાઉસ ખોલીને સાત વાર વાર બહાર આવીને મીઠો ટહુકો કરી ગયું.

જે અપાર્ટમેન્ટમાં આ બધો કોલાહલ થઈ રહ્યો હતો એ અપાર્ટમેન્ટ ન્યૂયોર્કના એક પોશ વિસ્તારમાં આવેલો મોટા ઓરડાનો સ્ટુડિયો અપાર્ટમેન્ટ હતો. પાર્ટિશન વૉલ (દીવાલ) વગરના આ અપાર્ટમેન્ટમાં બેડરૂમ, ડ્રોઈંગરૂમ અને નાનકડી પેન્ટ્રી જેવું કીચન પણ એક મોટા ઓરડામાં જ બનાવી દેવામાં

આવ્યું હતું. એશોઆરામની અને સગવડતાઓની અહીં કમી નહોતી. મોંઘા ભાવની મ્યુઝિક સિસ્ટમ હતી. આ અપાર્ટમેન્ટમાં દેખીતી રીતે જ ખૂબ મોટું લાગે એવું સ્લિક એલ.સી.ડી. ટેલિવિઝન હતું. રેફ્રિજરેટર અને એની બાજુમાં કીચનની તમામ સગવડો સાથેનું એક ખૂબ જ બહેતરીન રીતે સજાવેલું પ્લેટફોર્મ હતું.

પરંતુ આટલા સુંદર અપાર્ટમેન્ટની હાલત પ્રમાણમાં દયનીય હતી. સ્ટુડિયો અપાર્ટમેન્ટમાં નજર ફેરવતાં જ સમજાય કે અહીં એક બેચલર રહેતો હતો. ચારે તરફ વિખરાયેલાં કપડાં, ચોપડાં, રાતથી ચાલુ રહી ગયેલું ટેલિવિઝન, બાથરૂમનું ખુલ્લું બારણું, મોડી રાત્રે આવીને ઉતારેલું શર્ટ, ગોળ ચકરડું થઈને પડેલું જીન્સ અને છૂટા ફેંકાયેલા સ્નિકર્સ અને અંડી સુધ્ધાં આખા અપાર્ટમેન્ટની વૉલ ટુ વૉલ કાર્પેટ પર વિખરાયેલા પડ્યા હતા.

એ જ કાર્પેટ પર એક ગાદી નીચે નાખીને ચોવીસેક વરસનો છોકરો ઊંધો પડીને ઊંઘતો હતો.

એપાર્ટમેન્ટમાં ચાલતા અલાર્મ, કોફીમશીન અને કૂ-કૂ ક્લોકના કોલાહલ સાથે એની ઊંઘને કોઈ નિસ્બત નહોતી.

માત્ર શોર્ટ્સ પહેરીને ઉઘાડા શરીરે ઘસઘસાટ ઊંઘતો એ છોકરો ખૂબ દેખાવડો હતો. પહેલી નજરે જ કોઈને પણ ગમી જાય એવો નમણો ચહેરો, ઊંઘમાં હોવાના કારણે થોડો વધુ ભોળો અને વધુ વહાલસોયો લાગતો હતો. સપ્રમાણ સીધું આર્યન નાક, માપસરના એકદમ જાણે પથ્થરમાંથી કોતર્યા હોય એવા હોઠ, આરસપહાણ જેવી પીઠ, પહોળા બાહુ, સિંહ જેવી પાતળી કટી અને ફૂટબોલ પ્લેયરના હોય એવી સુરેખ પિંડીઓ અને પગ...

કાળા, ગઈ કાલે રાત્રે જ શેમ્પૂ કરેલા વાળ વારે વાર એના ચહેરા પર આવી જતા હતા. સાત વાગ્યે જાગવા માટેના આટલા બધા પ્રયાસ રાતથી ગોઠવી રાખ્યા છતાં અત્યારે એ છોકરાની આંખ કેમે કરીને ખૂલતી નહોતી.

કોફીમશીન અને અલાર્મનો અવાજ ઓછો હોય એમ છોકરાની બાજુમાં પડેલો એનો મોબાઈલ પણ જોરજોરથી વાગવા માંડ્યો. એ બધાને થોડી વાર સુધી નજરઅંદાઝ કર્યા પછી આખરે છોકરાએ આંખ ખોલી અને મોબાઈલમાં નંબર જોવાનો ઊંઘરેટી આંખો ઝીણી કરીને પ્રયાસ કર્યો.

"શીટ... ઇન્ડિયાથી ફોન છે." એણે મોબાઈલ હાથમાં લીધો, "ગઈ

કાલથી મંડ્યા છે. શાંતિથી વીક-એન્ડ પણ જીવવા નથી દેતા..." એણે ફોન ઓન કર્યો અને એકદમ કહ્યાગરા ગુજરાતી છોકરાની જેમ અવાજમાં માર્દવ અને મીઠાશ ઉમેરીને કહ્યું, "ચરણસ્પર્શ બાબાશ્રી...જય શ્રીકૃષ્ણ..."

"પિતાજી નહીં, હું બોલું છું." એક કડક, બરછટ અવાજ હતો.

"ઓહ, દીવાકરભાઈ... કેમ તમારે ફોન કરવો પડ્યો ?"

"એક..." ક્ષણેકના મૌન પછી હળવેથી સામે છેડેથી અવાજ આવ્યો, "એક અશુભ સમાચાર આપવાના છે."

"અશુભ ?" છોકરાની રહીસહી ઊંઘ પણ ઊડી ગઈ. એનો અવાજ સહેજ ઊંચો થઈ ગયો, "બધા બરાબર તો છે ને ? માઈની તબિયત..."

"લાલા... મહારાજશ્રી નથી રહ્યા."

"શું ?" છોકરાનો અવાજ ફાટી ગયો. એનો આખો સ્ટુડિયો અપાર્ટમેન્ટ જાણે ગોળ ગોળ ફરવા લાગ્યો હતો. એના પગ નીચેની ધરતી સરકી રહી હતી. આખાયે અપાર્ટમેન્ટમાં જાણે દીવાલો નજીક નજીક ખસવા લાગી હોય એવી ગૂંગળામણ થવા લાગી એ છોકરાને, "માઈને ફોન આપો."

"માઈ તો બહુ દુઃખી છે, ફોન પર ક્યાંથી બોલાવું ? તમે પહેલી ફ્લાઇટમાં ઘેર આવવાની તૈયારી કરો લાલા, મહારાજશ્રીના પાર્થિવદેહને અંતિમ સંસ્કાર કરવા તમારી જ રાહ જોવાય છે."

"પણ શું થયું ? કેવી રીતે થયું આ બધું..."

છોકરાને જાણે હજુ વિશ્વાસ નહોતો આવતો. એને ડૂમો ભરાઈ ગયો હતો. એ માંડ માંડ બોલી શકતો હતો, "હજી પરમ દિવસે તો મેં વાત કરી છે."

રાતની પાર્ટીમાં એના પર વારંવાર આવેલા મિસ્ડ કોલ એની આંખ સામે તરવરી ગયા.

ગઈ કાલ રાતની પાર્ટીમાં સંગીતના તાલ પર અને નશામાં ચૂર થઈને ઝૂમતાં એણે આવેલા કોલ્સ ઉપાડવાની દરકાર નહોતી કરી, પણ અત્યારે એ માટે અફસોસથી એનું હૃદય ભરાઈ ગયું.

"હાજી, હું... હું... પહેલી ફ્લાઇટ પકડીને આવું છું."

"ફ્લાઇટ ના હોય તો પૈસાની ચિંતા નહીં કરતા લાલા, એક વાર ચાર્ટર્ડ પ્લેન કરીને આવી જાવ. આશ્રમમાં ભીડ જમા થવા લાગી છે. ગઈ કાલે મોડી રાતથી શરૂ કરીને હમણાં સુધીમાં લગભગ દસેક હજાર માણસ ભેગું થઈ ચૂક્યું છે. જેમ લોકો વધતા જશે એમ ભીડ કન્ટ્રોલ કરવી અઘરી પડશે. સ્ટેમ્પિડ થઈ જશે લાલા, અફરાતફરી મચી જશે."

"સમજું છું. હું બને એટલો જલદી પહોંચવાનો પ્રયત્ન કરું છું." આ વાત કરતાં કરતાં એ છોકરો ઊભો થયો. એણે બ્રશ પર પેસ્ટ કાઢી. મોઢામાં બ્રશ નાખી એણે ઓરડામાં વિખરાયેલો સામાન સમેટવા માંડ્યો. એના ક્લોઝેટની ઉપર મૂકેલી મોટી બેગ એણે કૂદકો મારીને ઉતારી અને પછી પોતાનો સામાન એ બેગમાં ભરવા માંડ્યો. સાથે સાથે એણે દીવાકર કહીને સંબોધ્યો હતો એને કહ્યું, "અહીંથી સીધો એરપોર્ટ જાઉં છું. જે હશે તે જણાવીશ."

પણ સમય નષ્ટ નહીં કરતા લાલા, માઈને તમારી જરૂર છે. આશ્રમને તમારી જરૂર છે અને સૌથી વધુ હવે મહારાજશ્રીના ભક્તોને તમારી જરૂર છે." દીવાકરનો ફોન મુકાઈ ગયો હતો. દોડાદોડી કરીને સામાન બેગમાં મૂકતા એ છોકરાને યાદ આવી ગયું કે પોતે જ્યારે અઢાર વર્ષની ઉંમરે અમેરિકા જવા માગતો હતો ત્યારે એ કેટલું અઘરું હતું.

*

"ના એટલે ના, તારે નથી જવાનું." અઢાર હાથનો ઘેરદાર ઘાઘરો, બ્રોકેડનું બ્લાઉઝ અને સરસ જોર્જેટની બ્રોકેડની બોર્ડર ચોડેલી ઓઢણી માથે ઓઢીને દાગીના લટકાવવાનું સ્ટેન્ડ હોય એવી રીતે અને એટલા દાગીના પહેરીને ઊભેલી એક સ્ત્રીએ કહ્યું.

"માઈ... થોડાક જ દિવસની વાત છે."

"ના એટલે ના. તું કાળજાનો ટુકડો છે અમારો. આ આખીયે પરંપરાનો વારસ. પરદેશને જઈને બગડી જાય તો પાંચ પાંચ પેઢીથી ચાલતી આવતી આ સંસ્કાર પરંપરાનું શું થાય ? હું તને નહીં જવા દઉં."

"માઈ, પાછા આવીને તો આ ધરમના ખૂંટે બંધાવાનું જ છે... મને મારા ભાગની જિંદગી જીવી લેવા દો."

"જરાય નહીં. તું પાછો ના આવે તો ?"

છોકરાએ બેઠી દડીની, પણ ખૂબ સુંદર સ્ત્રીના ગળામાં હાથ નાખ્યો. છ ફૂટના એ છોકરાને એ સ્ત્રીના ગળામાં હાથ નાખવા એક ફૂટ જેટલા નીચા નમવું પડ્યું. એ ખૂબ વહાલથી એને વીંટળાયો અને અવાજમાં નાખી શકાય એટલા લાડ ઉમેરીને કહ્યું, "મા..ઈ..ઈ..ઈ.."

"હું તો ના જ પાડું છું, પછી મહારાજશ્રીને જેમ કરવું હોય તેમ."

હવે બંનેની નજર સામે રાજસિંહાસન જેવી વિશાળ પાટ ઉપર બેઠેલા એક પ્રભાવશાળી પુરુષ તરફ ફરી.

એ પ્રભાવશાળી પુરુષ જાણે આ છોકરાની સહેજ વધુ ઉંમરની પ્રતિકૃતિ લાગતા હતા. વિશાળ ભાલ, એમાં કરેલું તિલક, તગતગતી ત્વચા, ધોતી અને અંગરખું, ગળામાં સોનામાં જડેલા એકમુખી રુદ્રાક્ષની માળા. બાજુમાં ચાંદીનાં કમંડળ, પંચપાત્ર અને આચમની. પલાંઠી વાળીને ટટ્ટાર બેઠેલા એ પુરુષમાં કોઈ અજબની આભા હતી.

"બાબા..." છોકરાએ વિનંતીના સૂરમાં કહ્યું.

"બાબાશ્રી બોલતાં શીખ." પેલી સ્ત્રીએ એને ટપાર્યો, "આટલો મોટો થયો ને અમારી નજર સામે પણ કોઈ સંસ્કાર નથી તારામાં. તો પરદેશ ગયા પછી શું હાથમાં રહેવાનો ?"

"હું બે જ વર્ષ જવા માગું છું. દુનિયા જોવા. મારી યુવાની જીવી લેવા. એક સામાન્ય માણસની જેમ ખુલ્લી હવામાં શ્વાસ લઈ લેવો છે મારે. આ આશ્રમ, આ ધર્મ, આ અંધશ્રદ્ધાળુ અનુયાયીઓની ભીડથી દૂર... બે વર્ષ બાબાશ્રી..." છોકરાની આંખોમાંથી આશા ઊભરાતી હતી.

પેલા પ્રભાવશાળી પુરુષ થોડી વાર શાંત રહ્યા. પછી એમણે છોકરાની સામે સ્થિર નજરે જોઈને કહ્યું, "તથાગત ! બેટા, હું મારા ભાગની જિંદગી નથી જીવી શક્યો. હું સત્તર વર્ષનો હતો ને તારા દાદાશ્રી પરમ બ્રહ્મમાં લીન થયા. હું સાચા હૃદયથી ઇચ્છું છું કે તું તારી યુવાની જીવી લે."

"પાછો ના આવ્યો તો ?" પેલી સ્ત્રીએ મહારાજશ્રીની સામે જોઈને પૂછ્યું. એને ડૂમો ભરાવા લાગ્યો હતો. મહારાજશ્રીએ નિર્ણય આપી દીધો હતો. છાતીથી સહેજ પણ અળગો ના કરેલો એનો એકનો એક દીકરો પરદેશ જવાનો એ નક્કી.

"સંશયાત્મા વિનશ્યતિ, ભાર્ગવી." એમણે પત્નીને કહ્યું, "આપણને આપણા સ્નેહમાં, આપણા સંસ્કારમાં અને આપણા સત્ત્વમાં વિશ્વાસ હોવો જોઈએ. એ આવશે." એમણે દીકરાની સામે આત્મવિશ્વાસ અને તેજસભર આંખોથી જોયું.

"હું આવીશ, બાબાશ્રી ! હું જરૂર આવીશ. તમે એક સાદ પાડજો ને હું ના આવું તો કહેજો." છોકરાની આંખોમાં પણ પિતાના જેવો જ આત્મવિશ્વાસ અને તેજ હતું.

*

બેગ ભરીને બહાર નીકળતી વખતે એણે ઘડિયાળ જોઈ. દસ ને વીસ...

સ્ટુડિયો અપાર્ટમેન્ટ જેમ હતો લગભગ એ જ સ્થિતિમાં છોડીને નીકળી રહ્યો હતો એ.

એરપોર્ટ પર પહોંચીને એણે ફ્લાઇટની તપાસ કરી. ભારત જતી તમામ ફ્લાઇટ્સ ફૂલ હતી.

"એની ઇમર્જન્સી ?" કાઉન્ટર પરની છોકરીએ એનો નિરાશ ચહેરો જોઈને પૂછ્યું.

"યેસ... ફાધર પાસ્ડ અવે."

"તમારું નામ શું છે ?"

"તથાગત વિશ્વાનંદ ગોસ્વામી."

"જોવા દો હું કદાચ કંઈ મદદ કરી શકું." છોકરીએ કહ્યું.

દોડાદોડી કરી, ધમાધમ કરીને પોતાના પિતાજીના મૃત્યુના સમાચારની વાત કહીને એણે એક સીટ કરાવી તો લીધી...

લગભગ ઊપડવાની તૈયારીમાં હતી એવી ફ્લાઇટમાં મહામુશ્કેલીએ ચેક-ઇન અને કસ્ટમ્સ સિક્યોરિટી ચેક વટાવીને એ વિમાન સુધી પહોંચ્યો. ત્યાં સુધી ભારત પહોંચવાના ઉચાટમાં એને હજી પિતાના મૃત્યુનો આઘાત તો પૂરો અનુભવાયો જ નહોતો.

જેવો એ 'જે' ક્લાસની પોતાની બારી પાસેની બેઠકમાં ગોઠવાયો કે બહાર જમીનથી આકાશ સુધી ફેલાયેલા ન્યૂયોર્ક શહેરને એણે નજર ભરીને જોઈ લીધું.

"હાલ પૂરતું અલવિદા ન્યૂયોર્ક ! તારો ને મારો સંબંધ આમ થોડો પૂરો થશે ? પાછો આવીશ હું... ખૂબ ચાહ્યું છે તને, તારી એક એક ગલીને, તારા આગોશમાં ગુજારેલી એક એક પળને... અને, અને જસ્મીનને પણ !" એ છોકરાની આંખોમાં ધસી આવેલાં આંસુને એણે આંગળીઓથી લૂછી નાખ્યાં, "જસ્મીનને હજી એક વાર મળવું છે મારે. બીજા કશા માટે નહીં, તો એને મળવા પણ પાછો આવીશ હું." છોકરાએ મનોમન કહ્યું.

અને એને એક અતિશય સુંદર, નમણી, નાજુક છોકરી યાદ આવી ગઈ !

જસ્મીન !

"બે મહિનાના સંબંધમાં એ છોકરીએ શું શું નહોતું આપ્યું ? ને ગઈ ત્યારે બધું જ લેતી ગઈ... પ્રેમ થઈ પણ ગયો ને પૂરો પણ થઈ ગયો, આ શહેરમાં !" તથાગતને અમસ્તો જ વિચાર આવી ગયો. પછી એણે આંખો મીંચી લીધી.

*

ન્યૂયોર્ક શહેરમાં એને મળી ગયેલી જસ્મીન એના જીવનમાં ક્યારે આવી ને ક્યારે ચાલી ગઈ એની તથાગતને જાણ થાય એ પહેલાં તો પ્રણયસંબંધ સમેટાઈ ચૂક્યો હતો. ન્યૂયોર્કમાં જન્મેલી અને ઊછરેલી, ધર્મે મુસ્લિમ જસ્મીન તથાગતની સાથે શરીરસંબંધથી તો જોડાઈ ચૂકી હતી, તથાગત માટે તો એના ઉછેર અને સંસ્કાર પ્રમાણે એ જ રાત એમના લગ્નની રાત હતી. પોતાનાં ધર્મચુસ્ત માતા-પિતા જસ્મીનને ક્યારેય નહીં સ્વીકારે એ જાણતો હોવાના કારણે તથાગતે બીજે જ દિવસે જસ્મીનના પિતાને મળવાનો આગ્રહ રાખ્યો...

જસ્મીનના પિતાને જસ્મીન સાથેનાં લગ્નની વાત કરતાં જ એમણે તથાગત પાસે ધર્મપરિવર્તનનો આગ્રહ રાખ્યો...

તથાગતના આઘાત અને આશ્ચર્ય વચ્ચે જસ્મીને પણ એ આગ્રહને બળ આપ્યું...

જસ્મીનના ઘરેથી એક પણ શબ્દ બોલ્યા વિના પાછા ફરી ગયેલા તથાગત માટે પ્રેમ નામનો શબ્દ ત્યાં અને ત્યારે જ પૂરો થઈ ગયો હતો.

આંખો મીંચીને ન્યૂયોર્ક શહેરમાં વીતેલી એક એક પળ યાદ કરતો તથાગત અત્યારે એની આંખોમાંથી સરતાં આંસુ પોતાના ગાલ પર અનુભવી શકતો હતો. પિતાના મૃત્યુના સમાચારે એને તોડી ચૂરચૂર કરી નાખ્યો હતો.

જિંદગીના દરેક વળાંકે એને ઉદ્ભવેલા સવાલોના ઉત્તર એને એના પિતા પાસેથી અચૂક સાંપડ્યા હતા. આજે એના મનમાં ઉદ્ભવતા સેંકડો સવાલો એમ જ નિરુત્તર, પરપોટાની જેમ ઊભરાઈ ઊભરાઈને ફૂટી જતા હતા.

એને માટે જસ્મીન સાથેનો સંબંધ એના જીવનનો પર્યાય હતો. દિલોજાનથી ચાહી હતી એણે જસ્મીનને. એને માટે જસ્મીન વિના જીવવું અસંભવ બની ગયું હતું.

"જેના વિના જીવી નહીં શકાય એમ લાગે એના વિના પણ જીવી જવાની આપણી ફિતરત હોય છે. જીવી જવું માણસ માત્રના સ્વભાવમાં છે... કોઈ મરતું નથી, કોઈની પાછળ." તથાગતને વિચાર આવ્યો અને બંધ આંખે ગાલ પર આંસુ સાથે એક હળવું સ્મિત આવી ગયું એના ચહેરા પર.

જસ્મીનના ગયા પછી ન્યૂયોર્ક શહેરની તમામ ચમક-દમક અને અંધારી-અજવાળી રાતો જીવી ચૂકેલો તથાગત છ જ મહિનામાં જાણે છ વર્ષ મોટો થઈ ગયો હતો.

પ્રેમમાંથી વિશ્વાસ ઊઠી ગયો હતો એનો.

સ્ત્રી શબ્દને એ છળ સાથે જોડતો થઈ ગયો હતો.

એને માટે સ્ત્રી એટલે એક શરીર માત્ર બનીને રહી ગયું હતું છેલ્લા છ મહિનામાં...

પાર્ટી, નશો અને શરીરોની વચ્ચે એણે જસ્મીનને ભૂલવાનો ભયાનક પ્રયાસ કર્યો હતો ને છતાં જસ્મીન જાણે એનો પીછો નહોતી છોડતી.

અત્યારે બંધ આંખે વાદળોની વચ્ચેથી પસાર થઈ રહેલા વિમાનમાં પિતા અને જસ્મીનના ચહેરા એકબીજા ઉપર છપાતા-ભૂંસાતા દેખાતા હતા એને.

એ પિતા જેણે એને સંપૂર્ણ લાડ અને વહાલમાં ઊછેર્યો હતો. એની નાનકડી ઇચ્છા પણ અધૂરી નહોતી રહેવા દીધી. એ પિતા જે પોતાના ધર્મસંપ્રદાયના વડા હતા અને જેના હજ્જારો અનુયાયીઓ હતા... એમના ચરણસ્પર્શ માટે બબ્બે કિલોમીટર લાંબી લાઈનો લાગતી, એમના મુખે ભાગવત કથા કે શ્રીકૃષ્ણલીલા સાંભળવા ટોળેટોળાં ઊમટી પડતાં.

કરોડોની જમીન અને લગભગ દોઢ કિલોમીટરમાં ફેલાયેલા મંદિર ટ્રસ્ટના

એ એકમાત્ર વહીવટકર્તા હતા.

વિશ્વાનંદ ગોસ્વામીના વિશ્વભરમાં અનુયાયીઓ હતા, મંદિરો, શાળાઓ, કૉલેજો, દવાખાનાંઓ અને બીજી કેટલીયે સેવાપ્રવૃત્તિ અધ્યાત્માનંદ સ્વામીના ટ્રસ્ટમાં ચાલતી. વિશ્વાનંદના પરદાદા અધ્યાત્માનંદ સ્વામીએ સ્થાપેલો 'અધ્યાત્માનંદ પ્રેમાશ્રમ' હવે વિશ્વભરમાં પોતાની શાખાઓ ફેલાવી ચૂક્યો હતો.

કરોડોની મિલકત ધરાવતો આ પ્રેમાશ્રમ પ્રેમ અને સંસારમાં રહીને કરાતી ભક્તિનો પ્રચાર કરતો.

વિશ્વાનંદ ગોસ્વામી, એના ચોથા વંશજ હતા.

વંશપરંપરાગત ગાદીપ્રથા ધરાવતો મુંબઈની નજીક કરજતમાં આવેલો આ આશ્રમ વિશાળ મંદિર, ગેસ્ટહાઉસ, કોન્ફરન્સ હોલ, ઓડિટોરિયમ, વિશાળ લાઇબ્રેરી અને નાનકડા પોલિક્લિનિક સહિત બીજી કેટલીયે સગવડો ધરાવતો હતો.

વિશ્વાનંદજી પોતે પણ ગ્રેજ્યુએટ થયા હતા, પરંતુ કૉલેજમાં જઈ શક્યા નહોતા. એ સત્તર વર્ષના હતા અને એમણે પ્રેમાશ્રમની ગાદી સંભાળી લેવી પડી. ત્યારથી શરૂ કરીને સુડતાળીસ વર્ષની એમની ઉંમર સુધી એમણે ક્યારેય પ્રેમાશ્રમની બહાર પગ નહોતો મૂક્યો.

કરજત મુંબઈથી બે કલાકના અંતરે સહ્યાદ્રિ પહાડોમાં આવેલું એક નાનકડું ટાઉનશિપ છે.

જ્યારે આશ્રમ બનાવાયો ત્યારે તો કરજત એક ગામડું હતું. આશ્રમ અને આશ્રમની પ્રવૃત્તિઓને કારણે ગામનો પણ વિકાસ થયો. સતત આવતા-જતા અનુયાયીઓને કારણે રસ્તા, ટ્રાન્સપોર્ટેશન અને ઉદ્યોગ-ધંધાઓ વિકસતા ગયા.

વિશ્વાનંદ બહોળું વિચારી શકતા એક સમજદાર અને નવા જમાના સાથે કદમ મિલાવી શકતા વ્યક્તિ હતા.

આશ્રમની લાઇબ્રેરીનાં લગભગ તમામ... વીસેક હજાર પુસ્તકો એમણે વાંચ્યાં હતાં. એ સિવાય એમની પર્સનલ લાઇબ્રેરીમાં બીજાં પાંચ-સાત હજાર પુસ્તકો એમણે વસાવ્યાં હતાં. એ વિશ્વના કોઈ પણ વિષય પર વાત કરી શકતા.

આશ્રમના ગેસ્ટહાઉસનું આર્કિટેક્ચરલ ડિઝાઈનિંગ હોય કે મંદિરના નવા બંધાવાયેલા સભામંડપનું લાઈટિંગ, આશ્રમના રસોડાની સ્વચ્છતાનો પ્રશ્ન હોય કે અનુયાયીઓ માટે નાનો પડતો પ્રાર્થના હોલ મોટો કરવાની વાત હોય... વિશ્વાનંદજીનો મત દરેક વખતે સાચો પડતો. એમની સમજ અને બુદ્ધિ ઉપર ભલભલા વારી જતા.

પ્રેમાશ્રમ ટ્રસ્ટમાં બીજા પણ ટ્રસ્ટીઓ હતા, જેઓ આશ્રમનું એડ્મિનિસ્ટ્રેશન અને બીજી વ્યવસ્થાની સંભાળ લેતા.

જેમ બીજે ક્યાંય પણ હોય એવી જ રીતે આધ્યાત્માનંદજી પ્રેમાશ્રમ ટ્રસ્ટમાં પણ મતમતાંતરો હતા. વિશ્વાનંદજીને મળતી પ્રસિદ્ધિ અને અનુયાયીઓની ગાંડી અંધશ્રદ્ધા ઘણા માટે ઈર્ષાનું કારણ હતી જ...

કરજત ગામમાં દાખલ થતાં પહેલા જ પ્રેમાશ્રમનો વિશાળ ગેટ આવતો. બે માણસો સામસામા આખા બે હાથની બાથ ભરે તોય હાથ ટૂંકા પડે એવડા મોટા આરસપહાણ જડેલા લગભગ ચાળીસ ફૂટ ઊંચા વિશાળ મિનારા જેવા થાંભલાઓની ઉપર અર્ધગોળાકાર બોર્ડ હતું, 'અધ્યાત્માનંદ પ્રેમાશ્રમ ટ્રસ્ટ'.

આશ્રમમાં દાખલ થતાંની સાથે લાલ માટીની છારી પાથરેલો વિશાળ ડ્રાઈવ-વે આવતો. જેની બંને તરફ નીલગીરી, લેબરનમ, ગુલમહોર, લીમડા, પીપળા અને વડ જેવાં વિશાળ વૃક્ષોની હારમાળા હતી ડ્રાઈવ વેની બંને તરફ ગેસ્ટ હાઉસનાં કોટેજીસ - એક નાની કેફે અને છૂટક છૂટક પથ્થરની બેઠકો હતી. લગભગ પોણા કિલોમીટરનો ડ્રાઈવ-વે વટાવ્યા પછી આશ્રમનાં બિલ્ડિંગો શરૂ થતાં. એડ્મિનિસ્ટ્રેટિવ વિંગ, સભામંડપ, પ્રાર્થના હોલ, રસોડું અને ડાઈનિંગ હોલ વટાવટવતા વટાવતા આખરે વિશાળ મંદિર અને વિશ્વાનંદજીનું નિવાસસ્થાન આવતું.

વિશ્વાનંદજીના નિવાસસ્થાન અને મંદિરની વચ્ચે લગભગ દસેક હજાર માણસ બેસી શકે એવડો એક લાખ ચોરસ વારનો કોટા સ્ટોન જડેલો ચોક હતો. ચોકની ફરતે નાનાં નાનાં મંદિરો અને ફૂલછોડની ક્યારીઓ હતી. ચોકને એક છેડે મંદિર અને બીજે છેડે વિશ્વાનંદજીનું નાનકડી બંગલી જેવું નિવાસસ્થાન હતું. જે 'પ્રેમનિવાસ'ના નામે ઓળખાતું.

અત્યારે એ ચોકમાં પગ મૂકવાની પણ જગ્યા નહોતી.

હકડેઠઠ ભીડ જમા હતી. હજ્જારો માણસો જમા થયા હતા અને હજ્જારો

ઠલવાયે જતા હતા. ગાડીઓ, બસીસ, ટ્રક્સ ભરી ભરીને ઠેર ઠેરથી લોકો આવી રહ્યા હતા. વિશ્વાનંદજીનાં અંતિમ દર્શન માટે લાંબી લાઈન લાગી હતી.

હાજર ભીડમાં ધ્રૂસકે ધ્રૂસકે રડતા લોકોથી શરૂ કરીને પોતાને પણ ઉપાડી લેવાની પ્રાર્થના કરતાં અનુયાયી સામેલ હતા.

'માઈ'ના નામે ઓળખાતાં વિશ્વાનંદજીનાં પત્ની ભાર્ગવીદેવી સંપૂર્ણ શણગાર કરીને પતિના શબની બાજુમાં અન્યમનસ્ક જેવા બેઠા હતા. આશ્રમના ટ્રસ્ટીઓ અને એડ્મિનિસ્ટ્રેટિવ વિભાગના માણસો ધસી આવેલી ભીડને કન્ટ્રોલ કરવાના વ્યર્થ પ્રયાસ કરી રહ્યા હતા.

પત્રકારો, ટેલિવિઝન ચેનલ અને ભેગા થઈ ગયેલા મીડિયાના લોકો બનતી દરેક ઘટનાને અવિસ્મરણીય બનાવી દેવા કમર કસીને કામે લાગ્યા હતા.

એક છોકરીએ આઘાપાછા થતાં દીવાકર ખત્રીને રોકીને પૂછ્યું, “આ વંશપરંપરાગત ગાદી છે એ વાત ખરી ?”

“હાસ્તો. વિશ્વાનંદજી પછી હવે તથાગત આ ગાદી સંભાળશે.”

“તથાગત ક્યાંય દેખાતો નથી.” છોકરીએ ભાવિ ગાદીવારસનો પહેલો એક્સ્લુઝિવ ઈન્ટર્વ્યૂ મેળવવાની લાલચે પૂછ્યું.

“એ અમેરિકા હતો. ત્યાંથી નીકળી ચૂક્યો છે. થોડી જ વારમાં મુંબઈ એરપોર્ટ પર લેન્ડ થશે...”

*

મુંબઈ એરપોર્ટ પર હારતોરા લઈને ઊભેલી ભીડને કન્ટ્રોલ કરતા ઈન્સ્પેક્ટર સબનીસે હવાલદાર રાનડેને પૂછ્યું, “આ શાની ભીડ છે ?”

રાનડેએ ગદ્ગદ થતાં જવાબ આપ્યો, “પ્રેમાશ્રમનો ભાવિ ગાદીવારસ આવે છે આ સિંગાપોર એરલાઈન્સની ફ્લાઈટ લેન્ડ થઈ એમાં.”

સબનીસ કશું સમજે-વિચારે એ પહેલાં તો એની સામે જ ઊભેલી ભીડમાં અચાનક ચેતનાનો સંચાર થયો. હાર-તોરા લઈને લોકો પોલીસ કોર્ડન તોડીને ધસી ગયા. જીન્સ અને રાઉન્ડ નેક ટી-શર્ટ પહેરેલા, પાછળ રકસેક ભરાવીને ટ્રોલી ધકેલીને ચાલ્યા આવતા પચીસેક વર્ષના હેન્ડસમ યુવાનને જોતાં જ

અરાઈવલની આખી ફોયર લોકોથી ભરાઈ ગઈ. થોડા લોકોએ તથાગતને ઊંચકી લીધો. કેટલાક મોટા અવાજે રડવા લાગ્યા તો કેટલા એનાં ચરણમાં આળોટવા લાગ્યા.

એને હારતોરાથી લાદી દેવાયો.

એને સ્પર્શવા, એના ચરણની રજ લેવા ધક્કામુક્કી થઈ ગઈ. એકબીજાની ઉપર પડતા, એકબીજાને છૂંદતા-ખૂંદતા લોકો તથાગત સુધી પહોંચવા મરણિયા થઈ ગયા હતા.

લોકોના હાથમાં ઊંચકાઈ ગયેલો તથાગત શ્વાસ પણ મહામુશ્કેલીએ લઈ શકતો હતો.

એની અકળામણનો પાર નહોતો. ગળાના હારતોરા એનો જીવ ગભરાવતા હતા. એણે એ હાર કાઢીને ફેંકવા માંડ્યા. ભીડ પર ફેંકાયેલા એ હાર પ્રસાદ સમજીને ઉપાડવા માટે આંખમાં આંસુ સાથે ધસી આવેલા લોકો વચ્ચે હુંસાતુસી થવા માંડી.

"આ દેશ ક્યારેય નહીં સુધરે. માણસને ભગવાન બનાવતા આ મૂરખો કેમ સમજતા નહીં હોય ? ઉફ ! આઈ હેટ ધીસ..." તથાગતે શ્વાસ લેવાનો પ્રયત્ન કરતા ભીડના હાથમાંથી ધક્કો મારીને ઊતરવાનો પ્રયત્ન કર્યો.

ધરમસિંહ ચૌહાણ ભીડને ચીરતા આગળ આવ્યા.

"ક્યાં હતા તમે ? આ લોકો તો મને મારી નાખશે." તથાગતનું મગજ છટક્યું હતું.

"લાલા, આ બધા તમારા ભક્તો છે. હવે પછી આ જ થશે. રોજેરોજ..." ધરમસિંહ ચૌહાણે વાંકા વળીને તથાગતની ચરણરજ લીધી.

"શું કરો છો ?" તથાગત બે ડગલાં પાછળ ખસી ગયો.

"તમે ગાદીવારસ છો. હવે અમારા માઈ-બાપ, અન્નદાતા, પ્રભુની જગ્યાએ છો તમે..." ધરમસિંહ ચૌહાણે ભીડમાંથી રસ્તો કરતા તથાગતને બહાર કાઢ્યો.

"એટલે ?" તથાગતે ગાડીમાં બેસતા પહેલાં ધરમસિંહની આંખોમાં જોયું.

"લાલા, મહારાજશ્રીનો અંતિમસંસ્કાર વિધિ પતે, એમનો દેહ

પંચમહાભૂતમાં ભળી જાય અને એમની ચંદનચિતા ઠરે એ પહેલાં ગાદીને એનો વારસ આપવો પડે. તો જ મહારાજશ્રીનાં અસ્થિ વિસર્જિત થઈ શકે."

"એવું કોણે કહ્યું ?" તથાગત લગભગ બેભાન થવાની તૈયારીમાં હતો.

"એવું શાસ્ત્રમાં કહ્યું છે."

"કયા શાસ્ત્રમાં ?"

"હું કંઈ તમારા જેટલો જ્ઞાની નથી... પરંતુ તમારા અભિષેકની તૈયારી થઈ ચૂકી છે. માઈએ તમારાં લગ્ન માટે કન્યા અને એના પિતાને આશ્રમમાં બોલાવી લીધાં છે."

"લગ્ન ? આમાં લગ્ન ક્યાંથી આવ્યાં ?"

"આ સંસારમાં રહીને જિવાતો ધર્મ છે, લાલા... સંસારી બન્યા વિના ગાદીવારસ કેમ થવાય ?" ધરમસિંહ ચૌહાણ પઢાવેલા પોપટની જેમ બોલતો હતો. એના એક એક વાક્યે તથાગતનું હૃદય એક એક થડકારો ચૂકતું જતું હતું.

"શું વિચાર્યું હતું જિંદગી માટે ! અને ક્યાં આવીને ઊભો છું હું... આ કયો વળાંક, કઈ દિશા છે ? ક્યાં લઈ જશે મને ? પ્રેમાશ્રમની ગાદીએ બેઠા પછી એના દરવાજા બંધ થઈ જશે, કાયમ માટે... હું ક્યારેય ન્યૂયોર્ક પાછો નહીં જાઉં ? ક્યારેય નહીં મળું જસ્મીનને ?"

૨

આધ્યાત્માનંદ પ્રેમાનંદ ટ્રસ્ટના પાટિયા નીચેથી ચાળીસ ફૂટ ઊંચા મિનારા જેવા થાંભલાઓની બાજુમાંથી જ્યારે મર્સિડિસ બેન્ઝ જ્યારે તથાગતને લઈને આશ્રમના કેમ્પસમાં દાખલ થઈ ત્યારે ડ્રાઇવ-વેની બંને તરફ ઊભેલા લોકો ઝૂકી ઝૂકીને તથાગતની ગાડીએ ઉડાડેલી ધૂળ માથે ચડાવવા લાગ્યા. ગાડી પર છુટ્ટા હાર અને ફૂલ ફેંકાતાં રહ્યાં. અકળાયેલો-કંટાળેલો તથાગત વારંવાર ધરમસિંહ ચૌહાણની સામે જોતો હતો. આગળની સીટમાં બેસીને બહાર જોઈ રહેલા ધરમસિંહ ચૌહાણ જાણે એના મનની વાત સમજી ગયા હોય એમ ધીરેથી બોલ્યા, “લાલા, આટલા લોકો તમારા પરની આસ્થાને કારણે જીવે છે...”

“મૂર્ખા છે.” તથાગતે કહ્યું, “આજના જમાનામાં આવી રીતે કોઈની આસ્થા પર જિવાય ? અને એ પણ માણસની ?”

“લાલા, એક વાત કહું ?”

"મારે કોઈ સલાહ નથી જોઈતી." ન્યૂયોર્કથી આવી રીતે આવવું પડ્યું અને એ પછી અહીંયાં જે તાયફો થઈ રહ્યો હતો એ જોતાં એનું મગજ ફાટફાટ થઈ રહ્યું હતું. આ લોકો હવે એની સાથે શું કરશે, જો અહીંથી પાછા નહીં જવાય તો પરિસ્થિતિ કેટલી ભયાનક થશે એ વિચારે એને એ.સી. મર્સિડિસમાં પરસેવો વળી રહ્યો હતો. એને સમજાતું નહોતું કે આ પરિસ્થિતિમાંથી છટકવાનો એની પાસે કયો માર્ગ બાકી છે ? ધરમસિંહ ચૌહાણ જે રીતે એની સામે જોઈ રહ્યા હતા અને આ લોકો કેવા ગાંડા કાઢતા હતા એ જોયા પછી તથાગતની ન્યૂયોર્ક જવાની રહીસહી આશા પણ નષ્ટ થઈ ગઈ હતી. એણે આ કરજતના આશ્રમમાં જીવી જવું પડશે એ વિચારે જ કમકમાટી છૂટી ગઈ હતી. ન્યૂયોર્કની મુક્ત હવા શ્વસીને આવેલો તથાગત અહીંથી પાછા કઈ રીતે જવું એના પેંતરા ઘડવા માંડ્યો હતો.

ગાડી એક પછી એક મકાનો વટાવતી છેક પ્રેમનિવાસ પાસે આવીને ઊભી રહી. ગાડી જઈ શકે એટલો રસ્તો છોડીને બાકી બધું જ પગ મૂકવાની જગ્યા ના હોય એમ માણસોથી ઊભરાઈ રહ્યું હતું.

તથાગત ગાડીમાંથી ઊતર્યો એ પહેલાં તો જય જયકારના નારા શરૂ થઈ ગયા હતા. માણસો ધક્કામુક્કી કરીને તથાગત સુધી પહોંચવા એકબીજાની ઉપર ચડી જવા લાગ્યા હતા, કોઈ રડતું હતું, કોઈ મોટે મોટેથી ચીસો પાડતું હતું... તો કોઈ છાતી કૂટતું હતું. હાથમાં હાર-તોરા લઈને બધા જ નવા ગાદીવારસ સુધી પહોંચી જવાના પ્રયાસમાં હતા...

"લાલા, આમને કંઈક કહો..."

"હું ? હું શું કહું ?" તથાગતનો અવાજ આશ્ચર્યથી ફાટી ગયો.

"સંબોધન કરો, આશ્વાસન આપો, ગીતાની બે વાત કહો... એમનાં મન શાંત થાય એવું કંઈક બોલો તમે." તથાગત ધરમસિંહ સામે એવી રીતે જોઈ રહ્યો જાણે ધરમસિંહનું મગજ પણ છટકી ગયું હોય.

"મને..." તથાગતના પગ પાણી પાણી થવા લાગ્યા હતા, "મને આવું બધું નથી આવડતું."

"લાલા, નથી આવડતું એ કેમ ચાલે ? આવતી કાલે મહારાજશ્રીના અંતિમસંસ્કાર પછી તમારે બોલવું પડશે... ગાદી ગ્રહણ કરતાં પહેલાંનું તમારું પ્રવચન..."

"વ્હોટ રબીશ... મને આ બધામાં નહીં નાખતા." આટલું કહીને તથાગત ઊંધો ફર્યો. ઓટલા પર અને ફોયરમાં ઊભેલી ભીડ તથાગતને આવતો જોઈને બે હરોળમાં વહેંચાઈ ગઈ... એને માટે જાણે રસ્તો બની ગયો. એ રસ્તા પર ઝડપથી ચાલીને ઘરના મુખ્ય ખંડ તરફ જઈ રહેલા તથાગતના ચરણમાં ઝૂકતાં માથાંઓ જોઈને તથાગતને એ બધાયને ઊભા કરીને એક એક લાફો મારવાની ઇચ્છા થઈ ગઈ.

પ્રેમનિવાસની ફરતે એક મોટી ઓસરી હતી. મહારાજશ્રીને મળવા આવનારાઓ મોટી સંખ્યામાં આ ઓસરીમાં રાહ જોતા. વળી કેટલાક લોકો મહારાજશ્રીની સેવા કરવા ઇચ્છતા શ્રદ્ધાળુઓ હોય તે કામકાજ કરીને, કે મંદિરમાં સેવા આપીને આ ઓસરીમાં પડ્યા રહેતા. ઓસરી વટાવતાં એક વેઇટિંગરૂમ આવતો, આ એ.સી. આરામદાયક વેઇટિંગરૂમ વી.આઈ.પી. મહેમાનો અને એન.આર.આઈ. શ્રદ્ધાળુઓ માટે હતો.

એ પછી એક પ્રાર્થના ખંડ અથવા પૂજા ખંડ આવતો. જે ચોક જેવો હતો, ત્રણ દ્વાર ધરાવતા આ પૂજા ખંડમાં ગમે તે દિશાથી પ્રવેશીને ગમે તે દિશાથી બહાર નીકળી શકાતું... એ પછી ઘરનો મુખ્ય ખંડ અથવા દીવાન ખંડ આવતો, જેમાં મહારાજશ્રીના ગાદી-તકિયા રહેતા. દિવસ દરમિયાન મંદિર અને ટ્રસ્ટનું કામકાજ તથા મુલાકાતીઓ સાથે મળવાનું આ જ ખંડમાં ચાલતું.

અહીં સતત મોડી રાતથી વહેલી સવાર છોડીને દિવસના કોઈ પણ ભાગમાં પંદરથી વીસ માણસો સતત હાજર રહેતા. ખંડની ચારે તરફ દીવાલને અડાડીને ગાદી-તકિયા ગોઠવવામાં આવ્યા હતા. ખંડની બરાબર મધ્યમાં દીવાલની લગોલગ બર્માટિકની મોટી પાટ હતી. એના પર મહારાજશ્રીનાં ગાદી-તકિયા અને સફેદ દૂધ જેવી ચાદર પાથરેલી રહેતી.

વિશાળ કપાળ, એના પર ચંદનની અર્ચા, ભાવવાહી અને ચોખ્ખી પવિત્ર આંખો અને દૂધ જેવા સફેદ અંગરખો અને ધોતિયું પહેરેલા મહારાજશ્રીનાં દર્શન કરતાં એટલું તો સમજાઈ જ જતું કે આ માણસ સામાન્યથી થોડો ઉપર, સામાન્યથી થોડો અલગ તો છે જ.

મહારાજશ્રી ખૂબ ઓછું બોલતા. શુદ્ધ સ્ફટિકના મગફળીના દાણા જેવડા મણકાની એક માળા એમના હાથમાં રહેતી. સતત ઈશ્વરસ્મરણ કરતા મહારાજશ્રી સવાર અને સાંજના પ્રવચન સિવાય જરૂર પડે તો જ કોઈની સાથે વાત કરતા.

એમણે પોતાના ચરણસ્પર્શની મનાઈ કરી હતી, પરંતુ તોય ધસી આવતી ભીડને રોકવા એમની પાટની આગળ ચાંદીના પાઈપની એક રેલિંગ બનાવવામાં આવી હતી. આવનાર મુલાકાતીએ પાટથી બે ફૂટ દૂર જ ઊભા રહેવું પડે એવી આ રેલિંગની રચના હતી.

અત્યારે આ બેઠકખંડ ચારે તરફ માણસોથી ખીચોખીચ ભરેલો હતો. પાટ એમ જ હતી, પરંતુ મહારાજશ્રીને કેસર અને કસ્તૂરીનો ચોકો બનાવીને જમીન પર સુવાડાયા હતા. ફૂલો અને હારથી લગભગ દટાઈ ગયેલા મહારાજશ્રીનો લગભગ ચહેરો જ જોઈ શકાતો હતો.

સોળે શણગાર સજીને નવોઢાની જેમ એમની બાજુમાં બેઠેલાં એમનાં પત્ની ભાર્ગવીદેવી - માઈ રડતાં નહોતાં, પણ એમના ચહેરા પરથી એમના જીવતાં હોવાની કોઈ નિશાની મળતી નહોતી.

આસપાસ ઊભેલી ભીડ મૌન ઊભી હતી. સી.ડી. પ્લેયર ઉપર ગીતાપાઠ ચાલી રહ્યો હતો, જેનો અવાજ આખા દીવાનખંડમાં ગૂંજી ગૂંજીને પડઘાઈ રહ્યો હતો.

તથાગત બેઠકખંડની બારસાખની વચ્ચે જ ઊભો રહી ગયો...

ભાર્ગવીદેવીએ એને જોયો.

“બેટા.” ભાર્ગવીદેવીથી હાથ લાંબા થઈ ગયા. તથાગત બારસાખથી દોડતો જઈને માને ભેટી પડ્યો. એની આંખોમાંથી હવે આંસુ સરવા લાગ્યાં હતાં. દીકરાને ભેટીને ભાર્ગવીદેવીનો પણ અત્યાર સુધી રોકી રાખેલો ડૂમો છૂટી ગયો હતો. એ જોરજોરથી રડવા લાગ્યાં હતાં. અત્યાર સુધી તથાગત માટે પિતાનું મૃત્યુ એક સમાચાર માત્ર હતા.

આ ઓરડામાં આવીને પાટ પર ન બેઠેલા પિતાની ગેરહાજરી એને પહેલી વાર સમજાઈ હતી.

બહાર જતાં કે ઘરમાં પાછા આવતા આ ઓરડો વટાવવો જ પડે એવી આ ઘરની રચના હતી અને તથાગતે સતત એના પિતાને અહીં પાટ પર બેઠેલા જોયા હતા.

આ જ પાટ પર એણે પિતાનો ખોળો ખૂંદ્યો હતો. અહીં જ બેસીને પિતા પાસે કેટલીયે શાસ્ત્રો-પુરાણોની વાર્તા સાંભળી હતી. અહીં જ એના પિતાએ એને જ્ઞાનની અને બોધની કેટલીયે કથાઓ કહી હતી...

એ બધા જ શબ્દો, એ બધી જ ક્ષણો ઊભરાઈ ઊભરાઈને તથાગતની આંખોમાંથી વહેવા લાગી.

"અંતિમ દર્શન કરી લો લાલા, તમારી જ રાહ જોવાય છે." દીવાકર ખત્રીએ આગળ આવીને કહ્યું.

"મારે... મારે હજી થોડી વાર..."

"શ્રેષ્ઠ મુહૂર્ત વીતી જશે લાલા. મહારાજશ્રીને વિદાય આપવા માટે આ જ સમય ઉત્તમ છે. હજી તો ત્રણ પડાવ આવશે ને પછી સ્મશાનમાં ચંદનચિતા તૈયાર થઈને રાહ જુએ છે. સૂર્યાસ્ત થઈ જશે તો વળી..."

"મારા પિતાને હું પછી ક્યારેય જોઈ શકવાનો નથી. મને પાંચ મિનિટ તો..."

"જેને પિતા માનો છો એ તો શરીર છે. એમનો આત્મા તો સદાય આપણી વચ્ચે રહેશે." દીવાકર ખત્રીએ ડહાપણ ડોળ્યું, "મહારાજશ્રી પોતે જ કહેતા - હું જન્મ્યો નથી ને મારું મૃત્યુયે નથી જ થવાનું. હું તો આત્માને શરીરનાં વસ્ત્રો પહેરાવીને થોડો સમય આ પૃથ્વી પર વિહાર કરવા આવ્યો છું."

"પ્લીઝ... દીવાકરભાઈ, મને થોડી વાર એકલો છોડી દેશો ?"

"લાલા, આજથી એકલા રહેવાની ક્ષણો ભાગ્યે જ મળે. એક વાર ગાદી પર બેસો પછી તમારો સમય તમારો નહીં રહે. શ્રદ્ધાળુઓને વહેંચી આપવો પડશે."

"હું ગાદી પર નથી બેસવાનો."

"આવું અશુભ ના બોલીએ લાલા, આપણા શબ્દો બ્રહ્માંડમાંથી પાછા ફરે છે. મહારાજશ્રીએ જ કહ્યું છે."

"મહારાજશ્રીએ જે કંઈ કહ્યું તે એમની સાથે ગયું...."

"લાલા... લાલા... કોઈ સાંભળશે." દીવાકર ખત્રીએ તથાગતનો ખભો દબાવ્યો, "આટલા બધા શ્રદ્ધાળુઓ તમને શોક કરતા જોશે, રડતા જોશે તો કેવી છાપ પડશે ? કાલથી તમે એ બધાના ઈશ્વરના સ્થાને હશો..."

"છોડો મને." તથાગતે ઝટકો મારીને ખભો છોડાવ્યો. પછી ભાર્ગવીદેવી સામે ફર્યો, "આમને કહેને માઈ, મારે નથી બેસવું ગાદી પર. મારે નથી થવું આમના ઈશ્વર..." એણે માના ખભે માથું મૂક્યું, "હું ને તું જતાં રહીશું આ

દેશ છોડીને..."

હજી તથાગત કંઈ સમજે એ પહેલાં ભાર્ગવીદેવીએ પોતાનો ખભો ખસેડી લીધો. તથાગતની આંખમાં જોયું.

એમની આંખમાં અત્યારે શોક નહોતો, પુત્રવાત્સલ્ય પણ નહોતું, કંઈક બીજું જ હતું, જે તથાગતે પહેલાં ક્યારેય નહોતું જોયું. એમણે એક ક્ષણ તથાગત સામે એ તેજભરી વીંધી નાખતી નજરે જોયું. પછી તથાગતને એક થપ્પડ મારી દીધી.

આખા દીવાનખંડમાં એ થપ્પડનો અવાજ ગૂંજ્યો.

ટાંકણી પડે તોય અવાજ આવે એવો સન્નાટો થઈ ગયો.

"શું કરો છો માઈ ? બધા જુએ છે." દીવાકરે દબાયેલા અવાજે કહ્યું.

પણ ભાર્ગવીદેવીને તો હવે કંઈ સંભળાતું જ નહોતું જાણે. એમણે દીવાકર ખત્રીની સામે જોઈને કહ્યું, "ગાદીવારસ માટે શિષ્યોમાં શોધ કરો. હું માનીશ કે મેં પતિ અને પુત્ર સાથે ખોયા."

"શું બોલો છો માઈ ? આપણી પરંપરાનું લોહી હોય અને છતાંય કોઈ બીજાને..." ક્યારનો આવીને ચૂપચાપ ઊભેલા ધરમસિંહની વાતથી સમજાઈ ગયું કે એ તથાગતને ખૂબ ચાહતો હતો. એને માટે તથાગતને ગાદી ના મળે એ વાત ભયનજક હતી.

"પરંપરા ધર્મની છે... જે ધર્મની ધજાનો બોજ ન ઉપાડી શકે એને ગાદી પર બેસવાનો કોઈ અધિકાર નથી." ભાર્ગવીદેવીએ કહ્યું.

"બહુ સરસ. તમે શિષ્યમાંથી ગાદીવારસ ગોતી લો, હું ન્યૂયોર્ક પાછો જઈશ." તથાગત જાણે હળવો થઈ ગયો.

"પણ માઈ, જો પરંપરાનું લોહી હોય તો અંતિમસંસ્કાર પણ એ જ કરે અને ગાદી પણ..."

"હવે અંતિમસંસ્કાર પણ એ જ કરશે, જે ગાદી પર બેસશે." અત્યાર સુધી એક વીરાંગનાની જેમ બોલી રહેલાં ભાર્ગવીદેવી અચાનક જ તૂટી ગયાં, "મહારાજશ્રીના આત્માને આનાથી વધુ દુઃખ કદાચ ક્યારેય નહીં પહોંચ્યું હોય. વાહ બેટા ! શું તર્પણ કર્યું છે પિતાનું...."

"પણ માઈ..." તથાગત હવે ગૂંચવાયો હતો.

"હું પણ એમની સાથે ચિતાએ ચડીશ. આવા દીકરાને જન્મ આપવા બદલ નર્કમાં પડવા કરતાં એમની સાથે જ, એમના ચરણ પકડીને સ્વર્ગનાં દ્વાર ખોલાવીશ મારા માટે."

ત્યાં ઊભેલા દરેકનાં મોઢાં આઘાત અને આશ્ચર્યમાં પહોળાં થઈ ગયાં હતાં.

"માઈ, અન્યાય છે... અમારો શું ગુનો ?" ધરમસિંહે કહ્યું અને ભાર્ગવીનાં ચરણમાં પડીને ધ્રૂસકે ધ્રૂસકે રડવા લાગ્યો.

"ગુનો મારો કે મારી કૂખે આ કુલાંગાર જન્મ્યો.... મને મહારાજશ્રી ક્યારેય માફ નહીં કરે ?" ભાર્ગવીદેવી પણ જોરજોરથી રડી રહ્યાં હતાં. બીજા લોકો પણ રડવા લાગ્યા હતા.

તથાગત ઊભો થયો. એણે ચારે તરફ ફેરવી.

પિતાના ચરણને સ્પર્શ કર્યો અને અકળામણ અને ચીડ સાથે સડસડાટ દીવાનખંડની બહાર નીકળી ગયો.

*

સફેદ લખનવી ઝભ્ભો અને જીન્સ પહેરીને શ્રદ્ધાળુઓની ભીડ વચ્ચે અદબ વાળીને ઊભેલો તથાગત મનોમન જાતને કોસી રહ્યો હતો. એને રહી રહીને પિતાના શબ્દો યાદ આવતા હતા. પોતાને માટે એમણે માઈ સાથે પણ દલીલો કરી હતી અને આજે એ માણસના દેહને અંતિમસંસ્કાર આપવાનો અધિકાર પણ પોતાની પાસેથી છીનવી લેવાયો હતો.

"હું આવીશ બાબાશ્રી ! હું જરૂર આવીશ. તમે એક સાદ પાડજો ને હું ના આવું તો કહેજો." પોતે જ કહ્યું હતું અને આજે પિતાના દેહને અંતિમસંસ્કાર આપવાની વેળાએ પોતે કઈ વાતે આમ વિચલિત હતો ?

એ અમેરિકા ગયો ત્યારે જ જાણતો હતો કે એણે પાછા આવીને આ જ ગાદી, આ જ વાતાવરણ અને શ્રદ્ધાળુઓની આ જ ભીડ વચ્ચે ખોવાઈ જવાનું છે.

એને એવો સ્પષ્ટ ખ્યાલ સાવ બાળપણથી જ આપવામાં આવ્યો હતો કે એનું કર્તવ્ય શું છે ? એના જીવનમાં એણે શું કરવાનું છે એ વિશે ક્યારેય કોઈ

ગેરસમજ નહોતી રહેવા દીધી એના પિતાએ... તો પછી ? તો પછી આજે કઈ વાતે એણે પગલાં પાછાં ભરવા માંડ્યાં હતાં ?

ત્યાં ઊભેલો એક એક માણસ તથાગતની તરફ જ જોઈ રહ્યો હતો. હજારો માણસોની આંખો જાણે એના શરીરમાં ખૂંચી જતી હતી. એને લોહીલુહાણ કરી નાખતી હતી. એના રૂંવે રૂંવે છિદ્ર પડી જતાં હતાં.

કઈ વાતે એ આટલો ધર્મવિમુખ હતો ? પિતાને આપેલા વચનમાંથી પણ ફરી ગયો હતો, એમના અંતિમસંસ્કારનો અધિકાર પણ જવા દેવા તૈયાર હતો...

*

તથાગત ન્યૂયોર્કના એક પાંચ બેડરૂમ હાઉસમાં લિવિંગ રૂમમાં બેઠો હતો. એની સામે જસ્મીનના પિતા, જસ્મીનની માતા, જસ્મીનની બે બહેનો અને એક ભાઈ બેઠાં હતાં.

એ આજે અહીં જસ્મીનના પિતા પાસે ઓફિશિયલી એનો હાથ માગવા આવ્યો હતો.

“યંગ મેન, તમે તો જાણતા જ હશો અમે ચુસ્ત મુસ્લિમ છીએ. હું હાજી, પાંચ વખતનો નમાઝી છું.”

“જી.” તથાગત માત્ર સાંભળતો હતો.

“હું નથી ઇચ્છતો કે અમારા સમાજની દીકરીઓ બહાર પરણે, જસ્મીનના મામાનો દીકરો, એના ફોઈના દીકરાઓ રાહ જોઈને બેઠા છે. અમે તો અમારા લોહીમાં જ લગ્ન કરીએ.” તલવાર જેવી નજર તથાગતના ચહેરાને ઉઝરડી રહી હતી. કોણ જાણે કેમ એને વાતાવરણ બહુ જ અસ્વાભાવિક અને બોઝલ લાગતું હતું, “જસ્મીને તમને કહ્યું જ હશે.”

“અ... જી કહ્યું તો નથી પણ...”

“હું ઇચ્છું છું કે તમે ધર્મપરિવર્તન કરો.” તથાગતની આંખો ફાટી ગઈ. એને તખ્ત ઉપર બેઠેલા, હાથમાં સ્ફટિકની માળા લઈને ભક્તજનોને સંબોધતા પોતાના પિતા વિશ્વાનંદ ગોસ્વામી દેખાયા, એને માઈની આંખો દેખાઈ. પ્રેમાનંદ આશ્રમમાં ઊભેલા શ્રદ્ધાળુઓની આંખો જાણે એને સેંકડો સવાલ પૂછી

રહી હોય એવું લાગ્યું એને.

"એવી તો કોઈ વાત" એણે ગળા નીચે થૂંક ઉતાર્યું અને હિંમત કરીને કહ્યું, "થઈ નથી..."

"તો આજે સમજી લો." એના પિતાના અવાજમાં એક બરછટતા, રુક્ષતા, તોછડાઈ હતી, "તમારે મુસ્લિમ બનવું પડશે."

એણે જસ્મીન સામે જોયું. જસ્મીને એની સામે સ્મિત કર્યું.

"એ શક્ય નથી." એણે કોણ જાણે શું કામ એવું કહ્યું. એના માટે ધર્મ ક્યારેય અગત્યનો નહોતો. ન પોતાનો, ન બીજાનો. અને છતાં આજે આ જડતા સામે, આ દુરાગ્રહ સામે ઝૂકવાનું એના મને ન જ સ્વીકાર્યું.

એ પછી એ બે વાર મળ્યો જસ્મીનને.

બંને વખતે એકબીજાને વધુમાં વધુ દુઃખ પહોંચાડી શકે એવા શબ્દો સિવાય કોઈ આપ-લે ના થઈ શકી.

અત્યારે આ મંદિરના પ્રાંગણમાં પ્રેમનિવાસની ઓસરીમાં ઊભા રહીને કોણ જાણે કેમ એને એ એક એક ક્ષણ, એક એક શબ્દ યાદ આવી રહ્યો હતો.

જે સ્ત્રીને એણે પોતાનું મન, પોતાનું શરીર સોંપી દીધું. જેણે એને પોતાના પ્રાણથીયે વધુ ચાહી, જેને માટે એ પોતાના માતા-પિતાને પારાવાર દુઃખ આપવા માનસિક રીતે તૈયાર થઈ ગયો હતો એ છોકરીએ, સ્ત્રીએ પ્રેમથી વધારે મહત્ત્વ ધર્મને આપ્યું !

એ વાતે તથાગતને હજીયે કળ નહોતી વળી.

જે ધર્મ એકબીજાને દિલોજાનથી ચાહતા બે માણસોને છૂટા પાડી નાખે એ ધર્મના પ્રતિનિધિ થવામાં એને કોઈ રીતે 'જીવનસાફલ્ય' નહોતું લાગતું. એ કોઈ રીતે પોતાના મનને મનાવી નહોતો શકતો. પિતા હોત તો કદાચ એમની સાથે પ્રશ્નોત્તરી કરીને ઘણા જવાબો મેળવી શક્યો હોત. એમની પાસે જ્ઞાન હતું, ધર્મ અંગેનું ઊંડું જ્ઞાન. ધીરજ હતી, સવાલોના જવાબ આપવાની ધીરજ. સામેની વ્યક્તિ પોતાની વાતેને સ્વીકારે નહીં ત્યાં સુધી તર્કબદ્ધ દલીલો કરવાની ધીરજ...

એના સેંકડો સવાલો માથું ફાડીને, છાતી ફાડીને એના શરીરની બહાર નીકળવા મથી રહ્યા.

પિતાનો પાર્થિવ દેહ એની રાહ જોઈ રહ્યો હતો અને છતાંય એ ગાદી પર ન બેસવું પડે, ફક્ત એટલા ખાતર અંતિમસંસ્કારનો અધિકાર છોડી હજારો શ્રદ્ધાળુઓની વચ્ચે અદબ વાળીને ચૂપચાપ ઊભો હતો.

એની આંખોમાં ઝળઝળિયાં આવી આવીને પાછાં વળતાં હતાં.

એને ધ્રૂસકે ધ્રૂસકે રડવું હતું. આંખ બંધ કરીને સૂતેલા પિતાને પૂછવું હતું, "કયા ગુનાની સજા આપી છે તમે મને ?"

પણ કશું જ શક્ય નહોતું...

એ જ વખતે એના ખભા પર એક પ્રેમાળ, હૂંફાળો હાથ મુકાયો. એણે પાછળ જોયું.

"ધરમ !"

"લાલા, આ ભૂલ ના કરશો."

"મારે નથી જોઈતી આ ગાદી, આ ધર્મના નામે ચાલતું ધતિંગ... હજારો ભોળા શ્રદ્ધાળુઓની આ ભીડને કેમ છેતરું ધરમ ?"

"અંદર પાંચ શિષ્યોને બેસાડાયા છે. માઈ અને દીવાકર ખત્રીની સાથે સાથે તેજસિંહ અને મહેન્દ્રભાઈ છે."

"તો શું કરું ?"

"લાલા, આ સપનું હતું મહારાજશ્રીનું. બધું ગેરવલ્લે જશે. ખોટો માણસ આ પવિત્ર ગાદી પર બેસીને ખોટી પરંપરા શરૂ કરશે. એ જ પરંપરા ચાલતી રહેશે. લોકો મહારાજશ્રીને ભૂલી જશે. એમનું કામ, એમનું નામ ભૂંસાઈ જશે લાલા." ધરમને ડૂમો ભરાઈ આવ્યો હતો. હવે એક વાક્ય પણ વધારે બોલવું પડે તો કદાચ એનાથી રડાઈ જાય એવું તથાગતને દેખાતું હતું.

"આ બાવા-સાધુઓથી મને નફરત છે."

"તો નહીં બનતા બાવા, તમે તમારા ધર્મની વાત પણ અહીં બેસીને કરી જ શકો છો. એક જુદી વાત, એક જુદા ધર્મની વાત પણ કરી જ શકાય છે."

"કોણ સાંભળશે ? આમને તો એ જ સાંભળવું છે જે આજ સુધી સાંભળતા આવ્યા છે. કશું નવું, કશું જુદું નહીં સાંભળે આ ઘેટાનું ટોળું." તથાગતના અવાજમાં ભારોભાર કડવાશ હતી. એ ઊંધો ફરી ગયો.

ધરમસિંહ ચૌહાણે એને ખભો પકડીને સીધો કર્યો, "લાલા, છેલ્લી તક, છેલ્લી પળ છે આ. તમારે જે કરવું છે એને માટે પણ અહીં જ જગ્યા છે. તમને જો ગળે ના ઊતરે તો તમારા હાથે વિખેરી નાખજો આ આશ્રમ... પણ પારકા હાથમાં ન જવા દો લાલા, હાથ જોડું તમને. મહારાજશ્રીનું લોહી છે અહીં. એ જ લોહી જો જવાબદારી નહીં લે તો કોણ લેશે?"

"પણ ધરમ..."

"વિચાર કરવાનો સમય નથી લાલા, ચાલો. તમે જે વાત કહેવા માગો છો એ પણ એ ગાદી પર બેસીને કહેવાશે. ચાલો લાલા, તમારા પિતાનો પાર્થિવ દેહ અને એમની ગાદી તમને બોલાવી રહ્યા છે. આ પળે એ જ તમારો ધર્મ છે. એ જ તમારું કર્તવ્ય છે. એ જ તમારી સચ્ચાઈ છે અને એ જ આ પળનું સત્ય છે." તથાગત ધરમની સામે એકીટશે જોઈ રહ્યો.

ધરમમાં આવું જ્ઞાન નહોતું, ક્યારેય.

જાણે પોતાના પિતા ધરમના મોઢામાંથી બોલી રહ્યા હોય એમ પોપટની જેમ બોલી રહ્યો હતો ધરમ.

એક જ ક્ષણમાં તથાગતની સામે સેંકડો શક્યતાઓ ફટાફટ ઊઘડી અને ફટાફટ વસાઈ ગઈ.

ગાદી ! વારસ ! ધર્મ ! પિતા ! વચન ! કર્મ ! જસ્મીન ! પ્રેમ ! માઈ ! આશ્રમ ! તથાગત ! કંઈ કેટલાય શબ્દો એના મગજમાં અથડાઈ-ભટકાઈ-પછડાઈને ફીણ ફીણ થઈને વીખરાઈ ગયા.

એણે નક્કી કર્યું. એ પોતાની વાત કહેવા માટે અહીંથી જ શરૂ કરશે. આ જ ક્ષણે, આ જ પળ અને આ જ સ્થળથી ! એણે ધરમનો હાથ પકડ્યો. એટલા જોરથી દબાવ્યો કે એના નખ ધરમના કાંડામાં પેસી ગયા.

એ સડસડાટ ઓસરીમાંથી મુખ્ય ખંડ તરફ ચાલ્યો. ધરમ એની સાથે લગભગ દોડતો જોડાયો.

"લાલા, સહેજ પણ નબળા નહીં પડતા, જે સવાલ પૂછે એનો જવાબ આપજો. હિંમતથી અને સત્યથી."

તથાગત મુખ્ય ખંડમાં આવીને ઊભો રહ્યો.

પિતાનો પાર્થિવ દેહ હજી ત્યાં જ હતો. પાંચ શિષ્યોને બેસાડવામાં

આવ્યા હતા. ચાર ટ્રસ્ટીઓ અને માઈ એમની સાથે વાત કરી રહ્યાં હતાં. અગરબત્તીની સુવાસ આખાય ખંડને ભરી રહી હતી. ખૂબ ધીમા અવાજે ખૂણામાં ગીતાનો પાઠ થઈ રહ્યો હતો.

તથાગતને જોઈને બધા જ ચોંક્યા.

"હું અગ્નિસંસ્કાર કરીશ." ત્રણ જ શબ્દોમાં તથાગતનો આત્મવિશ્વાસ, એનું મનોબળ અને એનો નિર્ણય બધું જ છતું થઈ ગયું. માઈની આંખો ભરાઈ આવી. એણે દોડીને તથાગતને છાતીસરસો ચાંપી દીધો.

પાંચ શિષ્યોના ચહેરા પર જાણે આવેલી તક સરકી ગયાનો કાજળો ઢળી ગયો.

"અગ્નિસંસ્કારની સાથે ગાદી સ્વીકારવી પડશે." દીવાકર ખત્રીએ આગઝરતી આંખે એની સામે જોયું.

"જાણું છું." તથાગત જાણે આ જ પળથી શબ્દની આરપાર નીકળી ગયો હતો.

"આ કોઈ ઘડી ઘડી બદલી શકાય એવી પરિસ્થિતિ નથી તથાગત. એક વાર ગાદી પર બેઠા પછી પરંપરા નિભાવવી પડશે. ધર્મની ધજા છે આ, એનું વજન ખમાશે ? પછી સમય જતાં સંયમ નહીં રહે તો શું કરીશ ?"

"શ્રદ્ધા હોય ત્યાં સંયમ આવી જ જાય છે." તથાગતને પોતાના જ શબ્દો અજાણ્યા લાગ્યા, "મારામાં શ્રદ્ધા છે, સમાધાન છે સત્ય છે અને સ્પષ્ટતા છે. આ ચાર પાયા પર હું ધર્મને સ્થિર રાખીશ." પછી માઈ સામે જોઈને ઉમેર્યું, "રાખી શકીશ."

દીવાકર ખત્રી પાસે શબ્દો નહોતા રહ્યા. પોતાનો પસંદ કરેલો માણસ ગાદી પર ગોઠવાય એવી રીતે રમાઈ રહેલી આખી રમતની બાજી તથાગતે એક જ ક્ષણમાં ઊંધી પાડી હતી.

"મહારાજશ્રીનું બીજ જો આ ગાદી પર બેસે તો એનાથી વધુ સદ્‌ભાગ્ય શું હોઈ શકે ? પરંતુ હવે ઘણીબધી વસ્તુઓથી મુખ ફેરવી લેવું પડશે." એણે પલટી મારી અને સાથોસાથ છેલ્લો ઘા કરવાની તક ઝડપી લીધી.

"તહેતન્મિથુનમોમિત્યેત સિમન્નક્ષરે સંસૃજયતે... ઉપનિષદમાં કહ્યું છે- ઓમકાર પણ મિથુનનું પ્રતીક છે અને છતાંય આપણે એને બ્રહ્માંડનો

અક્ષર... બ્રહ્મનાદ તરીકે ઓળખીએ છીએ. દરેક વાતનાં બે સ્વરૂપ હોય છે, દીવાકરભાઈ." ઓછામાં ઓછા શબ્દો વાપરીને પોતાની વાત કઈ રીતે કહેવાય એનું જ્ઞાન જાણે એને એક જ પળમાં લાધી ગયું હતું.

એ પછીના થોડા કલાક આશ્રમમાં ઉત્સવના કલાકો હતા.

તથાગતને શુદ્ધ ગંગાજળથી સ્નાન કરાવી એનો અભિષેક કરવામાં આવ્યો... એક પછી એક વિધિઓ ચાલતી રહી, કલાકો સુધી.

પિતાના આસનને એકીટશે જોઈ રહેલા તથાગતને જાણે આ બધી જ વિધિઓ દરમિયાન માનસિક બળ મળતું હતું, જાતને સંભાળવાનું. એ ચૂપચાપ પૂતળાની જેમ કહેવાયું તેમ કરતો ગયો. અગ્નિસંસ્કાર, અને પછી ગાદી પર બેસવાની વિધિ હતી. એણે માત્ર વસ્ત્ર બદલવાની ના પાડી. નહીં સીવેલાં વસ્ત્રની વાત નીકળી ત્યારે ધીમા અવાજે દલીલ કરતા એટલું જ કહ્યું, "અંગરખું તો સીવેલું હોય ને ? હું ધોતિયું નહીં પહેરું."

જીન્સ અને સફેદ લખનવી ઝભ્ભામાં ગાદી પર બેઠેલો તથાગત ખરેખર જાણે દિવ્યતામાં ડૂબીને આવ્યો હોય એટલો અદ્‌ભુત દેખાતો હતો. સીધું આર્યન નાક, તગતગતી ચામડી, પહોળા બાહુ, કાળા-ઘૂંઘરાળા વાળ અને આંખોમાં ઘેરી ઉદાસી સાથે દેશભરનાં અખબારોમાં છપાયેલો તથાગતનો ફોટો કોઈ પણ સ્ત્રીને એક ધડકન ચુકાવી દેવા માટે પૂરતો હતો.

*

દિવાકર ખત્રીએ સવારે ઊઠીને છાપાંનો ઢગલો હાથમાં લીધો. એક પછી એક... સરસરી નજર ફેરવતા ગયા. એમના ચહેરાના ભાવ પલટાતા ગયા... ક્રોધ, ઈર્ષ્યા, હારી ગયાનો ધૂંધવાટ....

અને દીવાકર ખત્રીએ સવારનાં છાપાંનો ઢગલો છુટ્ટો ફેંક્યો, "બેસી તો ગયો છે, પણ ગાદી એટલી ગરમ કરી નાખીશ કે એના પર જ તારી ચિતા સળગી જશે તથાગત... મારું નામ દીવાકર ખત્રી છે."

૩

હજારોની મેદની પ્રેમનિવાસની બહારના ચોકમાં એકત્રિત હતી.

સૌ શ્વાસ થંભાવીને નવા ગાદીપતિનું પ્રવચન સાંભળવા હકડેઠઠ જમા થયા હતા.

ધીમા પગલે અને મક્કમ ચાલે આવીને તથાગત પથ્થરના આસન પર ગોઠવાયો. એણે ભેગી થયેલી મેદની તરફ એક સરસરી નજર નાખી. ટાંકણી પડે તોય સંભળાય એવો સન્નાટો વ્યાપ્યો હતો. તથાગતની આંખો એની સામે તાકી રહેલી હજારો આંખોને જોઈને ભીની થઈ ગઈ.

"કેટલી શ્રદ્ધા છે આ લોકોને, પોતાની જાતથીયે વધુ - કદાચ મારામાં." પ્રવચન માટે ખાસ બનાવાયેલા પથ્થરના આસન પર બેસતા પહેલાં તથાગતે મનોમન નક્કી કર્યું હતું કે એ આ અંધશ્રદ્ધાળુઓની ભીડને ખરીખોટી સંભળાવી દેશે. ગઈ કાલ સુધી જે લોકો કારણ વગર લાગણીશીલ થઈને પોતાની ચરણધૂલી લઈ રહ્યા હતા એ બધાને કહી દેશે કે પોતે એને લાયક

નથી અને માણસની પૂજા કરવી એનાથી મોટી કોઈ બેવકૂફી નથી.

આ આશ્રમની બુનિયાદને પાયામાંથી હચમચાવી મૂકવાના નિર્ણય સાથે એણે ગાદી પર બેસવાનું સમાધાન સ્વીકાર્યું હતું. એણે નક્કી કર્યું હતું કે ધર્મના નામે ચાલતું આ 'તૂત' ગાદી પર બેસવાના પહેલા જ દિવસે રફેદફે કરી નાખવું. દીવાકર ખત્રી જેવા, આવા 'તૂત'ના સહારે પોતાની દુકાન ચલાવતા લોકોને ઉઘાડા પાડી દેવા...

એ જ્યારે તૈયાર થતો હતો - પોતાના પિતાના ઓરડામાં - ત્યારે માઈ આવ્યાં હતાં. હાથમાં સ્ફટિકની એ માળા હતી જે એના પિતા આટલાં વર્ષોથી પોતાના હાથમાં રાખતા. માઈએ એ માળા તથાગતના હાથમાં આપી.

"શું કરું ?" તથાગતે બેફિકરાઈથી પૂછ્યું.

"હાથમાં રાખ તારા. આ માળા તારું માર્ગદર્શન કરશે." માઈની આંખોમાં શ્રદ્ધાની જે જ્યોત હતી એ જોઈને તથાગત આગળ કંઈ ન બોલ્યો. એણે ચૂપચાપ માળા હાથમાં લઈ લીધી.

એ જેવો પથ્થરની બેઠક પર બિછાવેલી ગાદી પર બેઠો કે એના હાથમાં પકડેલી માળા જાણે વધુ સખતાઈથી ભિડાઈ ગઈ.

આ હજારો લોકોની આંખોમાં જોઈને તથાગતનું મન એને કંઈ પણ આડુંઅવળું કહેવા માટે રોકી રહ્યું.

"વિશ્વાસ બહુ મોટી વસ્તુ છે બેટા, આમ તો પથ્થરની મૂર્તિ જ હોય છે દરેક મંદિરમાં. માણસની એનામાંની શ્રદ્ધા એને ભગવાન બનાવે છે. સ્વયં ઈશ્વર જેવા ઈશ્વરે નરસૈંયાનું મામેરું કરવા શેઠ બનીને આવવું પડે છે." એના પિતા હંમેશાં કહેતા.

ત્યારે તથાગત હસી નાખતો એ વાતને, પણ આજે, આ ગાદી પર બેઠા પછી કોણ જાણે કેમ આટલી બધી આંખોમાં ટમટમી રહેલી શ્રદ્ધાની જ્યોતિ ઓલવી નાખવાની એની હિંમત ન થઈ શકી.

એણે ભીડને ફરી એક વાર જોઈ.

ખૂબ હળવેથી પરંતુ આત્મશ્રદ્ધા સાથે એણે બોલવાનું શરૂ કર્યું, "આજે તમે સૌ અહીં મને સાંભળવા આવ્યા છો, પણ ખરું માનજો કે હું તમારા સૌનો અવાજ સાંભળી શકું છું. તમારા નહીં કહેલા શબ્દો પહોંચી રહ્યા છે

મારા સુધી. તમે જે માગવા આવ્યા છો મારી પાસે, એ તમારા સૌની આંખોમાં વાંચી શકું છું હું..." મેદનીમાં બેઠેલા મોટા ભાગનાની આંખો છલછલાઈ આવી, "હું કોઈ ગુરુ કે કોઈ ધર્માત્મા નથી. મારી પાસે કોઈ દિવ્ય શક્તિઓ નથી કે મારા પિતા જેવું અગાધ આત્મજ્ઞાન. ખરું પૂછો તો માત્ર મારા પિતાનો પુત્ર હોવાના કારણે આ ગાદી પર બેઠો છું હું."

માઈના શ્વાસ થંભી ગયા, "શું કરે છે આ છોકરો ?"

"પરંતુ એક વાર જેમ વિમાનને જમીનથી અધ્ધર કર્યા પછી એમાં બેઠેલા તમામ જીવોની જવાબદારી ચાલકની થઈ જાય છે એમ જ હું આ જાણે-અજાણે અધ્ધર થઈ ગયેલા વિમાનને મારી જવાબદારી પર ઉડાડવાનો પ્રયાસ કરીશ. જે જાણું છું એ તમારી સાથે વહેંચીશ. જે નથી જાણતો એ તમારી પાસે શીખીશ... પણ એક વાત, જે સૌથી મહત્ત્વની છે અને આજે મારે કહેવી છે તે વાત મારી માન્યતાની છે. હું નથી માનતો કે ઈશ્વર છે..."

ભીડમાં બેઠેલા લોકોના ભાવ બદલાવા લાગ્યા. દીવાકર ખત્રીએ દૂર દૂર ઊભા ઊભા એની બાજુમાં ઊભેલા ધરમસિંહના ખભે થપાટ મારી, "કુહાડી પગ પર ના પડે તો કુહાડી[illegible] માર ત આનુ નામ..." ધરનાર ચૌહાણ પણ એક ક્ષણ માટે ધબકારો ચૂકી ગયા.

ક્ષણભર શ્વાસ લઈને તથાગતે આગળ કહ્યું, "પ્રેમ, કરુણા, દયા, માયા... બધાં નામો છે લેવડ-દેવડનાં. તમે તમારા સંતાનને પ્રેમ કરો છો, કારણ કે ભવિષ્યમાં એ તમને પાળશે એવો તમને વિશ્વાસ છે. પતિ પત્ની અને પત્ની પતિને પ્રેમ કરે છે, કારણ કે એમની પરસ્પર જરૂરિયાતો છે. શરીરથી શરૂ કરીને સમાજ સુધી..."

મેદની સ્તબ્ધ થઈ ગઈ હતી.

"એક કુદરત છે, જે સૂરજને ઉગાડે છે, ફૂલને ખીલવે છે, રાત્રે અંધારું કરે છે અને સવારે આપણી આંખો ઉઘાડે છે. સ્વાર્થમાં ડૂબેલા માણસે એને ઈશ્વરનું નામ આપ્યું છે....કારણ કે માણસ પોતાના હાથમાં ના હોય એવી તમામ વસ્તુઓનો ભાર ઈશ્વરના માથે નાખવા ટેવાઈ ગયો છે. હું સખત વિરોધી છું એ તમામ વસ્તુઓનો, જે માણસને, માણસથી નાનો બનાવે છે... હું એવા કોઈ પ્રેમમાં નથી માનતો જે શરીરની જરૂરિયાતો પૂરી કરવામાં અને એકબીજાના માલિક થવામાં ધન્યતા અનુભવતો હોય... એક થઈ જવા મથતા

બે આખા માણસો છેવટે અડધા અડધા રહીને છૂટા પડી જાય છે, આવું આપણે રોજ જોઈએ છીએ. જે સત્ય છે તે માણસનો શ્વાસ છે, માણસનું અસ્તિત્વ છે અને એકબીજા સાથે સ્વાર્થના પાયા પર રચાયેલી એક સમજૂતી છે. જેને આપણે પ્રેમનું રૂપાળું નામ આપ્યું છે. તમે તમારી લાગણીઓ પર કાબૂ નહીં મેળવો તો તમારી લાગણીઓ તમારા પર કાબૂ કરી લેશે.”

તથાગતના ભાષણ દરમિયાન સામે બેઠેલી ભીડમાં જાણે ચૈતન્ય આવ્યું હતું. પથ્થરની જેમ મીટ માંડીને બેઠેલી એ ભીડ ધીરે ધીરે સળવળવા લાગી. એમના ચહેરાઓ ઉપરના હાવભાવમાં જબરદસ્ત ફેરફારો થઈ રહ્યા હતા, જે માઈ, દીવાકર ખત્રી, ધરમસિંહ અને બીજા અન્ય ટ્રસ્ટીઓની નજરથી છૂપું નહોતું.

દીવાકર ખત્રી સડસડાટ માઈની પાસે જઈને ઊભા રહ્યા. ઝૂકીને એમના કાનમાં કહ્યું, “આ દાટ વાળવા બેઠો છે.”

“સમજું છું, પણ હમણાં શું થઈ શકે?”

“મેં તમને પહેલાં જ કહ્યું હતું.”

“ભાઈ, હુ જઈને એને રોકી શકવાની હતી? ધીરજ રાખો.”

“ક્યાં સુધી ધીરજ રાખે માઈ? આશ્રમની સો વર્ષની પરંપરા આ છોકરો ધૂળમાં મેળવી દે ત્યાં સુધી ધીરજ રાખું?”

“ભાઈ... મને દુઃખ નહીં પહોંચતું હોય?”

“તમારે શું છે? મારે તો આશ્રમની પરંપરા અને ઈમેજનું પણ ધ્યાન રાખવાનું છે. આગળની રોમાં દેશભરના સો જેટલા પત્રકારો બેઠા છે. આ જે બકવાસ કરે છે ને એ બધો છપાશે કાલે. બોલતા નહોતું આવડતું તો કોઈને કહેત, અમે લખી આપત એનું ભાષણ... વેદો-પુરાણો-ઉપનિષદોમાંથી દૃષ્ટાંત અને દાખલા આપીને બોધ આપવાના બદલે આ શું બકે છે?” દીવાકર ખત્રીની જાણ બહાર એમનો અવાજ એટલો ઊંચો થઈ ગયો હતો કે આસપાસમાં બેઠેલા લોકોને પણ સંભળાવા લાગ્યો હતો.

સામે તથાગત પોતાની વાત ધીમા પણ મક્કમ અવાજે કહી રહ્યો હતો, “આપણે સૌ શ્રદ્ધાના નામે ઘેટાના ટોળામાં જીવીએ છીએ. પ્રેમાશ્રમમાં આવીને માથું નમાવવાથી પ્રેમનું જ્ઞાન નથી થતું. પ્રેમને તો ચીરી-ફાડીને-

ચૂંથીને-ચાખીને જોવો પડે... અને એ બધું કર્યા પછી જે મળશે તમને, એ ચિત્ર એટલું ભયાનક હશે કે તમને તમારી આંખો પર વિશ્વાસ નહીં આવે. કયા પ્રેમની વાત કરીએ છીએ આપણે ? ફૂલ માટેનો પ્રેમ ? તો એને આંગણામાં શું કામ ઉગાડી છીએ ? એના માલિક થવા. પશુ માટેનો પ્રેમ ? તો કૂતરું-ગાય-ભેંસ-બળદ શું કામ પાળીએ છીએ ? આપણી જરૂરિયાત અને સગવડ માટે... શિકાર કરીએ છીએ, ખેતી કરીએ છીએ, લેવડ-દેવડનો ધંધો કરીએ છીએ, રૂપિયા કમાઈએ છીએ... કાવાદાવા કરીએ છીએ અને કહીએ છીએ કે બધું ઈશ્વરને આધીન છે. કયો પ્રેમ, કઈ શ્રદ્ધા, કયો ઈશ્વર કરાવે છે આ બધું ?"

ભીડમાં બેઠેલા લોકો અસ્વસ્થ થવા લાગ્યા હતા. એક-બે જણા ઊભા થઈ ગયા. સ્વયંસેવકોએ એમને જબરદસ્તી બેસાડી દીધા. ભીડમાં બેઠેલા એક માણસે તથાગતની સામે જોઈને સીધો સવાલ કર્યો, "એટલે તમારું કહેવું એમ છે કે આ આખો સંસાર સ્વાર્થ અને જરૂરિયાત ઉપર નભે છે ?"

"નથી નભતો ?" તથાગતના સવાલમાં છરીની ધાર જેવી તીક્ષ્ણતા હતી. એણે એ માણસની આંખોમાં આંખો નાખીને પૂછ્યું, "જવાબ આપો. નથી નભતો ? સ્વાર્થ વગર શું કરો છો તમે ? ભિખારીને પૈસા પણ પુણ્ય કમાવા આપો છો. સાસુ-સસરાની સેવા પણ પુણ્ય કમાવા કરો છો. અહીં આ સાંભળવા આવ્યા છો, કારણ કે તમને અહીંથી આશીર્વચનોની અપેક્ષા છે..." થોડી વાર સૌ શાંત રહ્યા. તથાગત પણ...

પછી એણે ગંભીર અવાજે કહ્યું, "મને કોઈ ચમત્કાર નથી આવડતા. હું તમારા જીવનમાં કોઈ ફેરફાર નહીં કરી શકું. માત્ર તમને સ્વીકાર કરતાં શીખવાડી શકીશ, કદાચ. સત્યનો સ્વીકાર... જે છે તેને, જેવું છે તેવું સ્વીકારતાં શીખો. ભાગવાનું છોડી દો. કોઈની પાછળ ભાગવાથી તમને કંઈ નહીં મળે... એને બદલે જાતને અરીસા સામે ઊભી રાખો અને જુઓ..."

દીવાકર ખત્રીનું બ્લડ પ્રેશર હાઈ થઈ ગયું હતું.

ધરમસિંહ ચૌહાણ પણ મનોમન ઈશ્વરને પ્રાર્થના કરી રહ્યા હતા.

માઈની આંખોમાંથી સરસર આંસુ સરી રહ્યાં હતાં.

અને, તથાગત સહેજ પણ અચકાયા વિના અવિરત બોલી રહ્યો હતો. તથાગત બોલતો રહ્યો અને હાજર ભીડ જાણે ધીમે ધીમે કહેવાતી વાત સાંભળતાં

સાંભળતાં સ્થિર થતી ગઈ...

તથાગતનું વક્તવ્ય પૂરું થયું. એણે ત્યાં બેઠેલી ભીડ પર ફરી એક સરસરી નજર કરી.

દીવાકર ખત્રીને ખાતરી હતી, કે હવે ભીડ તથાગતને નહીં છોડે.

એમણે મનોમન નક્કી કરી રાખ્યું હતું કે હવે ભીડ જે કરે તે થવા દેવું. ટોળામાં બેઠેલા લોકો મંત્રમુગ્ધ હતા. ખાસ્સા સમય સુધી વક્તવ્ય પૂરું થયા પછી પણ ટોળું યથાવત્ બેસી રહ્યું.

જાણે એમના પર કોઈ વશીકરણ થયું હોય એમ નિઃશબ્દ અને સ્તબ્ધ.

થોડીક ક્ષણો પસાર થયા પછી જાણે ટોળામાંથી અચાનક કોઈ જાગ્યું હોય એમ એક અવાજ આવ્યો, "તથાગતની..."

"જ...અ...અ...ય..." બેઠેલા લોકોમાંથી પ્રચંડ પ્રતિસાદ ઊઠ્યો.

જોરજોરથી ગગનભેદી બૂમો ઊઠી રહી હતી. તથાગતનો જયઘોષ કરતી ભીડ એના સુધી પહોંચવા, એને સ્પર્શવા, એનાં નિકટથી દર્શન કરવા જાણે બેકાબૂ થઈ ગઈ હતી.

દીવાકર ખત્રીને સમજાતું નહોતું કે આ શું થયું?

માઈએ હાથ જોડીને મનોમન ઈશ્વરનો આભાર માન્યો, "હે પ્રભુ, તેં મારી લાજ રાખી." એમની આંખો હજીયે સરસરાટ વહી રહી હતી.

*

બીજા દિવસના અખબારમાં માત્ર તથાગતના ખબરથી પાનાંઓ છલકાતાં હતાં. કોઈએ એને રજનીશ જોડે સરખાવ્યો હતો તો કોઈએ એને ગૌતમ બુદ્ધ કહ્યો હતો. કોઈએ જે. કૃષ્ણમૂર્તિ જેવો જિનિયસ કહ્યો હતો તો કોઈએ ઝેન ગુરુની ઉપમા આપી હતી. કોઈએ એને ગૂર્જીએફ અને સાર્ત્ર જેવો વિચારક કહ્યો હતો.

તથાગત બગીચામાં બેસીને ચા પી રહ્યો હતો. અખબારોની થોકડી સાથે હાજર થયેલો ધરમસિંહ ફૂલ્યો સમાતો નહોતો. એના ચહેરા પર, એની બોડી લેન્ગ્વેજમાં તથાગત માટેનો અહોભાવ છલકાઈ રહ્યો હતો.

અખબારોનાં પાનાં પર છલકાતા વખાણ ઊભડક નજરે જોઈને તથાગતે

અખબારો ટેબલ પર પછાડ્યાં.

"મૂર્ખ છે બધા ! આ લોકોને બીજું કંઈ નથી મળતું એટલે ધર્મને ચટપટી વાનગી બનાવીને વેચે છે, પણ હું એમ નહીં થવા દઉં. એટલિસ્ટ, મારી કિંમતે તો નહીં જ !"

*

તથાગત હજી તો આ વાક્ય પૂરું કરે એ પહેલાં દીવાકર ખત્રી એના ઓરડામાં દાખલ થયા. ઊંઘરેટો તથાગત વિખરાયેલા વાળ સાથે ખરેખર સોહામણો લાગતો હતો. રાતની ઊંઘ હજી એની આંખોમાંથી પૂરેપૂરી ગઈ નહોતી. ગઈ કાલે રાત્રે જ શેમ્પૂ કરેલા એના વાળ વારેવારે એના ચહેરા પર આવી જતા હતા. દીવાકર ખત્રીના હાથમાં છાપાંઓનો એક બીજો સેટ અને થોડા ઈ-મેલના પ્રિન્ટઆઉટ હતા.

"નમસ્કાર મહારાજશ્રી." મધની આખી કોઠીમાંથી ઝબોળાઈને આવ્યો હોય એવા અવાજે દીવાકર ખત્રીએ તથાગતને નમસ્કાર કર્યા, "છાપાં ટેબલ પર પડ્યાં છે એટલે માની જ લઉં છું કે તમે જોઈ લીધાં હશે. વાહ ! શું ભાષણ હતું ગઈ કાલનું ! લોકો તો ગાંડાઘેલા થઈ ગયા છે. એકેય છાપું બાકી નથી જેણે તમારા વિશે ના લખ્યું હોય..."

"હું તો પહેલેથી જ કહેતો હતો કે ભાઈ પરંપરાનું નામ ઉજાળશે."

"તું કહેતો હતો એટલે ?" એણે તથાગતના ચહેરા પર નજર નોંધી. શું પ્રતિભાવ આવે છે એ ઝીણવટપૂર્વક જોઈને ઉમેર્યું, "મને પણ ખબર જ હતી. મેં કેટલો આગ્રહ કર્યો, ત્યારે આ ગાદી પર મહારાજશ્રીની જગ્યાએ એમની સ્થાપના થઈ છે. બાકી માઈએ તો આશા છોડી દીધી હતી, પણ હા, માઈ પણ બહુ ખુશ છે." દીવાકર ખત્રીએ હજી થોડો વધારે લાડ અને પ્રેમ ઉમેરીને કહ્યું.

"મને જ ખબર નહોતી કે લોકોને મારી વિરુદ્ધ કરવા માટે મેં કરેલું ભાષણ આ અંધશ્રદ્ધાળુઓની ભીડ આવી રીતે સ્વીકારી લેશે." તથાગત ફરી એક વાર છાપાં જોવા લાગ્યો. એ પોતાની પ્રશંસામાં રાચે છે એમ માનીને દીવાકર ખત્રીએ કહ્યું, "છેક ન્યૂયોર્ક ટાઇમ્સે નોંધ લીધી છે. વાંચો તો ખરા." પછી નેટ પરથી ડાઉનલોડ કરેલા છાપાના પ્રિન્ટઆઉટનું પાનું એણે તથાગતની

સામે મૂક્યું.

"સ્વામી વિવેકાનંદ અને રજનીશના સમન્વય જેવો એક નવો સાધુ. ભારતીય અધ્યાત્મના ક્ષેત્રે એક નવા સુપર હીરોનો ઉદય." નીચે ગઈ કાલના ભાષણમાં બોલતા અને પિતાની ચિતાને અગ્નિદાહ આપતી તથાગતની તસવીરો છપાઈ હતી.

"જોયું ?" ખત્રી વહાલો થયો.

"શીટ..." તથાગતે પ્રિન્ટઆઉટ પણ ટેબલ પર પછાડ્યું, "કહેવાતા બુદ્ધિશાળી લોકો પણ આવી વાતમાં આવી જતા હોય છે..."

"હવે તો એન.આર.આઈ. શિષ્યોનો ધોધ વરસશે ધોધ. મેં નક્કી કરી લીધું છે કે તમને વિવેકાનંદની જેમ જ સાઇડમાં દોરી બાંધવાનો અંગરખો અને પાઘડી આપવા." દીવાકર ખત્રી ખૂબ ઉત્સાહમાં હતો, "આપણે તમારી ઈમેજ ડિઝાઇન કરીશું. એન.આર.આઈ. શિષ્યો અને પરદેશી ભક્તોની ભીડ લાગી જશે અહીંયાં. એ.સી. રૂમ વધારવા પડશે. લાઇબ્રેરી થોડી મોટી કરવી પડશે અને પ્રેમ નિવાસની પાછળ હજી થોડું મોટું એરકન્ડિશન ઓડિટોરિયમ બાંધવું પડશે. એક મેડિટેશનનો હોલ અને બને તો સાઉન્ડ રેકોર્ડિંગનો સ્ટૂડિયો પણ ઊભો કરી દેવો છે..." દીવાકર ખત્રી ઉત્સાહમાં બોલે જતો હતો. અહીં તથાગતના બદલાતા હાવભાવ ઉપર એની જાણે નજર જ નહોતી, "તમારી કેસેટ્સ બહાર પાડવી છે... અહીંથી બને તો એક મેગેઝિન શરૂ કરવું છે. તમે જોજો તો ખરા, રાતોરાત આશ્રમ ઇન્ટનેશનલ સમાચારોમાં ચમકવા લાગશે."

એણે તથાગત પાસે જઈને એનો ખભો થાબડ્યો. તથાગતે બહુ જ સ્વાભાવિકતાથી દીવાકર ખત્રીનો હાથ ખસેડી નાખ્યો. દીવાકર ખત્રી ઝંખવાણો પડીને એની સામે જોવા લાગ્યો.

"મને પૂછ્યા વિના મને વસ્તુ બનાવીને વેચવાનો પ્રયત્ન નહીં કરતા."

"એટલે ?" દીવાકર ખત્રીએ ભોળા બનવાનો પ્રયાસ કર્યો.

"એટલે પહેલી વાત તો એમ કે હું માણસ છું. મહારાજશ્રી નથી. અને બીજી વાત, હું મારી મરજીનો માલિક છું. મારે શું કરવું અને શું ન કરવું એ માત્ર ને માત્ર હું જ નક્કી કરીશ. આ બધો તામઝામ તમે કોના ભરોસે ઊભો

કરવા માગો છો ? મારા ? તો નહીં કરતા, કારણ કે હું તમે ધારો છો એટલું લાંબુ ટકવાનો નથી. અહીં માઈ માની જાય એટલી જ વાર છે. પછી તમે જાણો ને તમારો આશ્રમ જાણે." દીવાકર ખત્રી એક ક્ષણ માટે તથાગતની સામે જોઈ રહ્યા, શું બોલતો હતો આ છોકરો ? એમણે પણ આજનાં છાપાં વાંચીને કેટકેટલાં સપનાં જોયાં હશે. ગઈ કાલે તથાગતના ભાષણ પછી જે ભેટો લખાઈ હતી એટલો ચઢાવો મહારાજશ્રીની હાજરીમાં આટલાં વર્ષોમાં ક્યારેય નહોતો જોયો આ આશ્રમે, "આ ભાગી જાય એ તો કેમ ચાલે ?" દીવાકર ખત્રીએ મનોમન ગણતરીઓ કરવા માંડી, "આને કોઈ પણ રીતે બાંધવો પડે. જવા તો ન જ દેવાય." એમણે તથાગતની સામે જોયું અને ભૂખ્યા માણસને ભોજન ભરેલી થાળી દેખાડતા હોય એમ કહ્યું, "જેવી તમારી ઈચ્છા. જનારાને ક્યાં કોઈ બાંધી શક્યું છે, પણ મહારાજશ્રી, હું તો ખરેખર ગઈ કાલની ભેટની રકમ જણાવવા આવ્યો હતો. તમારી ચાર પેઢીમાં કોઈએ આવો ચઢાવો નથી જોયો... ગુરુ પૂર્ણિમાના દિવસે પણ આટલી ભેટ નથી ચઢતી મહારાજશ્રી."

અત્યાર સુધી તદ્દન મૂંગા મોઢે આ સંવાદ સાંભળી રહેલા ધરમસિંહથી ના રહેવાયું, "શું આંકડો છે ?" એણે દીવાકર ખત્રીને પૂછ્યું.

આમ તો ધરમને જવાબ આપવાના બદલે દીવાકર ખત્રી એક જોરદાર સણસણતી વાત સંભળાવીને એને એની જગ્યા બતાવી દેત, પણ દીવાકર ખત્રીને ખબર હતી કે અત્યારે જવાબ અપાશે ધરમસિંહને, પણ સાંભળશે તથાગત. એટલે એણે લાંબી લપનછપન કર્યા વિના એણે તથાગતને કહ્યું, "માત્ર ગઈ કાલનો ચઢાવો ૧૨,૮૦,૦૦૦ રૂપિયા... એક દિવસની ભેટ રોકડા ચઢાવવામાં આવ્યા તે. હું એમાં ચેકથી આવેલાં અનુદાન નથી ગણતો."

"શું વાત કરો છો !" ધરમસિંહ ઊછળી પડ્યો.

"લાલા, આ તો કમાલ કહેવાય." પછી તરત જ ખ્યાલ આવતાં સુધાર્યું, "મહારાજશ્રી, આ બધું જ તમારા ભાષણને આભારી છે."

ધરમસિંહને પણ સાથ આપતો જોઈને દીવાકર આગળ બોલવા લલચાયો, "મહારાષ્ટ્રના ચીફ મિનિસ્ટરે તમારી અપોઇન્ટમેન્ટ માગી છે. અમેરિકાથી બે-ત્રણ સંસ્થાઓ આપણા દ્વારા અહીંયાં ડૉલરમાં દાન આપવા માગે છે. આ

ઈ-મેલ છે બધાના. ફુરસદે જોઈ જજો."

તથાગત ચૂપચાપ ટેબલ પર પડેલો પ્રિન્ટઆઉટનો થોકડો જોઈ રહ્યો.

"અને આ..." દીવાકર ખત્રીએ કાળીનો એક્કો કાઢ્યો, "મહારાજશ્રીના નામે અમેરિકામાં ધર્મ અને ભાષા બંનેનું જ્ઞાન આપતી શાળા શરૂ કરવા માગે છે... તમારી સાથે વાત કરવા માગે છે. અમેરિકાથી અહીંયાં આવવા પણ તૈયાર છે, ફક્ત વાત કરવા માટે."

તથાગત દીવાકર સામે જોઈ રહ્યો. એને પણ આંકડો સાંભળીને નવાઈ લાગી હતી. પોતે ન્યૂયોર્ક પાછો જાય અને કમાવા માંડે તો પણ એક દિવસની આવક આટલી ક્યારેય નહીં થાય. વળી અહીંથી જવા માટે એની પાસે કોઈ મજબૂત કારણો પણ નહોતાં. માઈને મૂકીને જવાની એની માનસિક તૈયારી નહોતી. એવામાં આ આંકડો સાંભળીને એનું મન જાણે બદલાવા લાગ્યું.

"દીવાકર ખત્રી ચીજ શું છે ? આવક મારા નામે થાય છે, દીવાકર ખત્રીના નામે નહીં. આ લોકોને હું ધારું એમ નચાવી શકું એમ છું. બસ, મારે શરૂઆતમાં થોડું સમાધાન કરવું પડશે, કદાચ." તથાગતના મનમાં વિચારો ખૂબ ઝડપથી ચાલવા લાગ્યા હતા. સાથે સાથે જ એને પિતાનો ચહેરો અને માઈની શ્રદ્ધા રોકતાં હતાં.

"આશ્રમને ધંધો બનાવવાનો ? મારા પિતાની પ્રતિષ્ઠા અને એમનું જ્ઞાન વેચવાનું ?"

એક તરફથી ૧૨,૮૦,૦૦૦નો આંકડો સાંભળીને એનું મન લલચાયું હતું તો બીજી તરફ અહીં બંધાઈને જીવવાનો ભય હતો. એને કોઈ રીતે સમજાતું નહોતું કે એને ખરેખર શું કરવું હતું. એણે દીવાકર ખત્રીની સામે જોયું. આંકડો બોલ્યા પછી દીવાકર ખત્રી ખૂબ ઝીણવટથી તથાગતના ચહેરાના હાવભાવ જોઈ રહ્યા હતા. તથાગતને જેવો આ વાતનો ખ્યાલ આવ્યો કે તરત એણે ચહેરા પર મહોરું પહેરી લીધું. પછી ધરમસિંહ સામે જોઈને કહ્યું, "જોઈશું, વિચારીશું. અત્યારે મારે માઈને મળવા જવું છે."

એ ત્યાંથી મંદિર તરફ જતો હતો કે દીવાકર ખત્રીએ એનો રોક્યો, "સ્નાન અને પૂજા પરવાર્યા વિના લોકોની સામે નહીં જવાનું મહારાજશ્રી."

તથાગતે દીવાકર ખત્રીની સામે ધારદાર નજરે જોયું.

"જાણું છું, તમે મરજીના માલિક છો, પણ આશ્રમમાં રહો છો ત્યાં સુધી કેટલાક નિયમો છે. એ તો પાળવા જ પડશે. અહીં આવનારા સૌ તમને આદર્શ માને છે અને એ આદર્શ આ ગાદી પર બેઠા છો ત્યાં સુધી જાળવી રાખવો પડશે." પછી હસીને ઉમેર્યું, "તમે તો પરદેશ ભણીને આવ્યા છો, ઈમેજ બિલ્ડિંગની વાત છે." તથાગત ઘડીભર કશું ના બોલ્યો. પછી હળવેથી પ્રેમનિવાસનાં પગથિયાં ચડીને અંદર ચાલી ગયો. દીવાકર ખત્રી પોતાની નાનકડી, પણ પહેલી જીત ઉપર ખુશ થઈ ગયા, "તો આ હઠીલો, કોઈને નહીં ગાંઠતો, પણ લાંબી રેસનો ઘોડો ધીમે ધીમે એમના કાબૂમાં આવવા લાગ્યો હતો !"

એના ગયા પછી દીવાકરે ધરમસિંહ સામે જોયું.

"ધર્મા... તારા લાલાને સમજાવ, માની જાય તો પાંચેય આંગળીઓ ઘીમાં."

"કોની ?" ધરમસિંહે પૂછ્યું. દીવાકર ખત્રીએ ચોંકીને ધરમસિંહની સામે જોયું, "કોની ?" ધરમસિંહે ફરી પૂછ્યું.

"અરે, આપણા બધાયની વળી. આશ્રમની ભલાઈમાં જ આપણા સૌની ભલાઈ છે, ખરું કે નહીં ?" ખત્રીએ કહેતાં તો કહી દીધું, પણ ધરમસિંહના ચહેરા પર જે સ્મિત હતું એ સ્પષ્ટતાથી સમજાવતું હતું કે ધરમસિંહ ખત્રીની મનોવૃત્તિ બરાબર સમજતો હતો.

વિશાળ બાથટબમાં સુગંધિત જળ ભરીને બે સેવકો તથાગતની રાહ જોતા હતા. તથાગત જેવો પોતાના અંગત ઓરડામાં દાખલ થયો કે તરત બે સેવકોએ આગળ વધીને એને ઝભ્ભો કાઢવામાં મદદ કરી. પછી ત્યાં પાથરેલી ચટાઈ પર આડા પડેલા તથાગતને સુગંધિત તેલ વડે માલિશ કરવા માંડ્યું. આંખો મીંચીને માલિશની મજા માણતો તથાગત પોતાની ન્યૂયોર્કની જિંદગી સાથે અહીંની પરિસ્થિતિને સરખાવી રહ્યો.

"આ સુખ, આ સગવડો, આ પ્રસિદ્ધિ, આ પૈસો... અને..." તથાગતે આંખો મીંચી દીધી, "આ પાવર... ચીફ મિનિસ્ટરથી શરૂ કરીને દરેક માણસ પગમાં પડતો આવશે. બદલામાં પોતે... એમની આજુબાજુ ભાષા અને ભ્રમની જાળ ગૂંથતા રહેવાની, ખોટું નહીં..." તથાગતના મોઢા પર સ્મિત આવી ગયું.

એ સૂતો સૂતો ક્યાંય સુધી આ જ વિચારતો રહ્યો.

એને પોતાને પણ ખબર ના પડી કે ફક્ત ચોવીસ કલાકમાં એની મનોદશા આખેઆખી બદલાઈ ગઈ હતી. ગઈ કાલે આશ્રમની ગાદી પર ન બેસવા માટે એ પિતાના શબને અગ્નિસંસ્કાર કરવાનો હક અને ફરજ બંને ભૂલવા તૈયાર હતો અને આજે આશ્રમનું માર્કેટિંગ વધુ ઈફેક્ટિવલી કઈ રીતે થઈ શકે એ વિશે એનું મન ચકરાવે ચડ્યું હતું.

માલિશ કરાવીને ઊભો થયા પછી એ હૂંફાળા, સુગંધિત જળ ભરેલા બાથટબમાં પ્રવેશ્યો. નાના સ્વિમિંગ પુલ જેવું આ બાથટબ ઇટાલિયન માર્બલનું બનેલું હતું. ચાર પગથિયા ઊતરતાં એના તળિયે જઈ શકાતું... એમાં જાકુઝી, વોટર મસાજ, વેવ્સ જેવી જુદા જુદા પ્રકારની સગવડ હતી. ટેમ્પરેચર મેન્ટેન કરવા માટે ખાસ હિટિંગ સિસ્ટમ હતી.

પાણીમાં ઊતરેલો તથાગત જાણે મન અને શરીરથી પલળી રહ્યો હતો. જે લોકોની અંધશ્રદ્ધાને સાધન બનાવીને વેચવા-ખરીદવા સામે એને એક કલાક પહેલાં ઉગ્ર વિરોધ હતો એ આખીય વાત જાણે એ ભૂલી ગયો હોય એવી રીતે અત્યારે પાણીમાં પડ્યો પડ્યો ચીફ મિનિસ્ટર સાથેની મિટિંગમાં આશ્રમ માટે વધારે જમીન કઈ રીતે માગી શકાય અને બદલામાં ચીફ મિનિસ્ટર પોતાની પાસે શું કરાવી શકશે... એ ચેસની બાજી ગોઠવતો થઈ ગયો હતો.

એક સમયનો સીધોસાદો, જિંદગીને એકવીસમી સદીનાં નજરિયાંથી જોતો જુવાન, જેને આ કહેવાતા ધર્મના ધતિંગમાં ફસાવામાં રસ નહોતો એ આજે સાંજના ભાષણમાં શું કહેવાથી આવેલી ભીડ મંત્રમુગ્ધ થઈ જશે એ દિશામાં વિચારવા લાગ્યો. સમયે કરવટ લીધી હતી અને મન ૧૮૦° ડિગ્રી ફરીને સાવ જુદી દિશામાં, નવેસરથી રમત રમવા લાગ્યું હતું!

૪

તથાગત રાતના પોતાના રૂમમાં સૂતો હતો. મોટો છત્ર પલંગ અને આસપાસ ઢગલો પુસ્તકો હતાં. સાથે છેલ્લા ત્રણ મહિનાનાં છાપાંની ફાઈલો હતી. કેટલાંય મેગેઝિન્સ અને રાષ્ટ્રીય કક્ષાનાં અંગ્રેજી, હિન્દી, ગુજરાતી, મરાઠી અખબારોની ફાઈલો તથાગતની આજુબાજુ વિખરાયેલી હતી. આ ફાઈલો તથાગતના જ કહેવાથી બનાવવામાં આવી હતી. અત્યાર સુધી પ્રસિદ્ધિથી દૂર ભાગતો, ધર્મને અને પ્રસિદ્ધિને એકબીજાની સાથે ક્યારેય ન જોડવા જોઈએ એમ માનતો આ સીધોસાદો છોકરો ૯૦ દિવસમાં નખશિખ બદલાઈ ગયો હતો. હવે એ પોતાના વિશે છપાતો એક એક અક્ષર વાંચતો. એ વાંચીને પોતે ઈમેજ બનાવવા કે સુધારવામાં શા ફેરફાર કરવા પડશે એ અંગે વિચારતો અને એ પ્રમાણે વર્તતો થઈ ગયો હતો. બ્રાન્ડિંગ અને યુ.એસ.પી.ની ભાષામાં એ ખુદ પોતાના વિશે વાત કરવા લાગ્યો હતો. જે માણસને આ આખો આશ્રમ ઉથલાવી પાડવામાં રસ હતો, એ જ માણસ આશ્રમના ડેવલપમેન્ટના પ્લાન બનાવવા લાગ્યો હતો.

હવે તથાગતનો એક એક શબ્દ મીડિયા માટે ઉજાણી જેવો હતો. બાવા-સાધુઓના આખા ટોળાથી અલગ તથાગત પોતે જ સાધુઓની અને ધર્મગુરુઓની મશ્કરી કરતો. તથાગતે પોતાની એક અલગ ઓળખાણ ઊભી કરી હતી, જેને કારણે હવે પ્રેમાશ્રમ વિદેશોમાં પણ પ્રસિદ્ધ થવા લાગ્યો હતો.

ન્યૂઝ વીક જેવા મેગેઝિનના કવર પર તથાગત ચમકી ચૂક્યો હતો. સી.એન.એન. અને બી.બી.સી. જેવી ચેનલ્સે એના ઇન્ટરવ્યૂ પ્રસારિત કર્યા હતા.

તથાગતના પ્રવચનની કેસેટ્સ અને સીડીસ હવે આશ્રમની મુખ્ય આવક બની ગયાં હતાં.

સવાર-સાંજનાં પ્રવચનો રોજ રેકોર્ડ થતાં અને એ રેકોર્ડિંગ મહિનાના અંતે બજારમાં મુકાતું. લોકો ગાંડાની જેમ ખરીદતા અને દીવાનાઓની જેમ સાંભળતા.

તથાગત હવે એવું ધ્યાન રાખતો કે અઠવાડિયે એકાદ વાર એના વિશે ક્યાંક એવું કશુંક છપાય જેનાથી ચર્ચાનો વંટોળ ઊભો થાય. એને એવું સમજાઈ ગયું હતું કે આ પ્રસિદ્ધિ અને આ નામના એને એ બધું જ અપાવી શકશે, જે એણે ક્યારેક ઝંખ્યું હતું.

એના પિતા વિશ્વાનંદ ગોસ્વામીએ ઊભી કરેલી પ્રેમાશ્રમની ધાર્મિક પ્રતિભાને એણે તોડીફોડીને ફેંકી દીધી હતી. એ હવે માત્ર અને માત્ર ચર્ચાસ્પદ વિધાનો કરીને જડ રૂઢિઓ અને માન્યતાઓને મૂળમાંથી હચમચાવી નાખવાના પ્રયાસોમાં રાત-દિવસ રોકાયેલો રહેતો.

પરંપરાગત મઠો અને ધર્મગુરુઓ માટે તથાગત એક ખતરો - એક ચેતવણી બનીને આવ્યો હતો.

દીવાકર ખત્રી અને એના ટ્રસ્ટીમંડળની પહોંચની બહાર નીકળી ગયો હતો એ.

હવે એને રોજેરોજના પ્રવચનની તૈયારી કરવી પડતી. આવાં જ તેજાબી પ્રવચનો સાંભળવા માટે ઠેર ઠેરથી લોકો આવતા. કોઈએ ક્યારેય નહોતું ધાર્યું એવી અને એટલી રીતે આશ્રમની પ્રસિદ્ધ થઈ રહી હતી. હવે પ્રેમાશ્રમને

લીધે તથાગત નહીં, પણ તથાગતને લીધે પ્રેમાશ્રમ ઓળખાવા લાગ્યો હતો.

*

તથાગતે પલંગમાં સૂતાં સૂતાં ઘડિયાળમાં જોયું, સાડા નવ થયા હતા.

“માઈ જાગતી હશે ?” તથાગતને વિચાર આવ્યો. માને મળવા ઘણા દિવસથી નહોતું જઈ શકાયું. પિતાના મૃત્યુ પછી માઈ પ્રેમનિવાસની પાછળ એક નાનું આઉટ હાઉસ હતું એમાં રહેતી હતી. તથાગતે ઘણો આગ્રહ કર્યા છતાં માઈએ તથાગતના મઠાધિપતિના અભિષેક પછીના દસ જ દિવસમાં પ્રેમનિવાસ છોડ્યો હતો. ઘણું પૂછવા છતાં એણે કારણ નહોતું આપ્યું, પણ તથાગત મનોમન સમજતો હતો કે પોતે જે રીતે પિતાના વિચારો અને માન્યતાઓને ધરમૂળથી ઉખેડીને બધું જ નવેસરથી ગોઠવવા માંડ્યું હતું એ વાત માઈને નહોતી ગમી.

ગાદીનો અને આશ્રમના મઠાધિપતિનો આદર જાળવીને માઈ કાંઈ બોલી નહોતી, પણ એના મનમાં ઊંડે સુધી પીડા ઘર કરી ગઈ હતી.

આ ત્રણ મહિના દરમિયાન એણે એક-બે વાર તથાગત સાથે એનાં લગ્ન અંગે ચર્ચા કરવાનો પ્રયત્ન કર્યો હતો, પણ તથાગતે જે રીતે વાત ટાળી એ પછી માઈએ એમાંથી પણ મન વાળ્યું હતું. સાચા અર્થમાં પતિના વૈરાગ્ય અને વિરક્તિના પાઠ માઈએ સ્વીકારીને જીવવા માંડ્યા હતા.

શરૂઆતમાં તો માઈ તથાગતનાં પ્રવચનોમાં આવતાં, પછી એમણે એ પણ બંધ કર્યું. ક્યારેક તબિયતનું તો ક્યારેક પૂજાનું... એમની પાસે દર વખતે નવું બહાનું તૈયાર જ રહેતું. તથાગત સમજી શકતો હતો કે માઈ એનાથી દૂર થતી જતી હતી, પણ પ્રસિદ્ધિ અને સમૃદ્ધિની પાછળ ગાંડો બનેલો તથાગત અત્યારે શું ઓછું થઈ રહ્યું છે એ જોઈ શકવાની મનઃસ્થિતિમાં જ નહોતો.

જે માણસને આ જ બધી વાત સામે વિરોધ હતો એ જ માણસ આ જ બધી વાત પાછળ ઘેલો થઈને દોડી રહ્યો હતો. એને માટે અત્યારે એક માત્ર દિશા ગણો તો દિશા અને ધ્યેય ગણો તો ધ્યેય એ હતું કે આખું વિશ્વ એના ચરણમાં ઝૂકે...

આ વાત એણે ઘણી વાર અરીસામાં પોતાની જાતને જોઈને કહી હતી. એ પ્રવચનમાં જતા પહેલાં અરીસામાં જોતો અને જાતને જ કહેતો, “તથાગત

ગોસ્વામી, સજાવો તમારાં હથિયાર અને બહાર બેઠેલી ભીડને મંત્રમુગ્ધ કરીને એમનાં ડોકાં એવી રીતે વાઢી લો કે એમને જાણ પણ ન થાય."

*

માઈએ આજે થોડા ફોટા અને કુંડળીઓ મોકલ્યાં હતાં, ધરમ જોડે, શરૂઆતમાં માઈ જાતે લઈને આવતાં - તથાગતને સમજાવતાં, પણ ધીમે ધીમે એ પણ છૂટી ગયું. ફરજના ભાગરૂપે હોય તેમ, માઈએ આ વખતે કન્યાઓના ફોટા અને કુંડળીઓ તથાગતને મોકલી આપ્યાં હતાં ને એમના પર સરસરી નજર ફેરવતા તથાગતને આજે ઘણા દિવસે માઈ યાદ આવી ગઈ હતી. નાનપણમાં એ જ્યારે ઊંઘવા જતો અને ઊંઘ ન આવે ત્યારે માઈ હાલરડાં ગાતી. જાણીતાં ભજનો અને સુંદર શાસ્ત્રીય સંગીત પર આધારિત સ્તુતિઓથી એની આંખો ઘેરાવા લાગતી. હમણાં કેટલાય દિવસથી એની રાતની ઊંઘ પાકી નહોતી થતી. એ ઊંઘવા માટે આંખો મીંચે કે તરત એના મનમાં વિચારોના ઘોડા દોડવા માંડતા. હવે કોને, ક્યાં, કઈ રીતે પછાડી શકાય અને શું કરે તો વધુ લોકો સુધી પહોંચી શકાય એ જ વિચારોમાં એની આંખો મીંચાયેલી રહેતી, પણ મન કોણ જાણે ક્યાં ક્યાં ફરી આવતું. આજે ઊંઘી જવાના તમામ પ્રયત્નો છતાં તથાગતની આંખની ઊંઘ ફરી એક વાર હરામ થઈ ગઈ હતી.

એણે જાત સાથે જ સંવાદ કરવા માંડ્યો, "શું થાય છે મને? જે જોઈતું હતું એના કરતાં ઘણું વધારે મળ્યા છતાં આ શાની દોડ છે, જે મને અટકવા જ નથી દેતી?"

"ઝંખના છે આ... તરસ, હજી વધુ મેળવવાની...." જાણે તથાગતને બદલે વિશ્વાનંદ ગોસ્વામી એના જ મનમાંથી એને જવાબ આપતા હતા. આ કોઈ દિવસ નહીં અટકે, બલકે વધુ ને વધુ વિસ્તરતી જશે. હજી સમય છે. તથાગત એકલો એકલો ખડખડાટ હસી પડ્યો, "અટકી જાઉં? શાના માટે? જે જોઈએ છે એ મળી રહ્યું હોય ત્યારે આગળ વધવું કે અટકી જવું? શું કહો છો તમે?"

"બેટા, આપણાં બધાં જ સપનાં જ્યારે સાચાં પડવા માંડે ત્યારે એમ માનવું કે ભયજનક સમયની શરૂઆત થઈ ગઈ છે. વણમાગ્યું મળ્યું છે તને.

અહીં જ અટકી જા." તથાગતે માથા પાસે મૂકેલી પેલી માળા ઉપાડી... પછી એની સામે જોઈ રહ્યો...

"આ પાવર છે... આમાં છે એ તાકાત જે હજારોની મેદનીને મારી મુઠ્ઠીમાં બાંધે છે."

તથાગતને જાણે એના પિતાનો અવાજ ઓરડામાં ગૂંજતો હોય એમ સંભળાતો હતો, "એ એમની ઈચ્છાથી બંધાય છે બેટા, તું કે કોઈ શક્તિ નથી બાંધતા એમને... અને, એક વાત યાદ રાખજે, જે શક્તિ છે, જેને તું પાવર ગણે છે એ બધું જ એ મેદની પાસે છે. ખરી એનર્જી - ઊર્જા તો આ ટોળું છે... આજે તું જે છે એ મેદનીને કારણે છે... તારું ધ્યેય પણ વધુ ને વધુ ટોળું, વધુ ને વધુ મેદની ભેગી કરવાનું છે... પણ યાદ રાખજે બેટા, વધુ પડતી બુદ્ધિ, વધુ પડતી શક્તિ કે વધુ પડતી ઊર્જા વિનાશ નોતરે છે..."

તથાગત ગાંડાની જેમ ખડખડાટ હસી રહ્યો હતો. હાથમાં પકડેલી માળાને એણે જમીન પર ફેંકી. પછી એના પર પગ મૂકીને ઊભો રહ્યો, વિજેતાની જેમ... એક પગ આગળ અને ડોકું ઊંચું...

"હું બધું જ પચાવી જઈશ. મારી બુદ્ધિ, મારી શક્તિ અને મારી ઊર્જા... ને આ મેદની મારી પાછળ પાગલ થઈને ભમતી રહેશે, સદીઓ સુધી, જન્મો સુધી..." પછી માળાને લાત મારીને પાછળ માઈના આઉટ હાઉસ તરફ જવા નીકળ્યો.

બહાર નીકળીને એણે જોયું કે માઈના ઓરડામાં હજી ઝીણી લાઈટ ચાલુ હતી. એટલે માઈ હજુ જાગતી હતી...

*

ન્યૂયોર્કના એક ઘરમાં ડાઈનિંગ ટેબલ પર પડેલું ન્યૂઝ વીક બે ખૂબસૂરત આંખોની સામે ભૂતાવળ બનીને નાચતું હતું.

"ડેડ, આ જોયું તમે ?"

"યેસ..."

"તમને નથી લાગતું કે આપણે ભૂલ કરી ? એની પાસે અત્યારે કરોડોની સંપત્તિ છે, નામ છે, પૈસા છે... તાકાત છે, પાવર છે..."

"તો ?"

"તો શું ડેડ, આ બધું મારી પાસે પણ હોત..."

"મૂરખ છોકરી... આ બધું એની પાસે એટલા માટે છે કારણ કે એની પાસે તું નથી."

"એટલે ?"

"એટલે એમ કે એ લડી રહ્યો છે - જાત સાથે. સાબિત કરવા મથે છે એની સફળતા... કોઈ ને કોઈ બહાને તારા સુધી પહોંચવા મથે છે."

"કમ-ઓન ડેડી, એ ગયો પછી એણે એક ફોન પણ નથી કર્યો. એ મને ભૂલી ગયો છે."

"ઇડિયટ ! જો એ ભૂલી ગયો હોય તો એ પ્રેમનો, સ્ત્રી-પુરુષના સંબંધનો આટલો બધો વિરોધ કેમ કરે છે ? શા માટે કહે છે કે પ્રેમ નામની કોઈ વસ્તુ જ નથી. શા માટે આટલા જોરશોરથી પ્રેમને વખોડે છે..."

એ છોકરીની આંખો પિતા સામે જોઈને જાણે પૂછતી હતી, 'કેમ ?'

"એટલા માટે, કારણ કે એને વાગેલા ઘામાંથી હજુ લોહી વહી રહ્યું છે દીકરા, જ્યારે જંગલી પશુને ગોળી વાગે અને એ મરે નહીં ત્યારે એ વધારે ખૂંખાર થઈ જાય છે... પછી પોતાનું લોહી ચાટી ચાટીને એને લોહીનો સ્વાદ ભાવવા માંડે છે અને જેને લોહીનો સ્વાદ જીભે ચડી જાયને, એને બીજું કંઈ ના ભાવે..."

"તમે કહેવા શું માગો છો ?"

"હું કંઈ નથી કહેતો, જે કહેવાનું છે તે સમય કહેશે." ચર્ચામાં જાણે છેલ્લું વાક્ય બોલાયું હોય એમ ટેબલ પર બેઠેલો માણસ ખુરશીને ધક્કો મારીને ઊભો થઈ ગયો, પણ એણે જતાં જતાં છોકરી સામે જોયું. પોતાની આંગળી અને અંગૂઠાથી દાઢી પસવારી. પછી કહ્યું, "બહુ સ્પીડમાં છે... આઈ હોપ કે એને ખબર હોય કે બ્રેકનું બટન ક્યાં છે ? મરશે આ છોકરો, વહેલો કે મોડો !"

*

તથાગત સ્ફટિકની માળાને લાત મારીને માઈના આઉટ હાઉસ તરફ

જવા નીકળ્યો. બહાર નીકળીને એણે જોયું કે માઈના ઓરડામાં હજી ઝીણી લાઈટ ચાલુ હતી. એટલે માઈ હજુ જાગતી હતી...

આઉટ હાઉસના દરવાજે આવીને એણે બારણું ઠોક્યું.

"દરવાજા ઉઘાડા જ છે." અંદરથી માઈનો અવાજ આવ્યો.

તથાગત અંદર દાખલ થયો. એક વિશાળ ઓરડો, જેમાં એક ખૂણામાં ઈશ્વરનું મંદિર, બીજી તરફ નાનું રસોડું, ત્રીજી તરફ નાનકડી બેઠક વ્યવસ્થા અને અંદર એક નાનકડા કમરામાં શયનખંડ બનાવવામાં આવ્યો હતો.

માઈ બેસીને ચાંદીના સ્ટેન્ડ પર રામાયણ મૂકીને વાંચી રહી હતી. તથાગત આવીને માઈની બાજુમાં બેસી ગયો.

"માઈ..." એના અવાજમાં અજબનો ખાલીપો હતો. માઈએ એના માથે હાથ ફેરવ્યો. પછી ઈશારાથી એને આંખો બંધ કરવાનું કહ્યું. તથાગતે ડોકું ધુણાવીને ના પાડી અને રામાયણ બંધ કરી દીધું.

"આ શું કર્યું ? આમ રામાયણ બંધ ના કરાય." માઈના અવાજમાં રામાયણનું અપમાન થયાનો આઘાત હતો.

"હું તારી સાથે વાત કરવા આવ્યો છું."

"બેટા, પણ હું તો ઈશ્વર સાથે વાત કરતી હતી. એ તેં બંધ કરાવી દીધી."

"હું ઈશ્વરથી પણ અગત્યનો છું."

"એ હું જોઈ રહી છું." માઈએ બહુ ધીમેથી પણ મક્કમ અવાજે કહ્યું, "બેટા, આપણને જ્યારે એવું લાગે કે આપણે ઈશ્વરથી આગળ જઈ રહ્યા છીએ ત્યારે એવું નિશ્ચિત માનવું કે ઈશ્વર આપણને આગળ જવા દે છે..."

"મા, બુદ્ધિથી આગળ કશું નથી. તું જુએ છે ને આ હજ્જારોની ભીડ, આ ઘેલછા, આ ગાંડા થઈને દોડતા લોકો અને આશ્રમમાં કરોડોની વધતી આવક."

માઈએ હસીને તથાગતની સામે જોયું, "તને ખરેખર લાગે છે કે આ બધું તું કરે છે ?"

"હું નહીં તો બીજું કોણ ? મારી બુદ્ધિ, મારી પ્રતિભા, મારી શક્તિ વેચાય છે..." તથાગતના અવાજમાં કદી ન સાંભળેલો હૂંકાર સાંભળ્યો

માઈએ. તથાગતની સામે એ એવી રીતે જોઈ રહ્યાં જાણે કોઈ અજાણ્યા માણસની સામે જોતાં હોય.પછી એના માથે હાથ ફેરવ્યો. ઘડીભર આંખો મીચી અને કહ્યું, "ઈશ્વર તને સદ્‌બુદ્ધિ આપે બેટા."

માના મમતાળુ સ્પર્શથી હોય કે બીજા કોઈ પણ કારણસર તથાગતે આંખો મીંચી અને ત્યાં જ રામાયણ ખસેડીને માના ખોળામાં સૂઈ ગયો. માઈ ક્યાંય સુધી તથાગતના માથે હાથ ફેરવતાં રહ્યાં, "તું કંઈ વાત કરવા આવ્યો હતો બેટા ?"

"હા માઈ, કાલે તેં ધરમસિંહ જોડે જે ફોટા અને કુંડળીઓ મોકલી છે એ નકામી છે. હું આમાંની કોઈ છોકરીને પરણવાનો નથી, હું પરણવાનો જ નથી, કોઈ જોડે !"

"બેટા, અમુક સ્થાને પહોંચ્યા પછી કેટલાક નિર્ણયો આપણા હાથમાં નથી રહેતા. વારસ એ ગાદીની જરૂરિયાત છે. આગ્રહ છે, અધિકાર છે અને તને એ વિશે નિર્ણય કરવાનો કોઈ અધિકાર નથી."

"માઈ, વારસ તો લગ્ન વિના પણ આવી શકે. શિષ્યોમાંથી કોઈ ગાદી ન સંભાળી શકે મારા પછી ?"

"તારા પિતાના લોહીનું ઋણ છે તારા પર. એમનો વંશ તું કેવી રીતે પૂરો કરી શકે ? આટલા વિશુદ્ધ લોહીની પરંપરા તારા ઉદ્દંડ વિચારોને કારણે તોડી નાખીશ ? શું અધિકાર છે તને એવું કરવાનો ?"

"માઈ, મારે લગ્ન નથી કરવાં. બસ, એટલું જ."

"કારણ ?"

"અનુભવ. જિંદગીના કેટલાક એવા અનુભવ કે જે મને સ્ત્રીમાત્ર પર વિશ્વાસ નહીં કરવા દે."

માઈનો હાથ તથાગતના માથે ફરતો અટકી ગયો, "હું પણ સ્ત્રી જ છું બેટા."

"હા પણ... તું મા છે."

"એ મા થવા આવશે ! બેટા, તારા પિતાની ગાદી તેં સંભાળી લીધી એ ઘણું છે મારા માટે... હવે એમનો વંશ આગળ વધાર એટલે હું શાંતિથી આંખો મીંચું..."

"હું જે કરું છું એ તને નથી ગમતું, ખબર છે મને." તથાગત બેઠો થઈ ગયો, "તું એટલે જ ક્યારેય મારા પ્રવચનમાં નથી આવતી. અહીં આઉટ હાઉસમાં રહેવા લાગી છે. હું નથી સમજતો એમ નહીં માનતી."

"ના, હું એવું નથી માનતી. પણ બેટા, એક વાર તને ધર્મની ધજા સોંપ્યા પછી તારામાં શ્રદ્ધા રાખવી એવા મારા સંસ્કાર છે. એ ગાદી તારી પાસે કશું ખોટું નહીં કરાવે. તારા પિતાના શબ્દો અને આત્મા બંને એ ગાદીની આસપાસ પહેરો દે છે દીકરા. મને તારા પિતાના તપમાં અને બળમાં વિશ્વાસ છે."

તથાગત માઈની સામે જોઈ રહ્યો.

અખૂટ શ્રદ્ધા અને વિશ્વાસ હતા એ બે આંખોમાં. પોતે જે માને છે અને પોતે જે જીવ્યા છે એ સાવ સત્ય અને શુદ્ધ છે એવો વિશ્વાસ. એમણે તથાગતના માથે હાથ ફેરવ્યો અને હળવેથી કહ્યું, "ફોટા જોઈ લે બેટા, તું નક્કી નહીં કરે તો મારે નિર્ણય કરવો પડશે."

"એટલે તારી નક્કી કરેલી છોકરી સાથે પરણી જઈશ, એમ માને છે તું?"

"તારી પાસે બીજો રસ્તો નથી. જો તારે આ ગાદી પર રહેવું હોય તો."

"એટલે?"

"એટલે ધર્મની ધજા ઝાલનારને મોહ ન થઈ જાય અને એને સમજાય કે એ તો માત્ર રખેવાળ છે આ ગાદીનો એટલા માટે એણે વારસને આ ધરતી પર લઈ આવવો પડે એ નિયમ છે, પરંપરા છે આ ગાદીની. એના પછી ધર્મની ધજા સંભાળનાર જન્મી ચૂક્યો છે એ એણે સ્વીકારીને જ આ ગાદી પર બેસવું રહ્યું..."

"આવનારી પત્નીને બાળક ન થયું તો? તો શું કરશો તમે?" તથાગતે તર્ક કરવાનો પ્રયત્ન કર્યો.

"તો ફરી લગ્ન કરવાં પડે."

"અને જો ગાદી પર બેસનાર જ પિતા બનવાને લાયક ના હોય તો?"

"શુભ શુભ બોલ બેટા." માઈની આંખો ભરાઈ આવી, "શુભ શુભ બોલ, જો એમ થાય તો નિયોગ કરવો પડે. મહાભારતની પરંપરા પ્રમાણે કોઈ

બીજા સાધુપુરુષનું લોહી આ ધર્મની ધજા ઝાલવા માટે ધરતી પર અવતારવું પડે."

તથાગત ફાટી આંખે એની માની સામે જોઈ રહ્યો. જે ગાદી એને આટલી બધી પ્રસિદ્ધિ આપતી અને પાવર આપતી દેખાઈ હતી એ ગાદીની સાથે સદીઓ પુરાણા કેવા અને કેટલા નિયમો જોડાયેલા હતા. તથાગત આ બધાથી અજાણ્યો હતો. એને તો માત્ર એટલું જ સમજાયું હતું કે કે અહીં લખલૂંટ દોલત હતી, અઢળક અનુયાયીઓ હતા અને એક સપના જેવી સરળ જિંદગી હતી. પણ આજે માઈ સાથેની વાતચીતે એને ડરાવી મૂક્યો હતો !

એક વરસમાં ગાદીવારસ...

તથાગત અન્યમનસ્ક જેવો ત્યાંથી ઊઠ્યો અને પ્રેમનિવાસ તરફ ચાલવા લાગ્યો.

પરંપરાગત લોહીને આટલું મહત્ત્વ આપતા આ લોકોને શ્રદ્ધાળુ કહેવા કે અંધશ્રદ્ધાળુ ?

એને એના એક અમેરિકન પ્રોફેસર કાયમ જ કહેતા એ વાક્ય યાદ આવી ગયું, "મધર ઇઝ એ ફેક્ટ - ફાધર ઇઝ ઓલ્વેઝ અ બિલિફ ! મા હંમેશાં સત્ય છે અને પિતા માન્યતાની વાત છે !"

*

દીવાકર ખત્રીના ટેબલ ઉપર એક હજારની નોટોનાં બંડલ પડ્યાં હતાં. દીવાકર ખત્રી ઘડીકમાં એ બંડલ તરફ અને ઘડીકમાં સામે ઊભેલા માણસ તરફ જોતા હતા.

"માહિતી ખોટી પડી તો..." દીવાકર ખત્રીની આંખો ઝીણી થઈ.

"તો તમારી રિવૉલ્વર ને મારું લમણું." પેલા માણસના ચહેરા પર આત્મવિશ્વાસ હતો. છ ફૂટ બે ઇંચ જેવી ઊંચાઈ, ગોરો અને માંજરી આંખો ધરાવતો એ માણસ સાવ પહેલી નજરે વિદેશી લાગે, પણ જરા ધ્યાનથી જુઓ તો ખ્યાલ આવે કે એના મા-બાપમાંથી એક જણ વિદેશી હોવું જોઈએ.

"તું ઓળખે છે એ છોકરીને ?"

"ઓળખું છું ? મારી પડોશમાં રહે છે. એનો બાપ એક નંબરનો ખંધો

માણસ છે. પૈસા માટે કંઈ પણ વેચી કાઢે એવો, સમજો છો ને ? કંઈ પણ..." પેલા માણસે કહ્યું.

દીવાકર ખત્રીએ નોટોનાં બંડલ તરફ ઈશારો કર્યો, "આપણે બાપનું નહીં, દીકરીનું કામ છે. દીકરી શું કરશે એ કહે મને..."

"આપણે કરાવશું એમ કરશે." પેલા માણસના ચહેરા પર હજી આત્મવિશ્વાસ અકબંધ હતો.

"જો વાત ખોટી પડી તો ખરેખર મરાવી નાખીશ એટલું યાદ રાખજે. પહેલેથી જ કહી દઉં છું."

"સાહેબ, આજ સુધી કોઈ વાતમાં ખોટો પડ્યો છું ? તમે જેની જેની માહિતી જ્યારે જ્યારે માગી ત્યારે મેં લાવી આપી છે કે નહીં ? આટલાં વર્ષોની વફાદારી પર શક કરો છો સાહેબ ?"

"આ વખતે મામલો જરા જુદો છે."

"સાહેબ... માહિતી તો સાચી જ છે. હવે છોકરી આપણું કહ્યું માને કે આપણે એની પાસે કહ્યું કરાવવું પડશે એટલું જ જોવાનું રહ્યું."

"જો એ છોકરી આપણું કહ્યું માને તો ઠીક છે, નહીં તો આગળનો વિચાર કરીશું. પહેલાં તું એને સમજાવવાનો ટ્રાય કર." દીવાકરે રૂપિયાના બંડલ તરફ ઈશારો કર્યો. માણસે ટેબલ પર પડેલાં પાંચેય બંડલ ઉપાડીને એની સાથે લાવેલા થેલામાં ભરી દીધાં. પછી વાંકો વળીને દીવાકર ખત્રીને પગે લાગ્યો અને બહાર નીકળી ગયો. પોતાની રિવોલ્વિંગ ચેર પર બેઠેલો દીવાકર ખત્રી મૂછમાં હસી રહ્યો. "હવે સમજાશે તથાગત ગોસ્વામીને કે આશ્રમને બાનમાં ના લેવાય."

*

"બહુ સ્પીડમાં છે... આઈ હોપ કે એને ખબર હોય કે બ્રેકનું બટન ક્યાં છે ? મરશે આ છોકરો, વહેલો કે મોડો!" એ વાક્ય કહ્યું ત્યારે જ પિતા-પુત્રી વચ્ચેની ચર્ચા આમ તો પૂરી થઈ ગઈ.

છોકરી થોડી વાર સુધી ટેબલ પર બેસી રહી. એની સામે પડેલા ન્યૂઝ વીકના કવર પેજ ઉપરનો તથાગત એની આંખોમાં આંખો નાખીને જોઈ રહ્યો હતો. છોકરીની આંખોમાં પાણી આવી ગયાં. એણે હળવા હાથે

મેગેઝિનના કવર-પેજ પર હાથ ફેરવ્યો. ત્યાં જ અંદરથી એની માએ બૂમ પાડી, "જસ્મીઈઈઈઈન..."

"જી અમ્મી." જસ્મીન સહેજ પ્રયત્નપૂર્વક ટેબલને ધક્કો મારીને ઊભી થઈ. એ ઊભી થઈ કે તરત જ એને ચક્કર આવ્યા.

એ ટેબલ પકડીને પાછી ખુરશી પર બેસી ગઈ અને એ જ વખતે એને એક જોરદાર ઊબકો આવ્યો...

"યા અલ્લાહ..." એનાં આંતરડાં જાણે ભેગાં થઈ જતાં હતાં.

૫

જસ્મીન સહેજ પ્રયત્નપૂર્વક ટેબલને ધક્કો મારીને ઊભી થઈ. એ ઊભી થઈ કે તરત જ એને ચક્કર આવ્યા.

એ ટેબલ પકડીને પાછી ખુરશી પર બેસી ગઈ અને એ જ વખતે એને એક જોરદાર ઊબકો આવ્યો...

"યા અલ્લાહ..." એનાં આંતરડાં જાણે ભેગાં થઈ જતાં હતાં.

એણે ડાઈનિંગ ટેબલ પર માથું નાખી દીધું. જાણે તથાગતના ખભે માથું મૂકતી હોય એમ.

આજે એને ફરી એક વાર તથાગત સાથેની છેલ્લી મુલાકાત યાદ આવી ગઈ...

*

"ધર્મનું તારે માટે તો કોઈ મહત્ત્વ નથી, પછી બદલવામાં વાંધો શું છે?"

"વાંધો નથી, વિરોધ છે."

"એટલે?"

"એટલે એમ કે જે ધર્મ આપણને બેને છૂટાં પાડે એ ધર્મમાં મને કોઈ રસ નથી."

"પણ એ જ ધર્મ આપણને બેને ભેગાં કરી શકશે એવું કેમ નથી જોઈ શકતો તું? ડેડી માત્ર એટલું જ ઇચ્છે છે કે તું મુસ્લિમ હોય."

"મારે ક્યાં જન્મ લેવો એ મેં નક્કી નહોતું કર્યું." પછી તથાગત ધ્યાનથી જસ્મીનની આંખોમાં જોઈ રહ્યો. એની આંખોમાં ઝળઝળિયાં આવી ગયાં હતાં. એ જાણતી હતી કે આજ પછી એના પિતા ક્યારેય એને તથાગતને નહીં મળવા દે. એ માંડ માંડ હાથ જોડીને આવી હતી એના પિતાને. એણે વચન આપ્યું હતું કે આજની મુલાકાતમાં એ તથાગતને મનાવી લેશે. એના પિતાને તથાગત ગમતો હતો. એમને વાંધો હતો તથાગતના ધર્મ સામે. ચુસ્ત મુસ્લિમ શિયાપંથી પિતા તથાગતને ક્યારેય નહીં સ્વીકારે એની જસ્મીનને ખબર હતી. ભારતથી પાકિસ્તાન અને પાકિસ્તાનથી અમેરિકા આવીને અમસ્તાય પિતાને બેવતન થયાની લાગણી ખૂબ બળવત્તર હતી અને એમાંય પોતે મુસ્લિમ ન હોય એવા છોકરા સાથે લગ્ન કરવાની મંજૂરી મેળવવી, પિતા માટે અસંભવ જેવી પરિસ્થિતિ હતી.

લૉંગ આયલેન્ડના સ્ટૂડિયો અપાર્ટમેન્ટમાં ધીમે ધીમે અંધારું પોતાનો પગદંડો જમાવી રહ્યું હતું. બહાર સાંજ ઢળી રહી હતી. અપાર્ટમેન્ટમાં વિખરાયેલી વસ્તુઓની સાથે સાથે જસ્મીન અને તથાગતનાં વસ્ત્રો પણ હતાં. ચાદર લપેટીને સૂતેલી જસ્મીનના વાળ અડધીથી વધુ ગાદી પર ફેલાઈ ગયા હતા. એ ઊભી હોય ત્યારે લગભગ ઘૂંટણ સુધી પહોંચતા એના લાંબા વાળ તથાગત માટે લગભગ ઘેલછાનું કારણ હતા.

જસ્મીન એમ જ છાતી સુધી ચાદર ઓઢીને છત તરફ તાકતી પડી હતી.

તથાગત એના ખભે માથું મૂકીને એને લપેટાઈને સૂતો હતો... "તું શું કામ ચિંતા કરે છે. એક વાર લગ્ન થઈ જશે તો તારા પિતા પણ સ્વીકારી લેશે." તથાગતના ચહેરા પર સ્મિત આવ્યું અને સાથે વિચાર પણ. "એને માઈનો અને મહારાજશ્રીનો ચહેરો દેખાતો હતો, "આ છોકરીને ક્યાં ખબર છે એણે એના ઘરમાં જે કરવાનું છે એનાથી દસ ગણું વધારે મારે મારા ઘરમાં કરવું પડશે..."

"સ્વીકારવાનો સવાલ જ નથી." જસ્મીનની આંખોમાં ભારતથી પાકિસ્તાન જતી વખતે પિતાએ કરેલી વાતચીતના અંશો દશ્યો બનીને નાચી રહ્યાં હતાં... એ પછી કરાંચી છોડીને અમેરિકા આવતી વખતે પિતા જે રીતે બાળકની જેમ રડ્યા હતા એ વાત જસ્મીનના મનમાંથી કોઈ રીતે જતી નહોતી. ન્યૂયોર્કમાં જન્મેલી અને ઊછરેલી જસ્મીન માટે ન પાકિસ્તાનનું કોઈ મહત્ત્વ હતું, ન અંબાલાનું...

આઠ વર્ષની જસ્મીન એની બે નાની બહેનો અને ભાઈને લઈને પિતા એક વાર ભારત અને પાકિસ્તાન બંને જગ્યાએ ગયા હતા. અંબાલામાં પોતાનું ઘર, શાળા, ખેતરો બતાવતી વખતે, મિત્રોને મળતી વખતે એના પિતા જે રીતે ઊભરાઈ ઊભરાઈ જતા હતા એ એના નાના ભાઈ-બહેનોને યાદ હોય કે નહીં, જસ્મીન માટે જીવનભરની મધુર સ્મૃતિ હતી. એ પહેલાં કે એ પછી એણે પિતાને ક્યારેય એટલા ખુશ નહોતા જોયા.

એ પછી કરાંચી પહોંચ્યા ત્યારે એણે એક શબ્દ વારે વારે સાંભળ્યો - 'મુહાઝીર'.

એ શબ્દ ઉપર એણે પિતાને તમતમી જતા, અપમાનિત થતા અને લાલચોળ થઈ જતા જોયા હતા. પિતા એમના કાકા સાથે અને એમના બીજા ભાઈઓ સાથે વાત કરતી વખતે વારંવાર કહેતા હતા, "અહીં આપણું કોઈ મહત્ત્વ નથી. કમ સે કમ બીજા દેશમાં આપણને માણસ તો ગણે છે ! આપણે આપણું વતન છોડ્યું, ઘર છોડ્યું અને બેઘર થયા પછી પાકિસ્તાનીઓએ શું આપ્યું આપણને ? આ શબ્દ... મુહાઝીર ? સાંભળું છું ને મારું લોહી ગરમ થઈ જાય છે, તમને કંઈ નથી થતું ? ચાલો, અમેરિકા લઈ જાઉં..."

પરંતુ પિતાના કાકા કે ભાઈઓ કોઈ એમની સાથે આવવા તૈયાર ના થયા. વારંવારની વિનંતી અને ખૂબ સમજાવટ પછી આખરે એમણે કરાચી છોડીને અમેરિકા આવતી વખતે એરપોર્ટ ઉપર કસમ ખાધી, "આજ પછી ક્યારેય આ દેશમાં પગ નહીં મૂકું."

જસ્મીન જાણતી હતી પિતાના દુઃખને. સમજતી હતી એમની પીડાને !

એના જીવન માટે તથાગત પણ એટલો જ અનિવાર્ય હતો.

આજે એ તથાગતને મળવા આવી ત્યારે પિતાને કહીને આવી હતી, "જો આજે તથાગત નહીં માને તો હું એને ફરી ક્યારેય નહીં મળું."

અને પિતાએ એને આ વચન ઉપર જ આવવા દીધી હતી.

*

એ છત તરફ ખુલ્લી આંખોએ તાકી રહી હતી. જાણતી હતી કે આ આખરી મુલાકાત છે અને એટલે જ એણે તથાગતને સમજાવવાનો પૂરેપૂરો પ્રયત્ન કર્યો, “સ્વીકારવાનો સવાલ જ નથી.” જસ્મીને ફરી કહ્યું અને એની આંખોમાં આંસુ વહી નીકળ્યાં, “બેમાંથી કોઈ મારો તો વિચાર કરતા જ નથી...” જસ્મીને તથાગતનો ચહેરો વાળથી પકડીને ઊંચો કર્યો અને એની આંખોમાં આંખો પરોવી, “મેં તારામાં પૂરેપૂરો વિશ્વાસ કર્યો. મારું શરીર સોંપ્યું તને.”

તથાગત ઝટકાથી બેઠો થઈ ગયો, “એક મિનિટ... એક મિનિટ... આ શરીર સોંપવાની વાતમાં સ્ત્રીનું જ આટલું મહત્ત્વ કેમ છે ? મેં પણ તને મારું શરીર સોંપ્યું છે, છળ નથી કર્યું તારી સાથે. મને તારાથી વધારે દુ:ખ થાય છે જસ્મીન, પણ હું દેખાડી નથી શકતો કે નથી તને એ દુ:ખ માટે જવાબદાર ઠેરવતો. તું એ કરી રહી છે જે તને યોગ્ય લાગે અને હું એ કરી રહ્યો છું જે મને સાચું લાગે છે !”

“એટલે તારા માટે ધર્મ વધારે અગત્યનો છે એમ જ ને ?”

પલંગમાં બેઠેલા તથાગતે જસ્મીનનો ચહેરો બે હાથે પકડ્યો, “તું કહે તો જીવ આપી દઉં આ ક્ષણે, હમણાં જ... પછી તો મારા પ્રેમમાં વિશ્વાસ આવશે ને ?”

“જીવ આપી શકે છે, ધર્મ નથી બદલી શકતો ?”

“ના.”

“પણ કેમ ?” જસ્મીનને હજીયે તથાગતની વાત નહોતી સમજાતી. એને એમ જ લાગતું હતું કે ધર્મ બદલવો એ પ્રેમ ગુમાવવા કરતાં નાની વાત છે. જ્યારે તથાગત માટે એવો પ્રેમ નકામો હતો જેના બદલામાં કોઈ સોદો કર્યો હોય. બંને જણા વચ્ચે ખાસ્સી વાત-દલીલો થતી રહી. આખરે જસ્મીને રડતાં રડતાં ખૂબ દુ:ખી થઈને ત્યાંથી જવાનું નક્કી કર્યું. એને દરવાજા સુધી મૂકવા આવેલા તથાગતની આંખોમાં પણ પાણી હતાં. એણે જસ્મીનને એક પ્રગાઢ ચુંબન કર્યું અને ખૂબ વહાલથી, મૃદુતાથી કહ્યું, “તું મારા જીવનની પહેલી સ્ત્રી છે... પહેલો પ્રેમ... મનનો અને શરીરનો પહેલો અનુભવ. તું હંમેશાં

મારા માટે પહેલી રહીશ જસ્મીન."

"તો પછી શા માટે આપણે છૂટા પડવું જોઈએ? એક નાનકડી બાંધછોડથી આપણે જીવનભર સાથે રહી શકીએ એમ છીએ."

"મને મોટામાં મોટી બાંધછોડ કરવામાં પણ વાંધો નથી. હું તારા ઉદરમાં કોઈના સંતાનને સ્વીકારી શકું, એને મારું નામ આપી શકું, એટલી ચાહું છું તને. પણ કોઈ શર્ત ઉપર તારી સાથેનો સંબંધ મંજૂર નથી મને. તને મેળવવા માટે મારે બદલામાં કંઈ આપવું પડે તો મારે માટે તું વસ્તુ છે, મારી પ્રિયતમા નહીં... અને, તને વસ્તુ બનાવીને મારે કંઈ નથી જોઈતું."

જસ્મીન ઘડીભર એની સામે જોઈ રહી. પાણીથી ભરેલા સરોવર જેવી ભૂખરી મોટી આંખો તગતગતી રહી... પછી કોણ જાણે શું થયું એને એણે તથાગતના ચહેરા પર એક તમાચો ઝીંકી દીધો.

તથાગત એની સામે જોઈ રહ્યો. એના ચહેરા પર કોઈ ભાવ નહોતો. સાવ શાંત, સ્થિતપ્રજ્ઞ ભાવે એ જસ્મીનને નિહાળી રહ્યો હતો.

"આઈ હેઈટ યુ." અને પછી જસ્મીને તમાચાઓનો વરસાદ વરસાવ્યો. સહેજ પણ પ્રતિકાર કર્યા વિના તથાગત એનો આક્રોશ પી ગયો જાણે... આકાશમાંથી વરસતો વરસાદ જાણે ધરતીમાં સમાઈ જાય એવી રીતે જસ્મીનનો આક્રોશ એનાં આંસુ તથાગતના મનમાં ચૂસાઈ ગયાં...

*

ડાઈનિંગ ટેબલ પર માથું નાખીને પડેલી જસ્મીનની આંખો બંધ હતી અને મનમાં હજાર જાતના વિચારો ચાલતા હતા. પરદેશમાં રહેલી, ભણેલી-ગણેલી છોકરી એટલું તો સમજી જ શકતી હતી કે એ મા બનવાની હતી.

"યા અલ્લાહ..." એનાથી ફરી બોલાઈ ગયું અને કૉલેજ જઈ રહેલી એની બહેન નતાશા એક ક્ષણ માટે ટેબલ પાસે અટકી ગઈ. એણે જસ્મીન તરફ જોયું. જસ્મીનની આંખો ભીની હતી. નતાશાએ માત્ર ભમ્મર ઉલાળીને એને 'શું થયું'નો ઈશારો કર્યો.

જસ્મીને 'ના'માં ડોકું ધુણાવ્યું. નતાશાએ ખભા ઉલાળ્યા અને આગળ વધી ગઈ. દરવાજા પાસે જઈને જાણે અચાનક યાદ આવ્યું હોય એમ પાછી વળી. જસ્મીનના ખભે હાથ મૂક્યો. એની આંખોમાં આંખો નાખી અને ધ્રૂજી જતાં અવાજે પૂછ્યું, "બધું બરાબર છે ને? તે દિવસ રાત પછી..."

"શટ અપ..." જસ્મીનનો અવાજ અચાનક જ ઊંચો થઈ ગયો, "આપણે બંનેએ કુરાન-એ-શરીફની કસમ ખાધી છે કે તે દિવસ રાતની વાત કોઈ નહીં કરે. એવું કશું બન્યું જ નથી. એ એક ભયાનક સપનું હતું, જે આપણે સાથે જોયું, ઉઘાડી આંખે." જસ્મીનનો અવાજ પણ થરથર ધ્રૂજતો હતો, "એ સિવાય આ ઘરમાં કશું બન્યું નથી. તું પણ નથી જાણતી અને હું પણ નથી જાણતી..." એનો અવાજ ધીરે ધીરે એટલો ઊંચો થઈ ગયો હતો કે રસોડામાંથી અમ્મી, બાજુના રૂમમાં ભણી રહેલો ભાઈ કબીર, અને સૌથી નાની બહેન સુહાના પોતપોતાના ઓરડામાંથી બહાર આવી ગયા હતા, જસ્મીનના પિતા પણ જસ્મીનની સામે આવીને ઊભા રહ્યા હતા.

બંને બહેનોને થરથર ધ્રૂજતી જોઈને પિતા બંનેની નજીક આવ્યા. બંનેને પોતાના બે બાજુઓમાં મજબૂતીથી પકડીને એમના ખભે હથેળી વીંટાળી દીધી.

"હું છું ને ? આ ઘરમાં જ્યાં સુધી હું છું ત્યાં સુધી કોઈએ ડરવાની જરૂર નથી. આપણને કંઈ નહીં થાય. આપણો કોઈ વાંક નથી. આપણે ક્યાં એમને ઓળખતા હતા ? એ ચિઠ્ઠી છે હજી મારી પાસે, જે ઈમ્તિયાઝે લખી હતી."

એ ઘરના ડ્રોઈંગરૂમમાં પહોળી થઈ ગયેલી બારેય આંખો સામે અત્યારે ટેલિવિઝનના ન્યૂઝ પર દેખાતા ચહેરા તરવરી રહ્યા હતા...

આ એ ચહેરા હતા જે ૯/૧૧ની આગલી રાત્રે મોહંમદ સૈફુદ્દીન શેખના ઘરે એના ભાઈ મોહંમદ ઈમ્તિયાઝ શેખે લખેલી ચિઠ્ઠી લઈને પાકિસ્તાનથી આવ્યા હતા.

પાકિસ્તાનથી આવેલા મહેમાનો માટે પિતાએ માત્ર ચામડીનાં જૂતાં સિવડાવવાનાં જ બાકી રાખ્યાં હતાં. ઉત્તમ ખાવાનું અને વાતોની મહેફિલ પછી રાત્રે જ્યારે સૌ ઊંઘી ગયા ત્યારે જસ્મીન અને નતાશાએ જે સાંભળ્યું હતું, જે જોયું હતું અને જે અનુભવ્યું હતું એ બે જણ સિવાય બીજું કોઈ નહોતું જાણતું...

જસ્મીનને વિચાર આવ્યો, "હવે પિતા જો આ વાત જાણે તો શું થાય ?"

બંને બહેનોએ એકબીજા સામે જોયું અને ફરી એક વાર નખશિખ ધ્રૂજી ઊઠી.

*

તથાગત અન્યમનસ્ક જેવો માઈના આઉટ હાઉસમાંથી ઊઠ્યો અને પ્રેમનિવાસ તરફ ચાલવા લાગ્યો.

એને એના એક અમેરિકન પ્રોફેસર કાયમ જ કહેતા એ વાક્ય યાદ આવી ગયું, "મધર ઇઝ એ ફેક્ટ - ફાધર ઇઝ ઓલ્વેઝ અ બિલિફ ! મા હંમેશાં સત્ય છે અને પિતા માન્યતાની વાત છે !"

કોણ જાણે કેમ આજે એને આ વાત યાદ આવી ગઈ.

માએ આજે ગાદીવારસની વાત કરી હતી. પ્રેમાશ્રમની ગાદી ઉપર જો તથાગતનું જ લોહી બેસી શકે એવો નિયમ હોય તો એણે તાત્કાલિક લગ્ન કરવા રહ્યાં...

માઈ, દીવાકર ખત્રી અને બીજા ટ્રસ્ટીઓ આશ્રમમાં લગ્નોત્સવ ઊજવવા ઉતાવળા થયા હતા. એણે પિતાના અગ્નિસંસ્કાર કરતી વખતે માઈને વચન આપ્યું હતું કે હું શ્રદ્ધા, સમાધાન, સત્ય અને સ્પષ્ટતાના ચાર પાયા પર ધર્મને સ્થિર રાખીશ.

"આ કહેવા માટે કહેવા માટે કહેવાયેલા શબ્દો હતા ?" તથાગતના મને એને જ પૂછ્યું.

માઈને મળવા જતી વખતે એ જે મનઃસ્થિતિમાં હતો એનાથી સાવ જુદી લગભગ વિરુદ્ધ મનઃસ્થિતિમાં પાછો ફર્યો હતો તથાગત. આવી જ લાગણી એને ક્યારેક પિતાની સામે ઊભા રહેતા થતી. આજે માઈની આંખોમાં એને પિતાનો ચહેરો દેખાયો હતો.

માઈના આઉટ હાઉસના એ નાનકડા ઓરડામાં જાણે ચારે તરફ શ્રદ્ધા અને વિશ્વાસ વિખરાયેલા પડ્યાં હતાં. એ ઓરડાની હવામાં નરી શુદ્ધતા હતી. જ્ઞાનનું ઝળાહળા કરી નાખતું અજવાળું નહોતું કદાચ, પણ શ્રદ્ધાનો એક દીવો અખંડ ટમટમી રહ્યો હતો ત્યાં, અને શ્રદ્ધાના આ દીવાના આછા ઉજાસમાં તથાગતના હાથમાં કેટલાક સવાલો આવી ગયા હતા.

ધબકતા, શ્વાસ લેતા, જીવતા સવાલો... આંખ ફાડીને જોતા અને આગ ઓકતા સવાલો...

એ સવાલોને કઈ રીતે શાંત કરવા એ તથાગતને નહોતું સમજાતું !

માઈના આઉટ હાઉસમાંથી પ્રેમનિવાસ આવતી સો મીટર લાંબી પગથી

તથાગતને જાણે માઈલો લાંબી લાગી.

પોતાના ઓરડામાં દાખલ થતી વખતે તથાગતની નજર પેલી સ્ફટિકની માળા પર પડી, જમીન પર પડેલી એ સ્ફટિકની માળા તથાગત સામે એ રીતે જોઈ રહી હતી જાણે એને પૂછતી હોય, "પાછા ફરવું પડ્યું ને ? દરેકેદરેક માણસે પાછા ફરવું જ પડે છે. પોતાનાથી ભાગીને કોઈ ક્યાંય જઈ શકતું નથી... તારું લોહી, તારા સંસ્કાર અને તારો ઉછેર તને ક્યાંય ભાગવા નહીં દે તથાગત... તારો જન્મ આ માટીમાંથી થયો છે અને તારે આ જ માટી માટે તારો દેહ આપી દેવાનો છે..."

તથાગતે બંને કાન પર હાથ મૂકી દીધા. આંખો મીંચી દીધી.

ન સહી શકાય એવી પીડા થતી હતી એને.

એ સમજી નહોતો શકતો કે એને શું થાય છે ! પોતાની જાતને મહા ચતુર અને પ્રેક્ટિકલ માનતો તથાગત આ કયા વમળમાં ફસાઈ રહ્યો હતો ?

"તથાગત !" એને જાણે પિતાનો અવાજ એના ઓરડામાં ગૂંજતો સંભળાયો, "સિંહાસનના પાયા હંમેશાં અંગત સુખોને દાટીને ઊભા કરાય છે. જે પાયામાં અંગત સુખો અને સ્વાર્થ દટાયેલા હોય એનાં જ આસનો સ્થિર રહી શકે છે."

"એટલે ? હું જેને પ્રેમ ન કરતો હોઉં એની સાથે લગ્ન કરી લેવાં ?"

"જેને પ્રેમ કરતો હતો એની સાથે પરણ્યો ?" તથાગતના મનમાંથી એના પિતા દલીલ કરી રહ્યા હતા.

"એમાં તો..."

"કશું નહીં તથાગત, સપ્તપદીનાં સાત વચનો, અને અગ્નિની સાક્ષીએ લેવાતા સાત ફેરા બધું જ બદલી નાખતા હોય છે."

"પણ શા માટે ? શા માટે મારે એ દિશામાં પગલાં ભરવાં, જે મારી દિશા જ નથી"

"શાસ્ત્રોમાં કહ્યું છે કે પશુ અને માણસના સંસાર વચ્ચેની ભેદરેખા એ લગ્ન છે... માણસે લગ્ન વગર ના રહેવું જોઈએ, કારણ કે ધર્મપત્ની સાથે સંસાર ચલાવીને, કર્તવ્યમાં સફળ થઈને, સમાજની યથેચ્છ સેવા કરીને આખરે આ જીવનમાંથી મોક્ષ મળે છે."

"હું નથી માનતો મોક્ષની વાતને કે નથી માનતો પુનર્જન્મમાં. હું માનું છું કે એક જ જિંદગી છે અને માણસે એને પોતાની રીતે જીવી લેવી જોઈએ."

"હજી જસ્મીનને ભૂલ્યો નથી તું, ખરું ?" એના મનમાંથી કોઈકે પૂછ્યું એને.

"હા, નથી ભૂલ્યો, ને ભૂલીશ પણ નહીં કદાચ..." તથાગતે જાણે ખરેખર કોઈ સાથે વાત કરતો હોય એમ જોરથી કહ્યું, "શું કામ ભૂલું ? એ મારા જીવવાનું સત્ય છે."

"ન ભૂલીશ, પણ એથી તારી ફરજમાંથી મુક્તિ નહીં મળે તને. આ જમીનના, આ ગાદીના, ધર્મની ધજાના કેટલાક અધિકારો છે તારા ઉપર અને તારી કેટલીક ફરજો... અહીં જીવવું હશે અને આ ગાદી ઉપર બેસવું હશે, જીવનભર - તો સ્વીકારવું પડશે અહીંનું સત્ય. અપનાવવા પડશે અહીંના નિયમો..."

તથાગત વિચલિત થઈ ગયો હતો. જાણે વિક્ષિપ્ત મનોદશામાં હોય એમ ઓરડામાં અહીંથી તહીં આંટા મારી રહ્યો હતો. કશું મેળવવા માટે કંઈ છોડવું કે સ્વીકારવું એનો સ્વભાવ નહોતો, પરંતુ આજે આ ગાદી અહીંના એશોઆરામ અને આ પ્રસિદ્ધિ એને મજબૂર કરી રહ્યા હતા કે એણે અહીંના નિયમો સ્વીકારવા પડે...

તથાગત લગ્નના વિચારમાત્રથી ધ્રૂજી ઊઠ્યો હતો.

"એક એવી સ્ત્રી, જેને એ જાણતો નહોતો, ઓળખતો નહોતો, પ્રેમ નહોતો કરતો એની સાથે શરીરસંબંધ જોડવાનો ? ફક્ત સંતાન મેળવવા ? શું આ યોગ્ય હતું, પોતાને માટે ? એ સ્ત્રીને માટે ?"

*

જસ્મીનને વિચાર આવ્યો, "હવે પિતા જો આ વાત જાણે તો શું થાય ?"

બંને બહેનોએ એકબીજા સામે જોયું અને ફરી એક વાર નખશિખ ધ્રૂજી ઊઠી.

પરંતુ, સૈફુદ્દીને પોતાના બાહુપાશમાં પકડેલી બંને દીકરીઓને છાતી સાથે દબાવીને સધિયારો આપ્યો, "આપણને કશું નહીં થાય, હું ગયો હતો ગઈ કાલે પોલીસ સ્ટેશન. મેં એમને બધું કહ્યું છે - સાચેસાચું."

"તમારે સામેથી જવાની શી જરૂર હતી ?" અમ્મીએ લગભગ ચીસ પાડી.

"સામેથી જ જવું જોઈએ. તમે જોયું નહીં, એ લોકો કેટલી બધી વાર કહેતા હતા ટી.વી.માં કે, 'તમે કંઈ જાણતા હો તો અમને જણાવો...' ડેડી તમે બહુ સારું કર્યું..."

"મેં એમને ચિઠ્ઠીની ફોટોકોપી પણ આપી છે. આપણે જ્યારે કશું જાણતા જ નથી ત્યારે આપણને શું કામ ડર લાગવો જોઈએ ?"

"પણ એ લોકો આપણા ઘરે આખી રાત રોકાયા..."

"મહેમાન હતા. દેશથી આવ્યા હતા. દરેક પાકિસ્તાની કે મુસલમાન આતંકવાદી નથી હોતો એટલું તો અમેરિકન સરકાર સમજે જ છે."

"ડેડી..." નતાશા કંઈ બોલવા ગઈ પણ જસ્મીનની આંખો જોઈને ચૂપ થઈ ગઈ.

"હું સમજું છું બેટા, મને તમારી સલામતીની ફિકર છે. તમને કંઈ નહીં થાય."

"પોલીસ નહીં મારી નાખે તો આતંકવાદીઓના સાથીઓ મારી નાખશે આપણને."

અમ્મીનો ભય હવે જુદી દિશામાં વળ્યો હતો, "શું કામ ગયા તમે સામેથી ?"

"જે દેશનું નમક ખાઉં છું એની સાથે ગદ્દારી નહીં થાય મારાથી." સૈફુદ્દીનનો અવાજ ફાટી ગયો હતો. એમને ડૂમો ભરાઈ ગયો હતો, "હું મુજાહિર નથી, વતનપરસ્ત છું. મારા બબ્બે વતને મને જાકારો આપ્યો અને આ અજાણી ધરતીએ મને સલામતી, સુખ અને સમૃદ્ધિ આપ્યાં છે..."

"મરશો બધાંય." અમ્મીએ રડવાનું શરૂ કર્યું હતું, આજે ૧૨મી ઑક્ટોબર હતી. ઘટના બન્યાને ૩૧ દિવસ પૂરા થઈ ગયા હતા. ન્યૂયોર્કની કેડ ભાંગી ગઈ હતી અને છતાં શહેર ફરી બેઠું થઈ ગયું હતું. આ એક જ ઘર હતું કદાચ, જેમાં હજી આતંકનો ઓથાર શ્વાસ લઈ રહ્યો હતો.

"મને કોઈ ફિકર નથી. વતનની રક્ષામાં જાન આપી દેવી પડે તો આપી

દેવી જોઈએ એમ કુરાન કહે છે. ભૂલી ગઈ કરબલાનું એ યુદ્ધ? સ્ત્રીઓ અને બાળકો સહિત હુસેને ધર્મની રક્ષા માટે પ્રાણ આપ્યા..."

"અરે પણ..." અમ્મી હજુ રડી રહી હતી.

"ઇટ્સ ઓ.કે. અમ્મા." કબીરે કહ્યું અને પોતાના ઓરડામાં પાછો જવા લાગ્યો. ચૂપચાપ બહાર આવેલી અને આખું દૃશ્ય ચૂપચાપ જોઈને પોતાના ઓરડામાં ચૂપચાપ પાછી જઈ રહેલી સુહાનાએ એક નજર પિતા તરફ નાખી, એની આંખોમાં વિશ્વાસ હતો કે પિતા એને કંઈ નહીં થવા દે.

નતાશા હળવેથી પિતાના બાહુપાશમાંથી છૂટી પડી. એણે એક નજર જસ્મીન તરફ નાખી અને બહાર જતાં જતાં જસ્મીનને જ કહ્યું, "તારું ધ્યાન રાખજે... અને કંઈ જરૂર હોય તો મને કહેજે." એ ઘરની બહાર નીકળી ગઈ. અમ્મી પણ ધીમા અવાજે રડતાં રડતાં રસોડા તરફ જવા લાગ્યા. અમ્મીના ચાલી ગયા પછી સૈફુદ્દીને દીકરી સામે જોયું અને લગભગ જાતને કહેતા હોય એટલા ધીમા અવાજે કહ્યું, "આવા મુસલમાનોને જોઉં છું ત્યારે થાય છે કે મેં તારી જિંદગી બરબાદ કરી નાખી...શું ફેર પડત? એ છોકરો મુસલમાન ના બન્યો તો?"

"ડેડી !!" જસ્મીનની આંખો ભરાઈ આવી.

"જવું છે તારે હિન્દુસ્તાન? હું નહીં રોકું તને. હું તૈયાર છું તારાં લગ્ન એની સાથે કરાવવા." પછી ઊંડો શ્વાસ લઈને કહ્યું, "એ કોઈ પણ ધર્મનો હોય, તને પ્રેમ કરે છે એ અગત્યનું છે."

"હું... પછી વાત કરીશ ડેડી !" અને જસ્મીન સડસડાટ મોઢા પર હાથ દબાવીને રડતી રડતી પોતાના ઓરડા તરફ દોડી ગઈ.

એ ઓરડામાં બે પલંગ હતા. એક એનો અને એક નતાશાનો.

બંને તરફ વૉર્ડરોબ પોતપોતાના.

અને એક તરફ મોટા અરીસા સાથેનું ડ્રેસિંગ ટેબલ. જેના ઉપર એની અને નતાશાની ચીજો વિખરાયેલી હતી.

પોતાના ઓરડામાં જઈને ડ્રેસિંગ ટેબલ સામે ઊભી રહીને જસ્મીને પોતાનો ચહેરો જોયો. એને અચાનક જ પોતાની બાજુમાં તથાગતનો ચહેરો

દેખાયો, જસ્મીનની કમરમાં હાથ લપેટીને એના ખભે હડપચી મૂકીને, એના ગળા પર હોઠ ઘસી રહેલો તથાગત જાણે જસ્મીનમાં સંપૂર્ણપણે આસક્ત થઈને, આંખો મીંચીને એને પ્રેમ કરી રહ્યો હતો.

"આઈ લવ યુ..." તથાગતનો હસ્કી-ભીનો અવાજ એના કાનમાં ગૂંજી ઊઠ્યો.

એને ફરી એક ઊબકો આવ્યો અને એનો હાથ અજાણતાં જ પોતાના પેટ તરફ ગયો. જાણે જાતને જ લાડ કરતી હોય એમ સ્મિત સાથે એણે પેટ ઉપર હાથ ફેરવ્યો. ટી-શર્ટ ઊંચું કરીને એણે પોતાના અરીસામાં પોતાનું પેટ જોયું. ગોરું, ફ્લેટ, ઊંડી નાભી ધરાવતું, કોઈ મોડેલને શરમાવે એવું પેટ...

છેલ્લી વારની મુલાકાતે કદાચ એની નિશાની છોડી હતી આ પેટમાં...

અને અચાનક એણે પેટ પરથી જાણે દાઝી હોય એમ હાથ હટાવી લીધો. એને યાદ આવી ગઈ ૧૦મી સપ્ટેમ્બરની એ રાત, જ્યારે એના જ ઘરમાં, એના જ ઓરડામાં... એની સાથે...

કેમ કહી શકાય કે આ બાળક તથાગતનું જ છે?

કેમ કહી શકાય કે આ પ્રેમની નિશાની હતી - એના પર થયેલા બળાત્કારની નહીં!

૬

જસ્મીન અરીસામાં જોઈ રહી હતી.

એને તથાગતનો ચહેરો પોતાના ચહેરાની બિલકુલ બાજુમાં દેખાતો હતો.

છેલ્લી વખત છૂટા પડતી વખતે એણે તથાગત ઉપર જે પ્રકારનો આક્રોશ ઠાલવ્યો હતો એ પણ એને યાદ આવી ગયો.

કયા વળાંક ઉપર લઈ આવી હતી જિંદગી ?... જે પિતા માટે એણે પોતાના શ્વાસના પર્યાય જેવા તથાગતથી છૂટા પડવાનું નક્કી કર્યું એ જ પિતા હવે એને તથાગત પાસે જવાની છૂટ આપતા હતા !

અને જ્યારે બધું જ પોતાની દિશામાં ગોઠવાયું હતું ત્યારે પોતે કયા મોઢે તથાગત પાસે જાય એ પ્રશ્ન હતો !

વિધાતા આ કઈ રમત કરતી હતી પોતાની સાથે ?

જસ્મીન અરીસામાં જોઈને વિચારી રહી....

એ રાત જસ્મીનને આજે પણ એવી ને એવી યાદ હતી....

દસ સપ્ટેમ્બરની સવાર...

ચાર જણા મોહમ્મદ ઇમ્તિયાઝ શેખની લખેલી ચિઠ્ઠી લઈને પાકિસ્તાનથી આવ્યા હતા.

એક મોટી ઉંમરનો માણસ હતો. બત્રીસ-પાંત્રીસ વચ્ચે, દાઢી રાખતો અને ફ્રેમ વગરના સોનેરી દાંડીનાં ચશ્માં પહેરતો. બીજો ખૂબ દેખાવડો પઠાણ જેવી ગોરી ચામડી અને ભૂખરી આંખો ધરાવતો જુવાન છોકરો હતો. મોટે મોટેથી હસતો અને વાતેવાતે જોક મારતો ! ત્રીજો પ્રમાણમાં શાંત અને ગંભીર છોકરો હતો. ઓછું બોલતો, અને જે બોલતો તે સમજદારીપૂર્વકનું ! એને જોઈને એવું લાગતું હતું કે જાણે સતત કંઈ વિચાર્યા કરતો હોય. અને ચોથો સાવ નાની ઉંમરનો છોકરો હતો. ડરેલો, ગભરાયેલો - પહેલીવાર મા-બાપને મૂકીને નીકળ્યો હોય એમ ચારેય બાજુ ભયથી જોયા કરતો પેલો બીજો છોકરો જોક મારીને હસે ત્યારે એ હસવાનો પ્રયત્ન કરતો પણ હસી નહોતો શકતો !

પાંચ વખતના નમાઝી હતા ચારેય જણા. "આટલા જુવાન છોકરાઓને ધર્મનું આટલું બધું જ્ઞાન અને ઝનૂન હોય એ જોઈને જસ્મીનને અને એનાં ભાઈ બહેનોને સહેજ નવાઈ લાગી હતી.

નતાશાએ તો જસ્મીનની મજાક પણ કરી, "ડેડી ઇમ્પ્રેસ થઈ ગયા છે. ક્યાંક પેલા હેન્ડસમ જોડે તારા નિકાહની વાત ચલાવી નાંખે એવું બને...."

"ધત્" જસ્મીને નતાશાને ખભે એક ટપલી લગાવી, "મારે પરણવું જ નથી !"

"ક્યા બાત હે ? એક સાધુ અને બીજી ફકીર ?"

"સાચું કહું નતાશા ? "જસ્મીનનો ચહેરો ગંભીર થઈ ગયો અને આંખોમાં પાણી આવી ગયાં. "તથાગતથી છૂટી તો પડી ગઈ, ડેડીનું માન રાખવા મેં ફરી નહીં મળવાનું વચન પણ આપી દીધું ડેડીને...પણ હું એને ભૂલી નથી શકી !" નતાશા એની નજીક આવી ગઈ. એણે જસ્મીનના ખભે હાથ મૂક્યો, "મનમાં કોઈ હોય અને નિકાહ કોઈ બીજા સાથે કરવાની એ તો બેઈમાની છે નતાશા... નથી ?"

"અલ્લાહ બધું જુએ છે. એ તારી મુરાદ પણ પૂરી કરશે." નતાશાએ સહાનુભૂતિથી કહ્યું ત્યારે નતાશાને ક્યાં ખબર હતી. જસ્મીનની મુરાદ તો પૂરી થશે. પણ એ કઈ રીતે અને કેવી હાલતમાં....

જમતાં જમતાં અને આખા દિવસ દરમિયાન આનંદ વાતો થતી રહી હતી. દેશની મિટ્ટી, દેશનું ખાવાનું, દેશના લોકો.... અને ઈસ્લામ !

એ ચાર જણા જ્યારે જ્યારે ધર્મની વાત કાઢતા ત્યારે ત્યારે એમના ચહેરા પર આવી જતી ખૂની, ઝનૂની, લોહીઝાણ વૃત્તિ દરેક વખતે જસ્મીનને હલાવી ગઈ હતી. પછી એણે એવું વિચાર્યું કદાચ આ એના મનના વહેમ હશે.

"ઈસ્લામ તો પ્રેમ શીખવે છે. પડોશીને મૂકીને નહીં ખાવાની વાત છે ઈસ્લામમાં" જસ્મીનના પિતા સૈફુદ્દીન મહેમાનો સાથે બિસ્મિલ્લાહ કરીને ભોજનની શરૂઆત કરી રહ્યા હતા, "ભારત આપણું પડોશી છે, ભાઈ છે. હિન્દુસ્તાનમાંથી છૂટાં પડેલાં એક લોહીનાં બે સંતાનો છીએ આપણે પછી એકબીજાના લોહીના તરસ્યા કેમ ? "

એ ચાર જણામાંનો એક જે ઉંમરમાં મોટો લાગતો હતો અને પ્રમાણમાં બુદ્ધિશાળી દેખાતો હતો એણે જવાબ આપ્યો, "તમે શું જાણો છો અહીં પરદેશમાં બેસીને ? " બાકીના ત્રણની આંખોમાં લોહી તો ઊતરી જ આવ્યું હતું, "તમે જેને ભાઈ કહો છો એ દેશમાં આપણા ભાઈઓ સાથે શું સલુક થાય છે એ ખબર છે તમને ? એને લઘુમતી ગણે છે.... એમની સાથે ડગલે ને પગલે અન્યાય થાય છે. સરકારી નોકરીઓમાં, ઉચ્ચ શિક્ષણમાં અને બીજી દરેક જગ્યાએ એમના ધર્મનું સામ્રાજ્ય છે."

એક બીજો છોકરો જરા જુવાન હતો, એનું ગરમ લોહી એના ચહેરા પર ચાડી ખાતું હતું. એણે ચર્ચામાં ઝુકાવી દીધું, "અમારે અમારા અલગ વાડા કરવા પડે છે. અમને બીજા ધર્મના વિસ્તારોમાં ઘર નથી મળતું. સતત ફફડતા રહેવું પડે છે. રોજ સવારે ઊઠીને ભારત પ્રત્યેની અમારી નિષ્ઠા અમારે પુરવાર કરવી પડે છે...."

સૈફુદ્દીન મમતાળુ નજરથી એ છોકરા સામું જોઈ રહ્યો. નતાશાની ઉંમરનો હતો એ છોકરો.

"બેટા ! પાકિસ્તાન ચાલી ગયેલા લોકો પણ બહુ સુખી નથી. એમને

મુહાઝિર કહેવામાં આવે છે. મૂળ પાકિસ્તાનીઓ એમને આજે પણ, છ દાયકા પછી પણ પારકા ગણે છે !" સૈફુદ્દીનની આંખોમાં પાણી આવી ગયાં, "એ વિના અહીયાં રહીએ છીએ ? બેટા, માણસને કોઈ પણ દુઃખ હોય એ સહન થઈ જાય પણ કોઈ એને વતનથી બે-વતન કરી નાંખે એનાથી મોટી સજા બીજી કઈ હોઈ શકે ?"

પહેલો મોટી ઉંમરનો માણસ સૈફુદ્દીનની સામે જોઈ રહ્યો હતો. એણે સૈફુદ્દીનના ખભે હાથ મૂક્યો, "ચાચા, એટલે જ એક જેહાદ શરૂ કરી છે દુનિયાભરમાં.... મુસલમાનોને એનો અધિકાર અપાવવાની અને એમનું સન્માન પાછું મળે એ માટેની લડાઈ છે આ"

નતાશા અને જસ્મીન એની સામે જોઈ રહ્યાં હતાં. એણે ધીરેથી જસ્મીનની સામું જોયું, કોણ જાણે શું હતું એ આંખોમાં, પણ જસ્મીનથી એ આંખો સહેવાઈ નહીં, એણે નજર ઝુકાવી લીધી ! પેલો માણસ હજુ બોલી રહ્યો હતો, "તમારા જેવા વતન છોડીને ભાગી જનારા ઘણા છે ચાચા, પણ વતન ફીરભી વતન હોય છે. અને પોતાના વતન માટે જાન આપી દેવાની, પોતાના ધર્મ માટે ફના થઈ જવાની ઈસ્લામની શીખ છે."

એ ચારમાંથી એક છોકરો હતો જે આવ્યો ત્યારથી કશું જ નહોતો બોલ્યો.

બસ ચૂપચાપ મોટી મોટી આંખોથી ચારેય તરફ જોયા કરતો હતો. એના ચહેરા પર ભય - આતંકના ભાવ દેખાતા હતા. પણ પછી જસ્મીનને લાગ્યું કે કદાચ એની ભૂલ હોય....

એ છોકરાનું ધ્યાન અત્યારે ખાવામાં પણ નહોતું. એ રોટી હાથમાં પકડીને કંઈ વિચારી રહ્યો હતો. પેલા મોટી ઉંમરના માણસે એના ખભે ધબ્બો માર્યો, "ક્યું બરખુરદાર ! જમી લે જમી લે, પેટ ભરીને ખાઈ લે." પછી સૌ સામે એક સરસરી નજર નાંખીને ઉમેર્યું, "કાલ કોણે જોઈ છે ?"

એણે આટલું કહ્યું કે પેલા છોકરાનો ચહેરો ધોળી પૂણી જેવો થઈ ગયો. જાણે ભૂત જોયું હોય એમ છળી મર્યો એ છોકરો, ખાતાં ખાતાં. સૈફુદ્દીને એ છોકરાના ખભે હાથ ફેરવ્યો, "શું વાત છે બેટા, તબિયત તો ઠીક છે ને ?"

છોકરાની આંખો અકારણ ભરાઈ આવી, પેલા મોટી ઉંમરના માણસે એની સામે કંઈ વિચિત્ર રીતે જોયું. છોકરો વધારે ડરી ગયો અને નીચું જોઈને

ખાવાનો પ્રયત્ન કરવા લાગ્યો.

"કાશ્મીરના મુદ્દાથી શરૂ કરીને આપણી વફાદારી સુધી દરેક વાતમાં આપણને નીચા અને નકામા ગણવામાં આવે છે કેમ ? કારણ કે આપણો ધર્મ જુદો છે..." પેલો દેખાવડો ગરમ લોહીનો છોકરો જરા ઊંચા અવાજે બોલી ગયો.

"બસ હવે ખાતી વખતે અલ્લાહનું નામ લો. આ બધી શું વાતો લઈને બેઠા છો ?" જસ્મીનની અમ્મીએ કહ્યું.

"મેં સાંભળ્યું છે કોઈ હિન્દુ છોકરા સાથે નિકાહ કરવા માગતી હતી..." પેલા મોટી ઉંમરના માણસે જસ્મીનના ચહેરા પર નજર નોંધી, "...તમારી દીકરી"

"ખરી વાત છે" સૈફુદ્દીને ભોળાભાવે કહ્યું, "આ જસ્મીન ! બહુ પ્રેમ કરતી હતી. છોકરો પણ સારો જ હતો પણ મેં એને કહ્યું ધર્મ બદલવો પડશે..."

"પછી ?" પેલા માણસનો કોળિયો હાથમાં જ અટકી ગયો.

"પછી શું ? એ ચાલી ગયો..." સૈફુદ્દીન બોલવાનું પૂરું કરે એ પહેલાં જસ્મીનને ડૂમો ભરાઈ ગયો. અને જસ્મીન ત્યાંથી ઊભી થઈને પોતાના રૂમમાં ચાલી ગઈ.

"હજી બહુ પ્રેમ કરે છે. ભૂલી નથી શકી એને." પેલા માણસે સૈફુદ્દીનની સામું જોઈને કહ્યું.

"ભૂલી જશે, ધીરેધીરે..." પછી જાણે અચાનક જ કોઈ ભાર વધી ગયો હોય એમ સૌ ચૂપચાપ જમવા લાગ્યા. કોઈ ભાગ્યે જ કશું બોલ્યું. ખાવાનું પૂરું થયું અને બધા પોતપોતાના ઓરડામાં સૂવા માટે ચાલી ગયાં. મહેમાનોનો ઓરડો તૈયાર હતો એ લોકો વહેલી સવારે નીકળી જવાના હતા.

નતાશા અને જસ્મીન પોતાના રૂમમાં વાતો કરતાં મોડે સુધી જાગતાં રહ્યાં. તથાગતની આવેલા મહેમાનોની, નતાશાના નવા ક્લાસીસની અને બીજી કેટલીય વાતો બંને બહેનો વચ્ચે થતી રહી.

નતાશાને સખત કફ અને શરદી હતાં એટલે જસ્મીને એને દસ મિલીલિટર કફસીરપ પીવડાવી દીધો. આલ્કોહોલવાળો કફસીરપ પીતાં જ નતાશાની

આંખો ઘેરાવા લાગી. એ ઘસઘસાટ સૂઈ ગઈ.

મોડી રાત્રે જસ્મીનને અચાનક લાગ્યું એના પલંગ પર કોઈ બેઠું છે. એણે ચોંકીને આંખ ખોલી. એને અંધારામાં એક આકાર દેખાયો. એ ચીસ પાડવા જાય એ પહેલાં એના મોઢા પર એક હાથ દબાયો. એ કંઈ સમજે તે પહેલાં એના મોઢા પર એક રૂમાલ બંધાઈ ગયો. અને ગળા ઉપર પિસ્તોલની નળીનો ઠંડો સ્પર્શ થયો.

જસ્મીન છૂટવા માટે તરફડવા લાગી.

"ખબરદાર જો અવાજ કર્યો છે તો....તારાં મા-બાપ અને ભાઈબહેનને એક જ રીમોટથી ફૂંકી મારીશ." જસ્મીન આ અવાજ ઓળખતી હતી. એની આંખો પહોળી થઈ ગઈ.

પછી એના બંને હાથ પકડીને એ માણસે એના નાઈટ ગાઉનનાં બટન ખોલવા માંડ્યાં જસ્મીને પગ પછાડ્યાં. પેલા માણસે એવા જ દબાયેલા અવાજે કહ્યું, "તારા કુટુંબની ખેરિયત ચાહતી હોય તો ચૂપ રહે."

પરસેવે રેબઝેબ પહોળી આંખો સાથે અને તડપતા હૃદયે જસ્મીન પોતાની સાથે જે થતું હતું એ સમજી શકતી હોવા છતાં ચૂપ રહી. પેલા માણસે એનાં વસ્ત્રો ઉતાર્યાં અને પછી એની સાથે બળાત્કાર કર્યો....

જસ્મીન એક પણ અક્ષર બોલ્યા કરતાં જાણે પથ્થર હોય એમ ચૂપચાપ પડી રહી.

પેલા માણસે ઊભા થઈ પોતાનું જીન્સ ચઢાવ્યું, ઝીપ બંધ કરતાં વાંકા વળીને જસ્મીનને કહ્યું, "મુસલમાન થઈને એક હિન્દુના પ્રેમમાં પડવાની આ સજા છે..."

જસ્મીનની આંખોમાંથી બંને તરફ આંસુ વહી રહ્યાં હતાં. એનું ઓશીકું પલળી ગયું હતું અને એનાં ડૂસકાં ગળામાં ભીંસાઈને રહી ગયાં હતાં.

*

એ માણસ જસ્મીનના રૂમમાંથી સડસડાટ બહાર નીકળી ગયો. જસ્મીનને થયું કે એ ડૂસકાં ભરી ભરીને રડે, ચીસો પાડે, પોતાના પિતાને જગાડીને કહે કે, "આ... આ છે મુસલમાન !" પણ પછી એને એ માણસની ધમકી યાદ આવી ગઈ. એ ચૂપચાપ મોડી રાત સુધી રડતી રહી.

અચાનક એને જાણે કોઈ બાજુમાં આવીને સૂતું હોય એવો આભાસ થયો. એણે જોયું તો નતાશા આવીને બાજુમાં સૂતી હતી.

"મને બહુ ડર લાગે છે દીદી !"

"નટ્સ !" અમેરિકામાં ઊછરેલી જસ્મીન નતાશાને 'નટ્સ' કહેતી.

"દીદી, મને ખબર છે... હું જાગતી હતી, પણ મારી હિંમત ન થઈ... બૂમો પાડવાની..." નતાશા જાણે સાવ નાનું બાળક હોય એમ જસ્મીનના પડખામાં લપાઈ, "આઇ એમ સૉરી દીદી, આઇ એમ વેરી સૉરી..."

"જે થવાનું હતું એ થઈ ગયું. બસ, મને એક વચન આપ કે તું આ વિશે કોઈને નહીં કહે." નતાશા જસ્મીનના પડખામાં એવી રીતે ભરાઈ જાણે વગર કહ્યે વચન અપાઈ જ ગયું હોય.

સવારે જ્યારે જસ્મીને આંખો ખોલી ત્યારે એનું આખું શરીર દુઃખતું હતું, એ માણસના ઝનૂન અને પશુ જેવા વર્તાવને કારણે ઠેર ઠેર નખોરિયાં ઊપસી આવ્યાં હતાં. બ્રશ કરતી વખતે એણે અરીસામાં પોતાના ગળા પર ભૂરું ચાઠું જોયું. એને એ વાત એના પિતાને કહેવાની ઈચ્છા થઈ આવી, પણ પછી એને સમજાયું કે આ વાત કહેવાથી ક્યાં અને શું થઈ શકે ? એ ચૂપ રહી અને તૈયાર થઈને યુનિવર્સિટી જવા નીકળી ગઈ.

હજી સવારનું એક લેક્ચર થયું અને આખી યુનિવર્સિટીમાં હો-હા થઈ ગઈ.

વર્લ્ડ ટ્રેડ સેન્ટરને કોઈ અજાણ્યા માણસોએ વિમાન અથડાવીને તોડી નાખ્યું હતું, એ સમાચારની ધ્રુજારી હજુ શમે એ પહેલાં તો પેન્ટાગોનના સમાચાર આવ્યા...

એક ગાંડી દોડભાગ મચી ગઈ. બધાં પોતપોતાનાં સગાંવહાલાંઓની ખબર કાઢવા અને ઘેર પહોંચવા ઉતાવળ કરી રહ્યા હતા. અમેરિકન સરકારના પાયા મૂળમાંથી હચમચી ગયા હતા.

જસ્મીન ઘરે આવી ત્યારે એની માનો ચહેરો ઊતરેલો હતો.

પિતા પણ ખૂબ વિચલિત દેખાતા હતા. આ જે કંઈ બન્યું તેને કારણે હશે એમ માનીને જસ્મીન ચૂપચાપ પોતાના રૂમ તરફ આગળ વધી. એની માએ જસ્મીનને બૂમ પાડીને બોલાવી.

"બેટા, ગઈ કાલે આપણે ઘરે જે ચાર માણસો આવ્યા હતા એ આતંકવાદીઓ હતા." એની માએ ધ્રૂજતા અવાજે અને પહોળી આંખોએ કહ્યું. પિતા હજુયે સોફામાં નીચું જોઈને બેસી રહ્યા હતા. એમના તો જાણે પ્રાણ જ હરાઈ ગયા હતા. કંઈ બોલવા કે કહેવાની એમને સુધ જ નહોતી રહી જાણે.

જસ્મીનની માએ આગળ ચલાવ્યું, "આટલી મુસીબત ઓછી હોય એમ ઉપર જતાં તારા ચાચાની ચિઠ્ઠી આ નિહાયતી શરીફ થઈને પોલીસ સ્ટેશનમાં આપવાની વાત કરે છે. હવે અલ્લાહ જાણે, આપણું શું થવાનું છે..." પછી એમણે અકળાયેલા અવાજે સૈફુદ્દીને બૂમ પાડી, "તો શું કરું ? કાયરની જેમ ભાગી જાઉં દેશ છોડીને ? ભારત છોડીને પાકિસ્તાન ગયા, પાકિસ્તાન છોડીને અહીં આવ્યા, હવે ક્યાં જઈએ કહે મને !"

"મને શું પૂછો છો, પૂછો તમારા ભાઈને, જેણે મારાં ચાર છોકરાં અને મારી જિંદગી દાવ પર લગાડી છે."

"હા હા, એને જ પૂછીશ અને હું એને નહીં પૂછું તો અમેરિકાની પોલીસ પૂછશે એને."

"હા, પોલીસ તો એને પૂછશે જ, પણ તમે તો ત્યારે પૂછશો જ્યારે પૂછવા માટે જીવતા રહેશો... એ લોકો આપણને જીવતા નહીં છોડે." જસ્મીનની માએ મોટા અવાજે રડવા માંડ્યું.

આ બધી બૂમાબૂમમાં જસ્મીનને પોતાની વાત કહેવાનો સમય જ ના મળ્યો.

દિવસો વીતતા રહ્યા અને કુટુંબ એક ફફડાટ હેઠળ, એક ભય અને આતંકના ઓથાર હેઠળ જીવતું રહ્યું, વચ્ચે વચ્ચે રાત્રે ફોન આવતા... આખા ઘરની ઊંઘ ઊડી જતી.

કોઈ કશું બોલતું નહીં... અથવા કોઈ ભારે અવાજમાં કહેતું, "તમે ખુદાની રાહમાં સાથ આપ્યો છે, ખુદા તમારું ભલું કરશે..." અથવા "તમે કાફિરોને પાઠ ભણાવવામાં બહુ મોટી મદદ કરી છે. અલ્લાહ તમારી હર મુરાદ પૂરી કરશે..."

ફોન આવ્યા પછી આખું કુટુંબ જાગતું બેસી રહેતું.

ક્યારેક કબીર ગભરાઈને ઘરમાં દાખલ થતો અને હાંફતો હાંફતો કહેતો, "અમ્મી, કોઈ મારો પીછો કરે છે."

તો ક્યારેક અમેરિકન પોલીસ આવીને કલાકો સવાલ-જવાબ કરતી. એ માણસોએ ક્યાં ફોન કર્યા હતા, શું ખાધું હતું, કઈ રીતે વર્તતા હતાથી શરૂ કરીને વારંવાર એમને કંઈ યાદ આવતું હોય તો પૂછવા માટેના જાત જાતના સવાલો હતા અમેરિકન પોલીસ પાસે... આખું ઘર ત્રાહિમામ્ પોકારી ગયું હતું. કોઈને સમજાતું નહોતું કે આ પરિસ્થિતિમાંથી છૂટવાનો ઉપાય શું છે?

અને એટલું ઓછું હોય એમ આજે ૧૨ ઑક્ટોબરે જસ્મીનને એના શરીરમાં પાંગરી રહેલા એક જીવના સમાચાર મળ્યા હતા!

*

તથાગત લગ્નના વિચારમાત્રથી ધ્રૂજી ઊઠ્યો હતો અને છતાં અહીં જે એશોઆરામ અને પ્રસિદ્ધિ એને મળી રહ્યાં હતાં એ છોડવાની એની માનસિક તૈયારી નહોતી. એ એશોઆરામ અને સુખ મેળવવા માટે એણે હથિયાર નાખીને, પોતાના બધા જ વિદ્રોહને વિસારે પાડીને અહીંના નિયમો સ્વીકારવાના હતા.

અને અહીંનો એક અફર, કડક નિયમ હાથ પસારીને ગાદીવારસ માગતો હતો! માઈને મળીને આવ્યા પછી તથાગત આખી રાત સૂઈ નહોતો શક્યો. સવારના પ્રવચનમાં જતી વખતે પણ એની મનોદશા વિક્ષિપ્ત જેવી હતી.

પ્રવચનમાં પણ એનાથી જાણે મનની વાત કહેવાઈ ગઈ હતી, "સ્ત્રી-પુરુષ વચ્ચેના શારીરિક સંબંધોને પ્રજોત્પત્તિ સાથે જોડીને પરમાત્માએ અન્યાય કર્યો છે. શરીર એક અભિવ્યક્તિનું માધ્યમ છે. સ્પર્શ શબ્દને બદલે વાપરી શકાય છે અને જ્યારે બીજી વ્યક્તિ સુધી પહોંચવાની તમારી ઝંખના તીવ્ર થઈ જાય ત્યારનો સ્પર્શ એ સંભોગ છે... બીજી વ્યક્તિમાં તમારી લાગણીઓનું, તમારા સુખનું અને તમારા સમગ્ર અસ્તિત્વનું આરોપણ એ પણ શરીરથી શરીરનો સંબંધ છે... એને સંતાન સાથે કે વંશવેલા સાથે કે આવનારી પેઢીઓની ઉત્પત્તિ સાથે જોડવાની પ્રક્રિયા એ ખરેખર ભૂલ છે..."

હંમેશની જેમ એને મંત્રમુગ્ધ થઈને સાંભળી રહેલા લોકો તથાગતના વાણીપ્રવાહમાં વહેતા રહ્યા.

પરંતુ, દીવાકર ખત્રીને એ વાત સમજાઈ કે તથાગતના મનોમંથનના પરિણામરૂપ આજનું આ પ્રવચન હાજર ભક્તગણ અને જનતા માટે ઓછું, અને પોતાના માટે વધારે હતું.

"લાલા..." તથાગત આંખો બંધ કરીને આરામખુરશીમાં બેઠો હતો. એણે પોતાનો જમણો હાથ કોણીએથી વાળીને આંખ પર ગોઠવ્યો હતો. આજે એને કોઈ મુલાકાતીને મળવામાં રસ નહોતો. ગઈ કાલ રાત્રે માઈએ કહેલી વાત રહી રહીને એને પજવતી હતી.

"આવો." તથાગતે હાથ હટાવીને આંખો ખોલી અને અનિચ્છાએ દીવાકર ખત્રીને આવકાર આપ્યો. એને આવકાર આપતાંની સાથે જ તથાગતના મનમાં વિચાર આવ્યો, "કેટલો બદલાઈ ગયો હતો પોતે ! પોતાને ગમે એવું અને એટલું જ જીવનાર, એક માણસ બીજાના ગમા-અણગમા પર જીવતો થઈ ગયો હતો. બીજાની માગણીઓ સંતોષતો, બીજાએ બનાવેલા નિયમો પાળતો, ઇચ્છા-અનિચ્છાએ બીજાઓના વશમાં જીવી રહેલો આ માણસ આજે પોતે જ પોતાને નહોતો ઓળખી શકતો." આ વિચારની સાથે જ તથાગતના ચહેરા પર સ્મિત આવી ગયું અને સાથે જ વિચાર પણ આવ્યો, "સત્તા-સંપત્તિ અને શોહરત કેવી વસ્તુઓ હતી ?! પોતાના જેવા માણસ પાસે પણ ધાર્યું કરાવતી હતી આ વસ્તુઓ." બાકી, આ દીવાકર ખત્રીને 'આવો'ને બદલે 'અહીંથી જાવ' કહેવાની ઇચ્છા હતી એની.

"લાલા..." દીવાકર ખત્રી પૂછ્યા વગર ખુરશી ખેંચીને તથાગતની સામે ગોઠવાઈ ગયા, "દેશ-વિદેશમાંથી નિમંત્રણો આવે છે. જવું પડશે."

"હમણાં તો ક્યાંય નહીં જવાય."

"કેમ ?"

ચીડ તો એવી ચડી તથાગતને કે દીવાકર ખત્રીને ચોખ્ખું સંભળાવી દે, "કેમ એટલે શું ? મારી ઇચ્છા, મારી મરજી... એક વાર કહ્યું કે નહીં જવાય તો નહીં જવાય." પરંતુ એને બદલે એણે સ્મિત કરીને દીવાકર ખત્રીને જવાબ આપ્યો, "માઈને મૂકીને એકલા જવાની ઇચ્છા નથી મારી. માઈ હમણાં આવશે નહીં અને માઈ વગર જવાનું મને ગમશે નહીં."

"પણ મેં તો હા પાડી દીધી છે."

તથાગતને રાડ પાડીને દીવાકર ખત્રીને પૂછવું હતું, "તું હા પાડનારો છે કોણ ? તારી ઔકાત શું છે ?" પણ પિતાએ ઊભા કરેલા આ કેટલાક એવા માણસો હતા જેમનું આ આશ્રમમાં ઘણું વર્ચસ્વ હતું. એમની વિરુદ્ધ જઈને પ્રશ્નો ઊભા કરવા સિવાય બીજું કંઈ થઈ શકવાનું નહોતું, અને એટલે જ મેનેજમેન્ટમાં પોતે ભણ્યો હતો એ પ્રમાણે સિસ્ટમને તોડવા માટે તથાગત સિસ્ટમનો ભાગ બનતો જતો હતો.

"તો તમે મને જણાવવા આવ્યા છો, પૂછવા નહીં." તથાગતે ઠાવકાઈથી પોતાનો અણગમો જાહેર કર્યો.

"હેં... હેં... હેં..." દીવાકર ખત્રી હસી રહ્યો હતો. એના મોટા અને પીળા દાંત દેખાતા હતા. એની આંખોમાંથી ખંધાઈ ટપકતી હતી. તથાગતનો અણગમો જાણ્યો ને તે છતાંય એને કોઈ ફેર ના પડ્યો હોય એવી રીતે એણે કહ્યું, "લાલા, આવતા અઠવાડિયે નીકળવું પડશે. તમારો પાસપોર્ટ જોઈશે. થોડો લાંબો પ્રવાસ છે એટલે માઈની વ્યવસ્થા હું કરી દઈશ."

જાળમાં સપડાયેલા હરણની જેમ તથાગતને હાથ-પગ પછાડવાની ઇચ્છા થઈ. આ પૈસા, આ પ્રસિદ્ધિ અને બહાર કીડિયારાની જેમ ઊભરાતી ભક્તગણોની ભીડ તથાગતને લીધે હતી અને છતાં તથાગત પોતે કેટલો પરવશ...!

જાણે કોઈના હાથની કઠપૂતળી બનીને જીવી રહ્યો હતો તથાગત.

એ ધાર્યું કરે છે અથવા એને ગમે તેમ જીવે છે, એ માત્ર એનો જુઠ્ઠો અહમ્ હતો ! સત્ય તો બંને જણા જાણતા હતા. તથાગત અને દીવાકર ખત્રી બેઉ !

ધીમે ધીમે તથાગતને પોતાના પિતાની પરિસ્થિતિનો ખ્યાલ આવતો જતો હતો. અહીં પિતા જે સ્થિતિમાં હતા, લગભગ એ અને એવી જ સ્થિતિમાં લાવીને તથાગતને મૂકી દેવાની અહીંના ટ્રસ્ટીઓની, ખાસ કરીને દીવાકર ખત્રીની એક પછી એક ચાલ સફળ થતી જતી હતી.

પહેલાં ગાદીએ બેસાડવો, પછી એનો ઉપયોગ કરીને એને જ મહાન બનાવી દેવો, પછી લગ્ન અને વારસ, અને પછી એમના નિશ્ચિત કરેલા, એમણે દોરેલા વર્તુળમાં પુરાઈને જિંદગી જીવવી... જીવતા જવું... જીવ્યા કરવું એ જ પ્રયાસ હતો દીવાકર ખત્રીનો.

તથાગતે ગાંઠ વાળી લીધી. એ દીવાકર ખત્રીનો પ્રયાસ સફળ નહીં થવા દે. બીજા ઇચ્છે એમ નહીં જીવે પોતે !

“મારાથી નહીં નીકળાય દીવાકરભાઈ.” તથાગતે જરા ઊંચા અવાજમાં કહી દીધું.

“આપણે અમેરિકા જઈએ છીએ, લાલા ! એ અમેરિકા, જ્યાં તમે ભણ્યા...” અને પછી આંખો ઝીણી કરીને શિયાળની ખંધાઈ સાથે દબાયેલા અવાજે ઉમેર્યું, “એ અમેરિકા લાલા, જ્યાં જસ્મીન રહે છે !” તથાગત જાણે ઊંઘમાં કોઈએ એના પર ઠંડું પાણી રેડ્યું હોય એમ બેબાકળો થઈ ગયો !

જાત પર ગમે તેટલો કાબૂ રાખવા છતાં એને લાગેલા આંચકાના હાવભાવ એના ચહેરા પર આવી જ ગયા, અને દીવાકર ખત્રીની બાજ જેવી નજરથી એ છાના પણ ના જ રહ્યા.

૭

'ન્યૂયોર્ક ટાઈમ્સ'માં પહેલા પાના ઉપર જમણી બાજુના નીચેના ખૂણે તથાગતનો ફોટો હતો અને ફક્ત બે જ લાઈન લખેલી હતી, "દુનિયાભરને ઘેલું લગાડનાર યુવાન તથાગત અમેરિકામાં, પોતાની જાતને સાધુ કે સંત ગણાવવાની ના પાડતો આ યુવાન વિવેકાનંદ, બુદ્ધ, સાર્ત્ર અને રજનીશની યાદ અપાવે છે." એ પછી અમેરિકામાં એનો કાર્યક્રમ અને એ જ્યાં જ્યાં ઊતરવાનો હતો, જ્યાં જ્યાં જવાનો હતો એની વિગતો છપાઈ હતી. નતાશાએ એ છાપું જસ્મીન તરફ સરકાવ્યું. જાણે તથાગતને ઓળખતી જ ના હોય એમ જસ્મીને છાપું ઉપાડીને પાનું ફેરવી કાઢ્યું.

પણ એના મનમાં તથાગતને મળવાની એક બહુ જ નાની કૂંપળ ફૂટી રહી.

હવે તો પિતાએ પણ રજા આપી હતી... અને છતાં, એની અંદરથી કશુંક રોકી રહ્યું હતું એને.

વારાફરતી બધાં બ્રેકફાસ્ટના ટેબલ પરથી ઊઠી ગયાં, પણ જસ્મીન ત્યાં

જ બેસી રહી. બધાંના ગયા પછી એણે છાપાનું પહેલું પાનું જોયું અને ધ્યાનથી અમેરિકામાં તથાગતનો કાર્યક્રમ જોવા લાગી. એ ચાર દિવસ ન્યૂયોર્ક રોકાવાનો હતો. એ પછી બીજાં શહેરોમાં અને સ્ટેટ્સમાં જઈને પાછો ન્યૂયોર્ક આવવાનો હતો. ખાસ્સો મહિનાનો કાર્યક્રમ હતો.

"હું મળીશ એને." જસ્મીને ગાંઠ વાળી અને ટેબલ પરથી ઊભી થઈ ગઈ.

તથાગત માટે પ્રવાસ એ મોટી બાબત નહોતી, પણ દીવાકર જે રીતે આ પ્રવાસનું આયોજન કરી રહ્યો હતો એ તથાગત માટે ઘણી અકળાવનારી બાબત હતી. બે સેવકો, બે-ત્રણ ભક્તો અને બીજા કેટલાય માણસોના ટોળાને સાથે લઈને પ્રવાસ કરવાનો હતો. ટિકિટોથી શરૂ કરીને બધું જ મફત. પ્રવચન કરવાના અને પધરામણી કરવાના પણ દીવાકર ભાવ નક્કી કરતો હતો એવું તથાગતને ધરમસિંહે કહ્યું હતું.

દીવાકરે પૂરેપૂરો પ્રયાસ કર્યો કે ધરમસિંહને આ પ્રવાસમાંથી બાકાત કરી શકાય, પરંતુ તથાગતના હઠાગ્રહ સામે દીવાકરનું ખાસ કંઈ ચાલ્યું નહીં. એટલે હવે ધરમસિંહ પણ આ પ્રવાસમાં સાથે જવાનો હતો.

દીવાકર ખત્રીને તો જાણે મોટી બિઝનેસ ડીલ કરવા જતો હોય એવો ઉત્સાહ હતો. આજુબાજુ કોણ ઊભું છે એની ચિંતા કર્યા વગર એ મોટે મોટેથી ડૉલરની લેવડ-દેવડની ચર્ચા કરતો. વળી આશ્રમને અપાનારાં દાન તો ચેકમાં, પણ મારું શું એવું સ્પષ્ટ પૂછીને પોતાની વ્યવસ્થા પણ કરી રહ્યો હતો એ આશ્રમમાં લગભગ બધાને ખબર હતી.

તથાગતને ઘૃણા થતી હતી પોતાની જાત પર. એને આ બધું એક ઝટકામાં છોડીને ચાલી નીકળવું હતું, પણ એવું થઈ શકતું નહોતું!

તથાગત જાણતો હતો કે પોતે છે ત્યાં સુધી તો દીવાકર ખત્રી હજીયે થોડોઘણો કાબૂમાં રહેશે અને હમણાં પોતે કંઈ નથી કરતો એટલે દીવાકર ખત્રી ધાર્યું કરી રહ્યો છે એવું પણ તથાગતને લાગતું હતું.

પોતાની જાતને બરાબર ઓળખતા તથાગતને ખબર હતી કે જે દિવસે પોતે માથું ફેરવશે અને લગામ પોતાના હાથમાં લેવા માગશે એ દિવસે ધરતી રસાતાળ જાય તો પણ... આકાશ તૂટી પડે તો પણ... પોતે એવું કરી શકે એટલો દઢનિશ્ચયી હતો.

કોઈ પણ પગલું લેતા પહેલાં તથાગત સમજવા માગતો હતો કે બળવો કેટલું અને કેવું નુકસાન કરી શકે. દીવાકર ખત્રીનાં મૂળ આ આશ્રમમાં કેટલાં ઊંડાં છે... એને ફેંકી દેવો હોય તો સાથે કોને કોને હટાવવા પડશે.

ક્યારેક તથાગતને પોતાને નવાઈ લાગતી - પ્રવચન આપતો તથાગત, તત્ત્વજ્ઞાન અને ચિંતનની વાતો કરતો તથાગત, પ્રવચનમાં બેઠેલા હજારો માણસોની ચેતના સુધી પહોંચીને એમને ઝકઝોરી નાખતો, એમને નવા વિચાર તરફ લઈ જતો, નવી દિશા બતાવતો તથાગત જુદો હતો, અને આશ્રમના આ સાવ નાનકડા રાજકારણની રમતમાં પોતાની જાતને સંડોવીને દીવાકર ખત્રી સામે બાથ ભીડવા નીકળેલો તથાગત સાવ જુદો હતો... માઈના ખોળામાં માથું મૂકીને નાનું બાળક બની જતો તથાગત સાવ જુદો હતો અને અડધી રાત્રે જસ્મીનના વિચારે શરીરનું એક એક રૂંવાડું ઊભું થઈ જાય એવી તન અને મનની દાહ અનુભવતો તથાગત પણ સાવ જુદો હતો.

અને આ બધા તથાગત એક જ તથાગતની અંદર જીવતા હતા.

*

જસ્મીન યુનિવર્સિટી લાઈબ્રેરીનાં પગથિયાં ઊતરતી હતી. ત્યાં એક માણસ આવીને તેની બાજુમાં ઊભો રહ્યો. એણે જસ્મીનની આંખોમાં જોયું. પછી જસ્મીનને ઇશારો કરીને સાઈડમાં બોલાવી. જસ્મીને ત્યાં જ ઊભા રહીને કહ્યું, "શું વાત છે ? અહીં જ કહો."

પેલા માણસે ખૂબ ધીમેથી કહ્યું, "અંગત કામ છે."

જસ્મીને આજુબાજુ જોયું, "અહીં કોઈ નથી, અહીં જ વાત કરો."

"તથાગત ન્યૂયોર્ક આવે છે. તમે તો વાંચ્યું જ હશે."

"કોણ તથાગત ?" જસ્મીનનો ચહેરો ફરી ગયો.

પેલો માણસ હસી પડ્યો, "મને મૂરખ બનાવશો મેડમ ? હું રાત-દિવસ પડછાયાની જેમ તમારી પાછળ હોઉં છું. હું જાણું છું કે તમે ઘણી વાર એકલાં દરિયાકિનારે જઈને ઊભાં રહો છો... તથાગતનો ફોટો કાઢીને જોયા કરો છો. તમે બંને જણા જ્યાં જતાં હતાં અને મળતાં હતાં એવી બધી જગ્યાઓએ તમે એકલાં એકલાં જાવ છો... તથાગતના અપાર્ટમેન્ટના બિલ્ડિંગ સામે તમને કેટલીયે વાર ઊભેલાં જોયાં છે મેં... તમારા લેપટોપના સ્ક્રિન સેવર પર આજે પણ તથાગતનો ફોટો છે." એ માણસ જોરજોરથી હસવા લાગ્યો,

"તમે મને મૂરખ બનાવશો મેડમ ? મને ?" એ માણસ જસ્મીનની નજીક આવ્યો, "તમે ડૉક્ટર રૂખસાર અહેમદીને ત્યાં બે વાર જઈ આવ્યાં એની પણ ખબર છે મને." પછી એ જસ્મીનની એટલો નજીક આવ્યો કે એના શ્વાસ જસ્મીનના કાન પર અથડાયા, "બધું બરાબર તો છે ને મેડમ ?"

"ક.... કોણ છો તમે ?" જસ્મીનને ફરી એક વાર એ રાત, એ યાતના અને એ પછી આ પળ સુધી એના ઉદરમાં ધબકી રહેલા એના પરિણામનો વિચાર આવ્યો.

"હિતેચ્છુ છું તમારો, તમારું ભલું ઈચ્છું છું." પેલો માણસ ફરી હસ્યો. પછી એણે જસ્મીન સાથે હાથ લંબાવ્યો, "દોસ્તી કરશો મારી સાથે ?"

"મને અજાણ્યાઓ સાથે દોસ્તી કરવામાં રસ નથી." જસ્મીન ચાલવા લાગી. એ બે-ચાર પગથિયાં ઊતરી હશે કે પેલો માણસ ઝડપથી પગથિયાં ઊતરીને એની પાસે આવી ગયો, "મેડમ, લક્ષ્મી ચાંદલો કરવા આવી છે. ના પાડશો તો પસ્તાશો."

"મારે નથી કરવો ચાંદલો. તમે તમારું કામ કરો મિસ્ટર."

"મારું કામ જ કરી રહ્યો છું." પેલા માણસે જસ્મીનનો હાથ પકડી લીધો, "જુઓ મેડમ, આ જ મારું કામ છે." એણે ફરી સ્મિત કર્યું, "માણસોને માણસો સુધી પહોંચાડવા." પછી એણે હળવેથી જસ્મીનનો હાથ પકડ્યો.

"લૂક મિસ્ટર, તમે જરા વધારે પડતા પર્સનલ થઈ રહ્યા છો." જસ્મીને ઝટકો મારીને પોતાનો હાથ છોડાવ્યો અને ફરી પગથિયાં ઊતરવા લાગી.

"મને હતું જ કે તમે આવી જ રીતે વર્તશો. મેં કહ્યું હતું તથાગતને, પણ છતાંય એનો આગ્રહ હતો એટલે આવ્યો." પેલો માણસ મોઢું ફેરવીને જવા લાગ્યો. પછી અચાનક કંઈક યાદ આવ્યું હોય એમ પાછો જસ્મીનની નજીક આવ્યો, "લો, આ મારું ઈ-મેલ આઈડી છે. તમને એમ લાગે કે મારી સાથે વાત કરવી છે અથવા તથાગત સુધી કોઈ સંદેશો પહોંચાડવો છે તો આના પર મેઈલ કરી દેજો. મને મળી જશે." અને પેલો માણસ જેવી રીતે આવ્યો હતો એવી રીતે જાણે હવામાં ગાયબ થઈ ગયો.

જસ્મીન થોડીક ક્ષણો ત્યાં જ ઊભી રહી. પેલા માણસે એના હાથમાં આપેલા નાનકડા, ફક્ત ઇ-મેલ આઈડી લખેલા એ કાર્ડને જોતી રહી.

"કોણ હશે એ? પેલા ચાર જણાનો માણસ હશે? કે પછી ખરેખર તથાગતે મોકલ્યો હશે એને..." જસ્મીનના મનમાં ગૂંચવણો શરૂ થઈ ગઈ હતી.

એ ધીમે ધીમે યુનિવર્સિટી લાઈબ્રેરીનાં પગથિયાં ઊતરવા લાગી. પેલું ઈ-મેલ આઈડી લખેલું કાર્ડ એણે હળવેથી પોતાની બેગમાં સરકાવી દીધું.

*

શ્રીનગરના એક છેવાડાના ઘરમાં પાંચેક જણા ગોળ વળીને બેઠા હતા. ત્રણેક કાંગડી (કશ્મીરીઓની તાપવાની સગડી) એમની સામે પડી હતી. સળગી રહેલી કાંગડીમાંથી પીળો પ્રકાશ એમના ચહેરા પર પડતો હતો. ઓરડામાં એક ઝીણું ફાનસ બળતું હતું.

પાંચેય જણાના ચહેરા પર થોડી સખ્તી અને થોડી ઉદાસી હતી.

ખાસ્સી વારથી કોઈ કશું બોલતું નહોતું. પછી એ પાંચેયમાં સૌથી મોટા દેખાતા એક આધેડ વયના પુરુષે હળવેથી પોતાની આંખ ઉઠાવીને ચારેય જણા તરફ જોયું, "બહુત ભીડ હોગી વહાં..." પછી થોડીક ક્ષણ ચૂપ રહીને ઉમેર્યું, "આપણે માટે અચ્છો મોકો છે. મોટા પ્રમાણમાં કાફિરોનો ખાતમો થઈ શકશે અને અમેરિકન સરકારની સિક્યોરિટી પર..." એ બાજુમાં પડેલું પિકદાન ઉપાડીને એમાં થૂંક્યો.

"પણ... તથાગત તો..." આ બોલનારો છોકરો પાંચેય જણમાં સૌથી નાનો હતો. હજી પૂરી મૂછોય નહોતી ફૂટી એને. એના કૂણા ગાલ પર કશ્મીરી લાલાશ આટલા આછા પ્રકાશમાંય ઝગારા મારતી હતી. એનું તીખું નાક, ગોરી ચામડી અને ભૂખરી આંખો એક જ નજરમાં એ કશ્મીરી છે એવું કહી આપતી હતી, "તથાગત તો કોઈ ધર્મમાં નથી માનતો."

"આપણે એની સાથે શું ?" પેલા પુરુષે દલીલ કરી, "આપણે તો અમેરિકન સરકારને જવાબ આપવો છે."

"પણ તથાગતની સભામાં..." પેલો છોકરો જાણે અચકાતો હતો આખીય વાતથી, "તથાગત તો સાચી વાત કહે છે. પ્રેમનો, સમાજનાં બંધનોનો અને એવી કેટલીયે બાબતોના વિરોધ કરે છે, બહુ મોડર્ન છે એ." અને પછી એકાદ ક્ષણ ચૂપ રહીને, નીચું જોઈને ઉમેર્યું, "એ હિન્દુ પણ નથી ને ક્રિશ્ચિયન પણ નથી.... પછી એને ત્યાં શું કામ..."

"અરે મૂરખ !" આધેડ પુરુષે પેલા જુવાનિયાના ખભે એક થપાટ મારી, "બહારથી આવતો એક પ્રસિદ્ધ માણસ છે તથાગત. એની સભામાં સો-પચાસ મરે તો અમેરિકન સરકારની સિક્યોરિટીના પોલા અને પોકળ દાવા ખુલ્લા પડી જાય... સાથે જ તથાગતની ઘેલછા અમેરિકામાં વસતા પૈસાવાળા ભારતીયોમાં છે, એ બધા ત્યાં ભેગા થયા હોય ત્યારે ધડાકો થાય તો અમેરિકન સરકારની મોટી મોટી વાતોને એ લોકો પડકારી શકે..." પછી ચારેય જણાના ચહેરા પર નજર નોંધી, "અને તથાગતની સભામાં આવું કંઈ થાય તો એ બોલ્યા વિના રહેશે નહીં... એ બોલશે તો દુનિયાભરમાં સમાચાર બનશે..."

પેલા છોકરા સિવાયના ત્રણ જણના ચહેરા પર આટલું સાંભળીને આનંદ છવાઈ ગયો.

"તો કોણ જશે ત્યાં ?" પેલો પુરુષ સીધો જ મુદ્દા પર આવી ગયો, "આ જેહાદ છે. જાન કુરબાન કરવાની તૈયારી હોય એ જ અલ્લાહના દરબારમાં સર ઊંચું રાખી શકશે."

"મને હજી પણ લાગે છે કે આપણે કમાન્ડરને પૂછવું જોઈએ." પેલા છોકરાએ ખૂબ નબળી, પણ છેલ્લી દલીલ કરી જોઈ.

"કમાન્ડરનો જ હુકમ છે આ." પેલા આધેડ પુરુષે સત્તાવાહી અવાજે કહ્યું, "આમ પણ ૯/૧૧ને મહિનો થઈ ગયો છે. અમેરિકામાં વસતા લોકોને યાદ કરાવવાની જરૂર છે કે એમણે કોની સાથે લડાઈ છેડી છે." પેલા ત્રણેય જણા ઊભા થયા અને એકીઅવાજે બૂમ પાડી, "અલ્લાહ-હો-અકબર..."

"મોહસિન... તું કંઈ બોલ્યો નહીં ?" પેલા આધેડ પુરુષે પેલા જુવાન છોકરાને કહ્યું.

"અલ્લાહ-હો-અકબર." મોહસિને ઊભા થઈને મિલિટરી ઢબે સલામ કરીને કહ્યું, "ઓર્ડર સર..."

અને, પેલા આધેડ પુરુષે ઊભા થઈને મોહસિનના માથા પર હાથ ફેરવ્યો, "અલ્લાહના દરબારમાંથી તને તેડું આવ્યું છે મારા દીકરા..."

પેલા ત્રણ જણાના ચહેરા પર જાણે કાજળો ઢળી ગયો અને મોહસિનના ચહેરા પર એની મૂંઝવણ સ્પષ્ટ ઊપસી આવી.

*

મોડી રાત સુધી પડખાં બદલતા તથાગતને જસ્મીનના વિચારો પજવી રહ્યા હતા.

ચાર દિવસ ન્યૂયોર્ક રોકાવાનો કાર્યક્રમ હતો. તથાગત જાણે જસ્મીનને મળવા પૂરતો જ અમેરિકા જતો હોય એમ એનું મન એક જ વિચારની ખીંટી પર ટીંગાઈ ગયું હતું.

આવતી કાલે મોડી રાતની મુંબઈથી ફ્લાઇટ હતી.

તથાગતે માઈના આઉટ હાઉસ તરફ જોયું.

એને અચાનક એક વિચારનો ઝબકારો થયો અને ફરી એક વાર તથાગત માઈના આઉટ હાઉસ તરફ ચાલી નીકળ્યો.

માઈ ઉત્તર રામચરિત વાંચી રહી હતી.

તથાગતનાં પગલાંનો અવાજ સાંભળીને માઈએ ઉત્તર રામચરિત બંધ કરીને એના પર રેશમનું કપડું ઢાંક્યું. નમસ્કાર કરીને પુસ્તકને સહેજ આઘું ધકેલ્યું અને તથાગત હજુ તો ઓરડામાં દાખલ પણ નહોતો થયો અને માઈએ કહ્યું, “આવ બેટા.” તથાગત દાખલ થયો, “કેમ આટલો અજંપ છે દીકરા? કંઈ કહેવું છે?”

તથાગત માઈ સામે જોઈ રહ્યો, “આ સ્ત્રીની હૈયાઉકલત હતી કે છઠ્ઠી ઇન્દ્રિય ! કે પછી એની પાસે કોઈ ગૂઢ જ્ઞાન હતું માણસને વાંચવાનું !”

તથાગત માઈની બાજુમાં જ બેસી ગયો.

“બધી તૈયારી થઈ ગઈ બેટા ?” માઈના અવાજમાં મમતા છલકાતી હતી, “મને હતું જ કે કાલે તને સમય નહીં મળે. એટલે હું તારી રાહ જોતી હતી...” પછી તથાગતની આંખમાં આંખ પરોવીને કહ્યું, “બોલ, શું કહેવા આવ્યો છે ?”

તથાગત થોડી વાર શાંત રહ્યો. એણે માઈનો હાથ પોતાના હાથમાં લીધો. કરચલીવાળો, છતાં લીસો અને ઠંડો હાથ તથાગત પોતાના બે હાથમાં લઈને થોડીક ક્ષણો પંપાળતો રહ્યો. પછી એણે નીચું જોઈને હળવેથી કહ્યું, “માઈ, એક છોકરી છે.” પછી અટકીને વધુ ધીમા અવાજે ઉમેર્યું, “ન્યૂયોર્કમાં.”

“એટલે લગ્ન કરવાની ના પાડે છે ?”

“મને ખબર નથી, એ આજે મારા વિશે શું વિચારે છે.” તથાગતની હિંમત ધીમે ધીમે ખૂલવા લાગી હતી, “મહારાજશ્રીના દેહાંત વખતે હું અહીં

આવ્યો ત્યારે મળી નથી શક્યો, પણ...”

“જો બેટા, આ ગાદી વારસ માગે છે. છોકરી સારા કૂળ અને ખાનદાનની હોય તો હું વાત કરીશ.”

“માઈ...” તથાગતને શબ્દો જડતા નહોતા.

“બોલ બેટા, જે હોય તો નિઃસંકોચ કહી દે. તું તારા મનની વાત કહીશ નહીં તો અમને કેવી રીતે સમજાશે ?”

“માઈ...” તથાગત હજીયે પોતાની વાત શરૂ નહોતો કરી શકતો. એ જાણતો હતો કે જસ્મીનનો ધર્મ જાણતાંની સાથે જ માઈ પર વીજળી પડવાની છે.

સાથે સાથે એનું મન એને એવું પણ પૂછતું હતું કે જસ્મીનના પિતાએ મૂકેલી શર્ત જો પૂરી ન થવાની હોય તો એના અને જસ્મીનના ભેગા થવાની વાત અશક્ય છે. જે થવાનું નથી એ જણાવીને શા માટે માઈને દુઃખી કરવી ?

ને તેમ છતાં એ ન્યૂયોર્ક જઈ રહ્યો હતો ત્યારે એને ફરી એક વાર પોતાની જિંદગીના પાનાં ચીપી જોવાની ઈચ્છા થઈ આવી હતી.

હાર્યો જુગારી બમણું રમે એ કહેવત પ્રમાણે તથાગત સમજ્યા વિના, વિચાર્યા વિના જાણે બમણું રમવા બેસી ગયો હતો. માઈ હા પાડે તો જસ્મીનના પિતાને મનાવી લેવાની તથાગતની માનસિક તૈયારી હતી.

“માઈ, એ છોકરી આપણા ધર્મની નથી.”

“એટલે ?”

“માઈ, એ છોકરી મુસલમાન છે.”

“તને શરમ નથી આવતી ?” માઈનો ચહેરો બદલાઈ ગયો હતો. બરાબર તથાગતે ધાર્યું હતું એમ જ માઈ છંછેડાઈને રણચંડી જેવું સ્વરૂપ લઈ બેઠાં, “આ ઘર, આ ધર્મની ધરોહર અને તારા પિતાએ આખી જિંદગીને સમર્પીને ઊભી કરેલી આ ગાદી, બધું નષ્ટ કરવા બેઠો છે ?” માઈની આંખો ભરાઈ આવી, “કોણ જાણે આવો કુલાંગાર મારા ઘરમાં કયાંથી પાક્યો ? મારી કલ્પનામાં નથી આવતું કે તું આવું કરી જ કેવી રીતે શકે ? તને કોઈનો વિચાર ના આવ્યો ?”

“માઈ, મુસલમાન છે તેથી શું થયું ? એ માણસ નથી ? એના લોહીનો

રંગ જુદો છે ? એના શ્વાસ કોઈ બીજી હવામાંથી લેવાય છે કે પછી એને બે નાક ને એક આંખ છે ? કોણે ક્યાં જન્મવું એ માણસના પોતાના હાથની વાત નથી હોતી માઈ."

"હા નથી હોતી, પણ ઈશ્વર જ્યારે તમને એક ઘરમાં જન્મ આપે ત્યારે એણે તમારા માટે કંઈક નિશ્ચિત કર્યું હોય છે, કશું વિચાર્યું હોય છે. એ ઇચ્છે છે કે તમે એણે જે નિશ્ચિત કર્યું છે તે પ્રમાણે જીવો... બેટા, આ ધર્મ, આ નિયમો એમ ને એમ નથી બન્યા. એની પાછળ કારણો છે, વિજ્ઞાન છે, સમજદારી છે."

"હશે મા, તું સાચી જ હોઈશ પણ જો એમ જ હોય તો મને ઈશ્વરે જસ્મીન સુધી શા માટે પહોંચાડ્યો ?"

"જો બેટા, મારે તારી સાથે દલીલો નથી કરવી. તું તારી જિંદગીનો માલિક છે. જેમ ઇચ્છે તેમ જીવી શકે છે, પણ આ ગાદીને એના પોતાના નિયમો છે અને હું તને આ ગાદી સાથે કોઈ જાતની બેઈમાની નહીં કરવા દઉં."

"માઈ ?!"

"હા તથાગત, તું મારો દીકરો છે, મારું લોહી છે, મારા શરીરનો ભાગ છે... મને વહાલો છે." માઈના ચહેરા પર જલ્લાદની દૃઢતા આવી ગઈ. માઈનો આવો ચહેરો આટલાં વર્ષોમાં તથાગતે ક્યારેય નહોતો જોયો, "પણ મારા ધર્મથી આગળ બીજું કોઈ નથી, તું પણ નહીં."

તથાગત વિચલિત થઈ ગયો. એની જિંદગીમાં ફરી એક વાર પ્રેમ અને ધર્મની લડાઈમાં ધર્મ જીતી રહ્યો હતો.

એને સમજાયું નહીં કે આવું કેમ થતું હતું ? સામેની વ્યક્તિ સાચી હતી કે પોતે...

જિંદગીના દરેક વળાંકે એના પ્રેમની સામે, એની લાગણીની સામે, એના વહાલની સામે, ધર્મ કેમ દીવાલ થઈને ઊભો રહી જતો હતો ?

"માઈ, મારો પ્રેમ તારા માટે અગત્યનો નથી ?"

"તારો પ્રેમ તારા માટે અગત્યનો હોય, અંગત લાગણીઓ માટે ધર્મની કુરબાની ન અપાય. કેટલાંય વર્ષોથી ગોઠવાયેલી આ વ્યવસ્થા, આ સન્માન અને આ શુદ્ધતાની પરંપરાને એમ પુત્રપ્રેમના મોહમાં વહાવી ના દેવાય

મારાથી બેટા...”

“હું ખૂબ ચાહું છું એને...” પછી નીચું જોઈને થોડીક ક્ષણો ચૂપ રહીને એણે ઉમેર્યું, “જોકે એના પિતાએ પણ આવી જ શરત કરી હતી.” અત્યારે પણ તથાગતનું લોહી ગરમ થઈ ગયું. હાથની મુઠ્ઠીઓ વળી ગઈ, “એમણે કહ્યું કે મારે ધર્મ બદલીને મુસલમાન થવું, તો જ જસ્મીન મને પરણી શકે.”

“બેટા, તને ઈશ્વરે બચાવ્યો છે પહેલી વાર, પ્રેમમાં આંધળા થઈને તેં ધર્મપરિવર્તન ના કર્યું એ જ તારા લોહીના સંસ્કાર, એ જ તારો ઉછેર અને એ જ તારા પિતાનાં પુણ્ય, મારા દીકરા...”

તથાગત એની મા સામે જોઈ રહ્યો, પોતાના નિર્ણયની કોઈ કદર નહોતી અહીં ! સારું થાય તો પણ ઈશ્વરે કર્યું અને ખરાબ થાય તો પણ ઈશ્વરને સમર્પીને જીવી રહ્યા હતા આ લોકો ! કદાચ એટલે જ અહીં પીડા, ઉદ્વેગ અને પ્રશ્નોની જગ્યાએ શાંતિ, સૌમ્યતા અને સત્યનું વાતાવરણ હતું...

ન્યૂયોર્કમાં જસ્મીનનો સંપર્ક કરવો કે નહીં એનો નિર્ણય કરવા આવેલો તથાગત માઈના પ્રતિભાવથી વધુ ગૂંચવાઈને ઊભો થઈ ગયો અને માઈને એક અક્ષર કહ્યા વિના માત્ર ચરણસ્પર્શ કરીને ત્યાંથી ચાલી નીકળ્યો.

*

પોતાના ઓરડામાં બેઠેલી જસ્મીન હાથમાં પેલું કાર્ડ કાઢીને રમાડી રહી હતી. આજે મળેલા માણસ પર કેટલો વિશ્વાસ કરવો ? એને મેઈલ કરવો કે ના કરવો એની અસમંજસમાં એ અટવાઈ ગઈ.

આ માણસ જો ખરેખર તથાગતનો મોકલેલો હતો તો તથાગતે જસ્મીનનો સીધો સંપર્ક કેમ ના કર્યો ? અને જો આ માણસ તથાગતનો મોકલેલો નહોતો તો એ નિશ્ચિત જ પેલા માણસોનો મોકલેલો હતો, જે અહીં એક રાત રોકાયા હતા અને જેમણે જસ્મીનને...

એ માણસો કદાચ જાણવા માગતા હોય કે જસ્મીન હજીયે તથાગત માટે કૂણી લાગણી ધરાવે છે કે નહીં... પોતે એને સંપર્ક કરે અને પોતાના કુટુંબ પર કોઈ આફત આવે તો ?

“શું કરું ?” જસ્મીન જાતને જ પૂછી રહી હતી.

એ જ વખતે બહાર રડવાનો અવાજ આવ્યો. જસ્મીન હાંફળી-ફાંફળી

બહાર નીકળી. આગલા રૂમમાં બેસીને એની મા મોટા અવાજે રડી રહી હતી.

"શું થયું ?" જસ્મીને માની બાજુમાં બેસીને એની પીઠ પસવારી.

"તારા અબ્બુને... તારા ડેડીને પોલીસ ફરી લઈ ગઈ છે."

"મા !" જસ્મીને નાનકડું સ્મિત કર્યું, "પૂછપરછ કરવા લઈ ગઈ હશે."

"બેટા, સવારથી લઈ ગયા છે. હમણાં કબીરે ફોન કર્યો તો કહે છે કે તારા ડેડી તો ત્યાં છે જ નહીં અને એમને કોઈ પોલીસ લઈ જ નથી ગઈ."

"શું ?!" જસ્મીનને વીજળીનો કરંટ લાગ્યો હોય એમ એ ઊભી થઈ ગઈ.

એની મા ફરી મોટા અવાજે રડવા લાગી, "એ નામુરાદો ચેનથી જીવવા નથી દેતા... આપણે એમનું શું બગાડ્યું છે ? નમક ખાધું છે આપણું, એટલું તો યાદ રાખે બેઈમાનો..."

"પણ મોમ, તને કેવી રીતે ખબર પડી કે પોલીસ નથી લઈ ગઈ. કદાચ કોઈને ખબર ના હોય, કોઈ ખાનગી જગ્યાએ લઈ ગયા હોય..." જસ્મીને કહ્યું તો ખરું, પણ હવે એનું હૃદય ધડકવા લાગ્યું હતું.

"કબીરે બધી તપાસ કરી બેટા, છતાં તું કરી જો. એને છોકરું સમજીને કદાચ સરખો જવાબ ના આપ્યો હોય..."

માનું વાક્ય પૂરું થાય એ પહેલાં તો જસ્મીને સેન્ટ્રલ કન્ટ્રોલને ફોન કર્યો. પોતાની તકલીફ કહેતાં કહેતાં તો એને ડૂમો ભરાઈ ગયો હતો.

સામેથી તમામ તપાસ કરવાની ખાતરી સાથે ફોન મુકાયો. જસ્મીન અને એની મા એક કલાક બેસી રહ્યાં, ફોનના જવાબની રાહમાં...

ફોનની રિંગ વાગી, "મેમ, અમે શૈફુદ્દીન શેખ નામના કોઈ માણસે ડિટેઇન કર્યા જ નથી." સામેથી અમેરિકન અંગ્રેજીમાં એક અવાજ કહેતો હતો, "ઇનફેક્ટ ૯/૧૧ની તપાસ જે કરે છે તે ઑફિસરને પણ અમે પૂછી જોયું. તમારે વાત કરવી હોય તો હું એમનો કાર ફોન નંબર આપું..."

"આપો." જસ્મીને અધ્ધર શ્વાસે નંબર લખ્યો, જોડ્યો... "ઑફિસર, માય ફાધર ઇઝ મિસિંગ... સૈફુદ્દીન શેખ." જસ્મીનની આંખોમાંથી આંસુ વહેવા માંડ્યાં હતાં. એણે ઑફિસરને રડતાં રડતાં બધી વિગતો સમજાવી.

ઑફિસરે એને સધિયારો આપ્યો અને થોડી વારમાં પાછો ફોન કરવાનું વચન આપ્યું.

રાતના સાડા દસ થઈ ગયા હતા, સૈફુદ્દીનના કોઈ સમાચાર નહોતા. અમેરિકન પોલીસનો એક એક કારફોન રણકી ચૂક્યો હતો. સૈફુદ્દીન શેખ ૯/૧૧નો મહત્ત્વનો વીટનેસ-સાક્ષી હતો અને પોલીસના નામ હેઠળ એને કોઈ લઈ જાય એ અમેરિકન પોલીસ માટે પણ નામોશીની ઘટના હતી.

સાડા દસ... સાડા અગિયાર... સાડા બાર...

સૈફુદ્દીનના કોઈ સમાચાર નહોતા.

મા-દીકરી એકબીજાના સધિયારે બેઠાં હતાં. નતાશા, સુહાના અને કબીર પણ નિમાણાં થઈને બેઠાં હતાં. કોઈએ એનાજનો દાણો મોઢામાં નહોતો નાખ્યો.

ટ્રીઈઈઈઈઈઈન.... ટ્રીઈઈઈઈઈઈન....

ફોન રણક્યો અને બધાનાં કાન સરવા અને મન ઊંચા થઈ ગયાં.

૮

જસ્મીને ડરતાં ડરતાં ફોન ઉપાડ્યો.

"છોકરી..."

"કોણ,... કોણ બોલો છો તમે ?"

"એની પંચાત છોડ, અને સમજી લે કે તારો બાપ અમારી પાસે છે..."

"હું પોલીસને ફોન કરીશ."

"એ ભૂલ ક્યારેય નહીં કરતી. બાકી અમને તો અમારા પોતાના માણસોના જાન લેતાં પણ અચકાટ નથી થતો..."

"જુઓ, મારા ડેડી બેગુનાહ છે, એમને છોડી દો." જસ્મીને આટલું કહ્યું કે તરત જ જસ્મીનની મા, એની બંને બહેનો અને ભાઈ જસ્મીનને વીંટળાઈ વળ્યાં. જસ્મીનની મા ફરી રડવા લાગી. એનો ભાઈ જસ્મીનના ખોળામાં માથું નાખીને ચૂપચાપ આંસુ સારવા લાગ્યો. જસ્મીને કબીરના વાળમાં હાથ ફેરવ્યો અને હળવેથી એની માના ખભે હાથ મૂક્યો. પછી માએ એની સામે

જોયું કે જસ્મીને ઈશારાથી ચૂપ રહેવાનું કહ્યું.

ફોન હજુ ચાલુ જ હતો. પેલો માણસ સામે છેડેથી બોલી રહ્યો હતો, "અચ્છા... બેગુનાહ છે એટલે પોલીસમાં જઈને સબૂત આપી આવ્યા ? એક મુસલમાન થઈને મઝહબના નામે જેહાદ કરનારાની મદદ કરવાની વાત તો દૂર રહી, એની વિરુદ્ધમાં કામ કરે છે ?"

"મારે તમારી સાથે દલીલો નથી કરવી, મારા ડેડીને છોડી દો બસ."

"એની એક શરત છે."

"બોલો, શું શરત છે ?"

"તારા ઘરે ત્રણ જણા આવશે. તારે એમને રાખવા પડશે. એટલું જ નહીં, તારા યારની મહેફિલમાં તારે જ એમને લઈ જવા પડશે."

"શું બકવાસ કરો છો ? હું એવું ક્યારેય નહીં થવા દઉં. આટલાં તો ફસાયા છીએ..."

જસ્મીનની માએ ફોન જસ્મીનના હાથમાંથી ખેંચી લીધો, "તમે જે કોઈ શરત કહો તે અમને મંજૂર છે. તમને ખુદાના વાસ્તા, એમને પાછા મોકલી આપો."

"હવે આવ્યાંને ઠેકાણે. તારી દીકરી તો તારા ખાવિંદનું માથું મોકલવા મજબૂર કરી દેત અમને... જાણે છે ને... પેલા અમેરિકન પત્રકારની શું હાલત કરી અમે ! અમેરિકાની આટલી બધી સિક્યોરિટી વચ્ચે એમનું ૧૧૧ માળનું નાક કાપી લીધું. તારી દીકરી અમારી સામે થાય છે ?"

"ના, ના, એની ભૂલ થઈ ગઈ. એ તો માસૂમ છે, નાદાન છે. તમે બોલો, અમારે શું કરવાનું છે ?" જસ્મીનની મા કહી રહી હતી અને જસ્મીન એને માથું ધુણાવીને ના પાડી રહી હતી.

"કાલે તારે ત્યાં ત્રણ માણસો આવશે. એકનું નામ મોહસીન, એક બશીર અને અમારા કમાન્ડર તારે ત્યાં ત્રણ દિવસ રહેશે. એમની સગવડ સાચવજે."

"જેવો હુકમ..."

"અને તારી દીકરીને કહેજે કે પેલા તથાગતની સભામાં એમને દાખલ કરવાની જવાબદારી તારી દીકરીની છે."

"એ કરી દેશે સરકાર..."

"આટલું થઈ જશે તો તારો ખાવિંદ ઘરે પહોંચી જશે..."

"પણ એને તો હજી વાર છે."

"ત્યાં સુધી એ અમારા બાનમાં રહેશે." પછી એ મોટેથી હસ્યો, "રોજ ભરપેટ ચિકન ખવડાવીશું, બિરિયાની જમાડીશું, ચિંતા નહીં કરતી..." ફોન મુકાઈ ગયો.

"અમ્મી, આ શું કર્યું તમે ?" જસ્મીન ગુસ્સામાં લાલ-પીળી થઈ ગઈ, "પહેલી વાર આપણે અજાણ હતાં. અમેરિકન સરકારે આપણને કંઈ નથી કર્યું, પણ બીજી વાર તો જાણીજોઈને... અમ્મી, આ ગુનો છે."

"મારા ખાવિંદની જિંદગી માટે હું ગુનો કરવા તૈયાર છું."

"હું તમને શું કહું ? આ લોકો આપણો ઉપયોગ કરે છે..." જસ્મીને ત્રણેય ભાઈ-બહેન સામે નજર નાખી, "આજે ડેડીને લઈ ગયા છે, કાલે નતાશાને, પછી કબીરને... એ આપણી કમજોરી જાણે છે અમ્મી, ધાર્યું કરાવતા રહેશે."

"હું સમજું છું, પણ મારી પાસે કોઈ ઉપાય નથી." જસ્મીનની મા ઊભી થઈને ધીરે ધીરે ભાંગેલા પગલે પોતાના ઓરડા તરફ ચાલી ગઈ. જસ્મીન અને એનાં ભાઈ-બહેન ચૂપચાપ ત્યાં જ બેઠાં બેઠાં જસ્મીનની સામે જોઈ રહ્યા. એમની આંખોમાં કંઈક એવો ભાવ હતો કે અબ્બુ પછી એક જસ્મીન જ હતી, જે આ કુટુંબને આધાર આપી શકે એમ હતી.

*

ન્યૂયોર્કમાં જસ્મીનનો સંપર્ક કરવો કે નહીં એનો નિર્ણય કરવા આવેલો તથાગત માઈના પ્રતિભાવથી વધુ ગૂંચવાયો. જિંદગી આખી એ એક જ વાત શીખ્યો હતો કે સાચું બોલવું જોઈએ... આજે સાચું બોલીને એણે માઈના જસ્મીનના ધર્મ વિશે કહ્યું અને માઈએ જે પ્રતિભાવ આપ્યા એ પછી તથાગતને લાગ્યું કે સત્ય, પ્રેમ, ધર્મ અને ન્યાય જેવા શબ્દો નકામા અને ક્ષુલ્લક હતા.

એ બધા શબ્દોનો કોઈ અર્થ જ નહોતો. એણે આજે એક વધુ ગાંઠ વાળી લીધી.

જ્યારે જસ્મીનના પિતાએ એને ધર્મ પરિવર્તન કરવાનું કહ્યું હતું ત્યારે એક ગાંઠ વાળી હતી તથાગતે, "પ્રેમ ધર્મ કરતાં મોટો નથી. માણસ પ્રેમ

છોડી શકે છે, ધર્મ છોડી શકતો નથી... જિંદગીભરનું સુખ છોડી શકે છે, પણ જે પોતે પસંદ નથી કર્યું એવું એક લેબલ એને માટે એટલું અગત્યનું થઈ જાય છે કે એના બદલામાં એ પોતાનું સુખ, પોતાનાં શમણાં અને પોતાની લાગણીઓનો પણ સોદો કરી નાખે છે."

આજે એણે બીજી ગાંઠ વાળી, "મા દીકરાને, પત્ની પતિને અને પ્રેમી-પ્રેમિકા એકબીજાને છોડી શકે છે, પણ ધર્મ એમને સુખેથી જીવવા દેતો નથી. ધર્મ વ્યક્તિ માટે નથી... વ્યક્તિઓ ધર્મ માટે છે. ધર્મની વેદી ઉપર જિંદગીઓનાં બલિદાન આપી દેવાય છે અને છતાં એનો સતત ભડકતો અગ્નિ વધુ ને વધુ બલિદાનો માગતો જ હોય છે."

તથાગત માઈના આઉટહાઉસમાંથી પોતાના પ્રેમનિવાસમાં દાખલ થયો ત્યારે જાણે એની અંદર કશું ખાલી થઈ ગયું હતું. અમેરિકા જવું, જસ્મીનને મળવું અને એની સાથે ફરી એક વાર સંબંધ જોડવાનો પ્રયત્ન કરી જોવો એ આખી વાતનો માઈએ છેદ ઉડાડી દીધો હતો. આવા સમયે જસ્મીનને ફરી શોધવા કે મળવાનો અર્થ નહોતો.

વળી એ બંને જે રીતે છૂટા પડ્યાં હતાં એ પછી જસ્મીનના પિતાએ એને પરણાવી ના દીધી હોય તો જ નવાઈ !

તથાગત પોતાની પથારીમાં પડ્યો. એના મનમાં દસ જાતના સવાલ-જવાબ ચાલી રહ્યા હતા.

"આશ્રમની ગાદી અને આ જિંદગી જો એકમાત્ર લગ્નની હા પાડવાથી જ ટકી જવાના હોય તો એટલું સમાધાન કરી લેવામાં વાંધો શું છે ?" એના એક મને પૂછ્યું.

"આ પહેલું સમાધાન છે, એક નહીં." એના વિદ્રોહી મને જવાબ આપ્યો, "લગ્ન પછી વારસ, વારસ પછી પરંપરાઓ અને પરંપરાઓ પછી કંઈ બીજું..."

"તો શું કરવું છે ?" એનું મન એને જ પૂછી રહ્યું હતું, "છોડી દે આ બધું જો હિંમત હોય તો, ચાલી જા... ભણેલો છે, દુનિયામાં કોઈ પણ જગ્યાએ નોકરી મળી જશે તને."

"અને આ બધું મારા પિતાની મહેનત, એમનાં સપનાં, એમના સિદ્ધાંત..." એના વિદ્રોહી મને સવાલ ઉઠાવ્યો, "જ્યાં નોકરી કરીશ ત્યાં

સમાધાન નહીં કરવું પડે ? બધું તારી ઇચ્છા-મરજી પ્રમાણે ચાલશે એમ માને છે તું ? તથાગત, એમ માન કે આ નોકરી છે...”

માણસને સુખ-સગવડનો, પ્રસિદ્ધિનો નશો થઈ જતો હોય છે અને એ નશો ધીમે ધીમે વ્યસન બનવા લાગે છે. હજારો લોકો જ્યારે તમારા ચરણસ્પર્શ કરે ત્યારે તમારા અહમ્‌ને ગજબની હવા મળતી હોય છે... તથાગતને પણ આ પ્રસિદ્ધિ અને ઈશ્વરની લગોલગ બેસાડતા આ શ્રદ્ધાળુ માણસો ગમવા લાગ્યા હતા ! હજારો માણસોની હકડેઠઠ મેદની એને સ્તબ્ધ, નીરવ થઈને સાંભળ્યા કરે એ વાત એને ગમતી હતી...

અને આ નશામાંથી, અહમ્‌ને પંપાળતી આ દશામાંથી નહીં નીકળવાના એ જેટલાં માગે તેટલાં કારણ એનું મન એને આપવા તૈયાર હતું. એ પોતાની જ જાત આગળ એવું સાબિત કરવા માગતો હતો કે એને આ બધાની પડી નથી, એ બધું જ છોડીને જઈ શકશે, પણ એનું મન પોતે તો જાણતું જ હતું કે હવે આ બધું છોડીને જીવવું તથાગત માટે અશક્ય નહીં તો અઘરું તો છે જ.

તથાગતની સાથે સાથે આ જ વાત દીવાકર પણ જાણતો હતો.

એણે તથાગતની આ નબળાઈને પોતાનું શસ્ત્ર બનાવીને વીંઝવા માંડી હતી. આશ્રમની કરોડો રૂપિયાની આવકનો વહીવટ એના હાથ નીચે થાય એ વાત એને માટે પણ ઓછી આનંદદાયક નહોતી !

અમેરિકાનાં કેટલાંય શહેરોમાંથી રોજ ફોન પર ફોન આવતા હતા, તથાગતનું પ્રવચન રાખવા, એને ઘરે બોલાવવા, એને મળવા, એનો ઇન્ટર્વ્યૂ કરવા, અમેરિકામાં વસતા કરોડપતિ માણસોથી શરૂ કરીને ટેલિવિઝન ચેનલ્સ સુધી બધા જ દીવાકર ખત્રીને ખૂબ મહત્ત્વ આપી રહ્યા હતા !

અને દીવાકર ખત્રી ફુલાઈને ફાળકો થઈ ગયા હતા.

અત્યારે અડધી રાત્રે પથારીમાં પડ્યા પડ્યા એ પોતાની આ જીત પર મુસ્તાક થઈને તથાગતને હજી વધુ કેવી રીતે દબાવી દેવો એના દાવપેચ ઘડી રહ્યા હતા.

એમના મોબાઇલની રિંગ વાગી.

“બોલ...” એમણે નંબર જોઈને ફોન ઉપાડ્યો, “સિંહ કે શિયાળ ?”

“સિંહ... સાહેબ, સિંહ... છોકરીનો ઇ-મેલ આવ્યો છે.”

"શું વાત કરે છે ?" પલંગમાં પડેલો દીવાકર ખત્રી ઊછળીને બેઠો થઈ ગયો. મૂછ નહોતી તોય એનાથી મૂછે તાવ દેવાઈ ગયો, "તેં તો મને ખુશ કરી દીધો. શું લખે છે છોકરી ?"

"શું લખવાની ? મળવું છે એને તથાગતને."

"વેરી ગુડ... તો હવે ?"

"હવે તમે મારા પર છોડી દો. બાકીનું હું ફોડી લઈશ !"

"પણ દોસ્ત, એક વાતનું ધ્યાન રાખજે. આમાં ક્યાંય કોલસાનો ડાઘ મારા હાથ પર કે કપડાં પર ના લાગવો જોઈએ."

"અરે સાહેબ, તમે બગલાની પાંખ જેવા ઊજળા બહાર નીકળશો."

"બસ ત્યારે !" દીવાકર ખત્રી ફોન મૂકતાં મલકાયા, "કરો કંકુના..." ફોન મૂકીને દીવાકર ફરી પાછો ખુશખુશાલ પલંગમાં પડ્યો, પણ એને સ્વપ્નેય કલ્પના નહોતી કે જસ્મીન તથાગતનો કોઈ જૂનો પ્રણય જગાડવા નહોતી મળવાની.

એ તથાગતને મળીને જે સમાચાર આપવાની હતી એ સમાચાર તથાગતની જિંદગીની દિશા બદલી નાખવાના હતા અને તથાગતની જિંદગીની સાથે સાથે બદલાવાનું હતું આશ્રમનું ભવિષ્ય અને દીવાકર ખત્રીની પોતાની કુંડળી પણ...

*

જસ્મીન એનું લેપટોપ ખોલીને બેઠી હતી.

પોતે કરેલા ઈ-મેલનો જવાબ આવે એની રાહ જોતી હતી.

"મારે તથાગતને મળવું છે - જસ્મીન." એણે લખ્યું હતું, "તમે શું મદદ કરી શકો ?"

*

"બધી જ !" તરત જ જવાબ આવ્યો, "હું તથાગતની ખૂબ નજીક છું"

"આ મુલાકાત એકદમ ખાનગી રહેવી જોઈએ."

"જરૂર."

"ક્યારે અને ક્યાં ?"

"તમે કહો."

"નથી જાણતી" જસ્મીનનો જવાબ વાંચીને પેલો માણસ મુશકુરાઈ રહ્યો હતો, "તથાગતનો કાર્યક્રમ નક્કી કરીને તમે જ મને કહેજો. હું પહોંચી જઈશ."

"ભલે બે દિવસમાં જવાબ લખીશ." પેલા માણસે વાત પૂરી કરી.

જસ્મીનનું હૃદય ધડકી રહ્યું હતું એ આજે પણ તથાગતને ચાહતી હતી. એને મળવાના વિચાર માત્રથી એનું રોમરોમ રોમાંચિત થઈ જતું હતું. અને સામે પક્ષે પિતાની જિંદગી પર એક તલવાર તોળાઇ રહી હતી. એણે એ માણસને છેતરવાનો હતો જેને માટે એ જિંદગી સમર્પી શકે એમ હતી અને સામે પક્ષે એ માણસને બચાવવાનો હતો જેને કારણે એનું અસ્તિત્વ આ ધરતી પર સંભવ્યું હતું.

"ખત્રી સાહેબ ! છોકરી પૂરેપૂરી તૈયાર છે !" પેલા માણસે દિવાકર ખત્રીને કહ્યું.

"વેરી ગૂડ."

"એને બે દિવસમાં જવાબ આપવાનો છે ક્યાં અને ક્યારે."

"તરફડવા દે જરા. બે દિવસ કહ્યા એટલે બે દિવસમાં જવાબ આપવો જરૂરી નથી. તુ તો આ રમતમાં પાવરધો છે. શિકાર જેટલો આપણી હદમાં આવે એટલો વધારે નબળો થતો જાય છે."

"વાહ ખત્રી સાહેબ, માની ગયો !"

"તને તારી કિંમત મળી જશે " દિવાકર ખત્રીએ ફોન મૂક્યો અને મનોમન ખુશ થવા લાગ્યા "હવે તથાગતને ખબર પડશે કે દિવાકર ખત્રી કોણ છે !" ખુશ થતો થતો દિવાકર ખત્રી ધીમેધીમે પ્રેમનિવાસ તરફ આગળ વધ્યો એણે જ આ તરફ પણ દાણો દબાવી જોવાનું વિચાર્યું. આગ એક જ તરફ લાગી છે કે બંને તરફ સરખેસરખી ગરમી છે એ જોવાથી બાજી કેમ ગોઠવવી એની સમજણ પડે...

*

પ્રેમનિવાસમાં એ દાખલ થયો ત્યારે તથાગત સવારના પ્રવચનમાંથી પાછો ફર્યો હતો. એના દિવસની શરૂઆત થઈ ચૂકી હતી. સફેદ કૂર્તા અને બ્લૂ જિન્સમાં સજ્જ તથાગત પોતાના ધ્યાન અને નિયમિત કસરતને કારણે થોડો વધુ સુદૃઢ

થયો હતો. સાત્ત્વિક ભોજનને કારણે એની ત્વચા પર એક જુદો જ નિખાર આવ્યો હતો. એના ઘુંઘરાળા વાળમાંથી એકબે લટ એના કપાળને અડતી ઝૂલી રહી હતી. કામમાં વ્યસ્ત હોવાને કારણે એનું ધ્યાન આસપાસની પરિસ્થિતિમાં જરાય નહોતું. જરા ખોવાયેલો, જરા અટવાયેલો, જરા ગુંચવાયેલો વ્યસ્ત તથાગત ખરેખર સુંદર દેખાતો હતો.

રોજેરોજના પ્રવચનની કેસેટો માટે એકવાર બોલેલું તથાગત ફરી સાંભળી લેતો, ક્યાંક રિપિટેશન જેવું લાગે તોય એને કઢાવી નાખવું, આવેલી ટપાલો સાંભળી લેવી અને એમાંની જવાબ આપવા જેવી ટપાલો જુદી કઢાવવી, દાન અને ગ્રાન્ટના ચેક્સ અકાઉન્ટ્સમાં મોકલવા અને રોજના છાપા પર નજર નાંખવી આ તથાગતનો સવારનો નિત્ય ક્રમ હતો.

આવેલી ટપાલો એનો માણસ ધરમસિંહ ચૌહાણ એને વાંચી સંભળાવતો હતો. જવાબ આપવા જેવી ટપાલોને તથાગત અલગ કઢાવતો હતો. બાકીની ટપાલોના પ્રતિઉત્તર રૂપે ફિલ્મ સ્ટારની જેમ એના ઓટોગ્રાફ કરેલા ફોટા અને એણે બોલેલાં વાક્યોના કોટેશનની એક નાનકડી પુસ્તિકા રુટીનમાં મોકલી આપવાની હતી.

દિવાકર ખત્રી દાખલ થઈને તથાગતની સામે પડેલી ખાલી ખુરશી ખેંચીને બેસી ગયો. તથાગતને મનોમન ચીડ ચડી ગઈ, "ખરો માણસ છે આ ! બધું જ એના બાપની જાગીર હોય એમ વર્તે છે."

"હેં હેં હેં" દિવાકર ખત્રી જાણે તથાગતના મનની વાત સમજી ગયો હોય એમ એની સામે જોઈને હસવા લાગ્યો, "પહેલાં થયું સમય માંગીને જાઉં, પણ હવે આપણી વચ્ચે એવું ક્યાં કંઈ રહ્યું છે ?" એનું ખોટું હસવું અમુક રીતે ઘરોબો કેળવવાનો આ પ્રયાસ અને બોલીને ધરમસિંહ સામે જોવાની એની રીત તથાગતને પહેલા દિવસથી નથી ગમતી. ખંધા શિયાળ જેવો આ માણસ ક્યારે, ક્યાં વાર કરશે એ કહી શકાય એમ નહોતું - એટલું તો તથાગત ચોક્કસ સમજતો હતો.

"કંઈ અગત્યનું કામ હતું ?"

"આમ જુવો તો અગત્યનું ને આમ જુવો તો કાંઈ નહીં" દિવાકરે ધરમસિંહની હાજરી તરફ નિર્દેશ કર્યો.

"એનો વાંધો નથી. બોલો, શું કામ છે ?"

"જરા અંગત કામ છે...તમારે માટે જરા અંગત " એણે ફરી ધરમસિંહ તરફ નિર્દેશ કર્યો.

તથાગત ચિડાઈ ગયો, "જે કહેવું હોય તે કહી નાંખો. અહીં કોઈ પારકું નથી." પછી એણે દિવાકર સામે ઝીણી આંખે જોયું, "અને આમેય એક સાધુની જિંદગીમાં કશું અંગત હોવું જ ના જોઈએ."

"પછી કહેતા નહીં મહારાજશ્રી, કે આ વાત બધાની વચ્ચે નહોતી કરવાની..." દિવાકર ખત્રીના ચહેરા પર હજીય ખંધુ સ્મિત અકબંધ હતું.

"જલદી બોલો ખત્રી, મારે બહુ કામ છે." તથાગતે કહ્યું અને જાણે ખત્રીની વાત સાંભળવામાં કોઈ રસ ન હોય એમ ફરી પોતાના કામમાં પરોવાઈ ગયો.

"મારે અમેરિકામાં વસતા તમારા મુસ્લિમ દોસ્તની વાત કરવી છે. દિવાકર ખત્રીએ કહ્યું અને તથાગતની સામે જોઈને ફરી એક ગંદું બદસૂરત સ્મિત કર્યું. તથાગત એની વાત સાંભળીને ચોંક્યો પણ એણે એનો પ્રતિભાવ સંતાડવાની જબરજસ્ત કોશિશ કરી. ધરમસિંહથી તથાગતનો આ પ્રતિભાવ છાનો ના રહી શક્યો. એ ઊભો થવા જતો હતો. હવે તથાગતે નક્કી કર્યું કે એ જ બધાની સામે વાત કરશે. દિવાકર ખત્રીને પોતે તથાગત સાથે એકલો વાત કરી શકે એટલો નજીક છે એવું ધરમસિંહની સામે દેખાડવાની તક તથાગત આપવા નહોતો માંગતો.

"બોલો ! શું જાણો છો જસ્મીન વિશે ?"

હવે ચોંકાવાનો વારો દિવાકર ખત્રીનો હતો. દિવાકર ખત્રીએ માન્યું હતું કે તથાગત પોતાનું ફેંકેલું પત્તું જોઈને ડરી જશે, ગભરાઈ જશે, ચોંકી જશે અને ધરમસિંહ ચૌહાણને બહાર કાઢીને પોતાની સાથે એકલો વાત કરવા તૈયાર થઈ જશે. પણ એમાંનું કશું થયું નહીં. ઊલટાનું પોતે મોઘમ વાત કરી એને તથાગતે ભરબજારમાં ઉઘાડી કરી નાંખી.

"કોઈથી ડરતો નથી !" દિવાકર ખત્રીએ મનોમન તથાગતને ગાળ દીધી પછી ધીમે રહીને વાત કહેવા માંડી, "માઈ ઇચ્છે છે કે તમે લગ્ન કરી લો. ગાદી પણ વારસ માગે છે."

"એને અને જસ્મીનને શું સંબંધ ?" તથાગતે સીધો સવાલ પૂછ્યો.

તથાગતની આ નિર્ભીક્તા જોઈને ગૂંચવાઈ ગયેલા દિવાકરે બાજી બદલવા માંડી, "મહારાજશ્રી, કાલે સવારે તમે લગ્ન કરો અને આવી છોકરીઓ સસ્તી પ્રસિદ્ધિ માટે કંઈ દાવા કરે તો ? છાપાવાળા સાથે ટીવીવાળા સાથે, વાતચીત કરીને તમારા વિરુદ્ધ કાદવ ઉછાળે તો ?"

"તો ?" તથાગતની આંખો હજીય એટલી જ નિર્ભય હતી, "એ જે કહેશે તે ખોટું તો નથી જ..." એણે ધરમસિંહ સામે એક સરસરી નજર નાંખી, "આટલું બધુ જાણી લાવ્યા છો તો એ પણ જાણતા જ હશો ને ?"

"મહારાજ શ્રી... મને મારી ચિંતા નથી" દિવાકર ખત્રીએ ફરીથી ખંધુ સ્મિત કર્યું અને તથાગતની દુખતી નસ શોધવા માંડી , "આશ્રમની પ્રતિષ્ઠા અને માઈની લાગણીનો તો વિચાર કરી જુઓ, એ જાણશે ત્યારે..."

તથાગત હસી પડ્યો. એના સુંદર રીતે ગોઠવાયેલા સફેદ દાંત ચમકી રહ્યા. "માઈ જાણે છે" પછી ભાર દઈને કહ્યું, "બધું જ !"

દિવાકર ખત્રી થોડી ક્ષણો મૌન બેસી રહ્યા. હવે એમની પાસે કહેવાનું કંઈ ન હતું.

"બીજું કંઈ કહેવું છે ?" તથાગતનો આ સવાલ એમને અહીંથી જવા માટેનો સ્પષ્ટ નિર્દેશ હતો. જવા માટે દિવાકર ખત્રી પછી તથાગતની સામે જોઈને ખસિયાણું હસ્યા, " જેવી તમારી ઇચ્છા ! સેવકનું કંઈ કામ હોય તો યાદ કરજો " પછી ધીમેધીમે ત્યાંથી ચાલી ગયા.

"સાલો !" તથાગતના મોઢામાંથી અનાયાસે નીકળી ગયું પછી એ ધરમસિંહ સામે જોઈને હસી પડ્યો. ધરમસિંહ પણ એક ક્ષણ અચકાઈને તથાગતની સાથે હસવા લાગ્યો.

*

યુનિવર્સિટીથી પાછી ફરવા માટે વિદ્યાર્થીઓ માટેની સ્પેશિયલ બસની લાઇનમાં ઊભેલી જસ્મીન તદ્દન વિચારમગ્ન હતી. બસ આવી, અને આગળના લોકો ચડી ગયા ત્યાં સુધી એને ખબર જ ન હતી. એની પાછળ ઊભેલો છોકરો પણ એની આગળ નીકળીને બસમાં બેસી ગયો ત્યારે જસ્મીનને અચાનક ખ્યાલ આવ્યો. એ બસમાં ચડવા જ જતી હતી કે પાછળથી કોઈએ એના ખભે હાથ મૂક્યો. હજી પૂરી મૂછોયે નથી ફૂટી એવો ભૂખરી આંખો,

તીખું નાક અને ગોરી ચામડી ધરાવતો દૂબળો પતલો ગોરો છોકરો એની સામે હસી રહ્યો હતો.

"હાય જસ્મીન !"

"તમે ? મેં તમને ઓળખ્યા નહીં."

"કમઓન જસ્મીન. મને નથી ઓળખતી ?" પેલા છોકરાએ એની ભૂખરી આંખો નચાવી, "હું તારા ડેડીના બેસ્ટ ફ્રેન્ડનો દીકરો છું..." જસ્મીન હજીય એની સામે જોઈ રહી હતી. એને ખ્યાલ નહતો આવતો કે આ માણસ શું કહેવા માંગે છે. પહેલાં ક્યારેય નહોતો જોયો અને છતાંય ડેડીના બેસ્ટ ફ્રેન્ડનો દીકરો ?

જસ્મીનના ચહેરા પર મૂંઝવણ જોઈને પેલા છોકરાએ હળવેથી જસ્મીનને કહ્યું, "ડેડીનો મેસેજ છે જસ્મીન."

જસ્મીન ચોંકી. હવે એ સમજી ગઈ છોકરો શું કહેતો હતો એણે સાવધ થઈને કહ્યું, "યસ, શું મેસેજ છે ?" પછી વધુ સાવધ થઈને ઉમેર્યું, "ક્યારે આવવાના છે ડેડી ?"

છોકરો હસી પડ્યો, "પહેલાં કન્સાઇનમેન્ટની વાત કરી લઈએ ?" પછી એણે આમતેમ જોયું, "ક્યાંક બેસીને વાત કરીએ... આરામથી !"

"તમારે જે કહેવું હોય તે અહીં જ કહો. મારી પાસે ટાઇમ નથી." જસ્મીન ધૂંધવાઈ ગઈ.

"ટાઇમ તો મારી પાસે પણ નથી" છોકરાએ કહ્યું, પછી જસ્મીનની એકદમ નજીક આવ્યો, "બરાબર આઠ દિવસ પછી..." એણે ફરીથી કહ્યું, "બરાબર આઠ દિવસ પછી સાધુ મહારાજ અહીં આવવાના છે. આપણે એનાં દર્શને જવાનું છે" પછી જસ્મીનની આંખોમાં આંખો નાંખી, "એવો ડેડીનો મેસેજ છે..."

જસ્મીન માથાથી પગ સુધી ધ્રુજી ગઈ. આઠ દિવસ... આઠ દિવસ પછી એ તથાગતને ફરી એકવાર મળવાની હતી ! પણ કયા સંજોગોમાં ? શા માટે ?

૯

એરપોર્ટ ઉપર તથાગતને ટોળેટોળાં ઘેરી વળતાં હતાં. પગે લાગતા, હાર ચડાવતા અને ચરણમાં આળોટી પડતાં માણસોને જોઈને તથાગતને નવાઈ તો લાગતી જ, ક્યારેક જાત પર ઘૃણા થઈ આવતી... પોતે છેતરતો હતો આ માણસોને ?

તથાગતને રહી રહીને સવાલ ઊઠતો, "શું પોતે લાયક હતો આવી શ્રદ્ધા, આવા સન્માનને ?"

તથાગત એમ.બી.એ. હતો, દરેક વાતને પૈસાની ભાષામાં સમજતો હતો એ સાચું... આ પદનો, આ પ્રતિષ્ઠાનો એનો મોહ થઈ ગયો હતો એ પણ સત્ય ! પણ એનો આત્મા એને રહી રહીને સવાલ પૂછતો હતો એ પણ એટલું જ સત્ય !

વારંવાર તથાગત સુધી ધસી આવતાં ટોળાં તથાગતનાં દર્શન કરવાં, એને હાથ જોડવા, એની એક ઝલક જોઈ લેવા પણ બેબાકળાં હતાં.

દિવાકર ખત્રી એરપોર્ટ ઉપર ભેગાં થયેલાં ટોળેટોળાંને જોઈને પોરસાતો હતો. વારંવાર તથાગત સામે જોઈને જાણે આ બધું પોતે જ ગોઠવ્યું છે અને પોતાને લીધે જ શક્ય બન્યું છે એવું દેખાડવાનો પ્રયાસ કરતો હતો. ધરમસિંહ જિંદગીમાં પહેલી વાર પરદેશ જતો હતો. એનો ઉત્સાહ તો હતો જ, પરંતુ તથાગતની સલામતીની અને એની સેવાની જવાબદારી પોતાના માથે છે એવું સમજીને જરા ગંભીર થઈને વર્તી રહ્યો હતો.

ભેગાં થતાં ટોળાંને વિનમ્રતાથી, પરંતુ મક્કમતાથી આઘાં ખસેડવાથી શરૂ કરીને તથાગત માટે પાણી અને એની હેન્ડલગેજની સાચવણીની જવાબદારી પણ ધરમસિંહ પોતાના માથે લઈને ફરતો હતો.

તથાગતે ધીમેથી દિવાકરને કહ્યું, "આ બધું રોકો."

"આ કેમ રોકાય ? આના તો રૂપિયા છે."

"તમે જાણો છો મને નથી ગમતું આ બધું."

"શ્રદ્ધાળુઓની લાગણી અંગત ગમા-અણગમાથી ઉપર હોય છે મહારાજશ્રી." દિવાકરે કોઈ મહાન ફિલસૂફની અદાથી કહ્યું. "આ બધા છે તો આપણો તામઝામ છે." પછી જરા કટાક્ષમાં તથાગત તરફ જોઈને કહ્યું, "બાકી આપણને કોઈ પૂછે છે ?"

"પૂછે કે નહીં, મને શાંતિ જોઈએ છે."

"શાંતિ તો હવે આશ્રમમાં પાછા જઈશું ત્યારે જ મળશે, ત્યાં સુધી તો આવું જ રહેવાનું મહારાજશ્રી." પછી તથાગતની સામે આંખો નચાવીને લાલચ ટપકતા ચહેરે ઉમેર્યું, "પાંચ લાખ ડૉલરનું દાન મળશે એવાં વચનો છે. તમે સીધા ચાલો તો વધારી પણ શકાય."

"મને વેચવા નીકળ્યા છો ?" તથાગતના અવાજમાં કડવાશ છાની ના રહી શકી, "હું વસ્તુ નથી દિવાકર ખત્રી."

"કોણ વસ્તુ નથી મહારાજશ્રી ?" દિવાકર ખત્રીના ચહેરા પર હજી ખંધાઈ હતી. તથાગત બરાબર એના સકંજામાં સપડાયો છે એવી જીતનો આછો આનંદ પણ એના ચહેરા પર ઝળકી રહ્યો હતો. આવનારા દિવસોમાં હવે તથાગત એના સંપૂર્ણ તાબામાં હતો.એ ઇચ્છે તેમ, ધારે તેમ નચાવી શકવાનો હતો એને, એ વાતે મુસ્તાક હતો દિવાકર, "મહારાજશ્રી, હવે તો

આપણે બધાએ વેચાઈ જવું પડે ! તમારા પિતાશ્રી જ કહેતા હતા કે દેશ અને ધર્મ માટે માણસે જાતને છોડી દેવી પડે. અંગત સ્વાર્થનું બલિદાન આપવું પડે અને ઇચ્છાઓને ત્યાગી દેવી પડે.''

"બસ હવે !'' તથાગતે તોછડાઈથી કહ્યું, "મારા પિતાશ્રી શું કહેતા હતા એ ખબર છે મને.'' અને પછી ધરમસિંહને ઈશારો કરીને પોતે એરપોર્ટની અંદર દાખલ થઈ ચેક-ઇન કાઉન્ટર તરફ આગળ વધી ગયો.

એરપોર્ટ પર ચેક-ઈન કર્યા પછી તથાગત સાવ સામાન્ય માણસોની જેમ એક ખૂણામાં ખુરશી પર બેસીને બર્ટ્રાન્ડ રસેલનું એક પુસ્તક વાંચી રહ્યો હતો. વાંચતાં વાંચતાં એની નજર એક ફકરા ઉપર આવીને અટકી ગઈ, "એક જ સ્ત્રી પતિ માટે, પુત્ર માટે, પિતા માટે અને પ્રિયતમ માટે જુદા જુદા ભાવ અનુભવી શકે છે. ગ્રીસમાં બે શબ્દો વપરાય છે - ઈરોસ અને એગેય... ઈરોસ એટલે કામ... શરીર સાથે જોડાયેલો સંબંધ. જ્યારે એગેય એટલે પ્રેમ. શરીર અને મનને આ બે શબ્દો બહુ સ્પષ્ટ રીતે જુદા પાડે છે. મન કોઈના વિચારમાત્રથી સુખી થઈ શકે છે. મનને કોઈની હાજરીની, કોઈના હોવાની જરૂર નથી પડતી, પણ શરીર સ્પર્શ અનુભવવા માગે છે. શરીરને સ્મૃતિ નથી, માત્ર અનુભવ છે. મનને અનુભવની જરૂર નથી, માત્ર સ્મૃતિ છે એટલું પર્યાપ્ત છે.''

તથાગત વિચારી રહ્યો, "અમેરિકાની એ ધરતી પર, જ્યાં જસ્મીન સાથે જીવવાનાં સપનાં જોયાં હતાં પોતે. આજથી થોડા જ મહિનાઓ પહેલાં એને કલ્પના પણ નહોતી કે પોતે પાછો ફરશે, એ જ ધરતી પર, પણ નવો માણસ બનીને.''

માઈ સાથેની વાતચીત પછી તથાગતે જસ્મીનને મળવાનો વિચાર લગભગ છોડી દીધો હતો. અત્યારે એને અચાનક વિચાર આવ્યો, "મારા અમેરિકામાં હોવાના સમાચાર જસ્મીન સુધી જરૂર પહોંચશે. હું તો એને નહીં મળું, પણ એ મને મળવા આવશે તો ?''

આ વિચાર માત્ર તથાગતને નખશિખ ધ્રુજાવી ગયો. આજે પણ જસ્મીનનો વિચાર એના રોમરોમમાં લાવાની જેમ ફરી વળતો. જસ્મીન આજે પણ તથાગત માટે એક એવી પળ લઈ આવતી, જેમાં તથાગતનો શ્વાસ અટકી જતો... લોહી ધગધગવા લાગતું અને નસો તંગ થઈ જતી ! જસ્મીનથી છૂટા

પડ્યાને આટલો બધો સમય થયા છતાં જસ્મીનનો સ્પર્શ, એના શરીરની સુગંધ, એના વાળની મહેક અને એના હાસ્યનો રણકો એટલાં જ તાજાં હતાં, તથાગતની સ્મૃતિમાં...

તથાગતની નજર તો પુસ્તકમાં હતી, પણ મન એના સ્ટૂડિયો અપાર્ટમેન્ટની એ પળોમાં પહોંચી ગયું હતું, જે એણે જસ્મીન સાથે ગાળી હતી !

ધરમસિંહ તથાગત પાસે આવીને ઊભો રહ્યો, "મહારાજશ્રી, ચાલો."

તથાગત પુસ્તક હેન્ડલગેજમાં મૂકીને ઊભો થયો. એ પોતાનું હેન્ડલગેજ ઉપાડે એ પહેલાં ધરમસિંહે એના હાથમાંથી એ લઈ લીધું. બંને જણા આગળ ચાલવા લાગ્યા. એમનાથી થોડાક જ ફીટ દૂર દિવાકર અને એના ત્રણ ચમચાઓનું ટોળું આવી રહ્યું હતું. ધરમસિંહે ધીમેથી તથાગતને કહ્યું, "મહારાજશ્રી, દિવાકરના ઈરાદા સારા નથી હોં."

"ક્યારે હતા ?" તથાગત હસી રહ્યો હતો, "પાછું શું કર્યું એણે ?"

"હમણાં કોઈકની સાથે ફોન પર વાત કરતો હતો. કહેતો હતો કે બધું ગોઠવાઈ જાય એટલે મને જણાવજો. આ વખતે દાવ ખાલી ના પડવો જોઈએ - એવું બોલ્યો એ."

"બોલ્યો હશે," તથાગતે બેફિકરાઈથી કહ્યું, "આપણને શું ફેર પડે ?"

ધરમસિંહ સહેજ અચકાઈ ગયો. તથાગતને આ વાત કહેવી કે નહીં એની અસમંજસમાં હોય એમ ક્ષણેક વિચારતો રહ્યો. પછી એણે તથાગત સામે જોયું. એનો હાથ પકડીને એની આંખોમાં આંખો નાખી, "આ વખતે સાલાને બરાબર પાઠ ભણાવી દેવો છે. સાધુ થઈને બેઠો છે, પણ ઉઘાડો ના કરી નાખું તો મારું નામ દિવાકર નહીં- એવું બોલ્યો એ."

"કરવા દે ને..." તથાગત હજી બેફિકર હતો, "એ આવું ના કરે તો બીજું શું કરે ? એને પણ કંઈક કામ તો જોઈએ ને?" તથાગતે કહ્યું અને એર ક્રાફ્ટ તરફ લઈ જતા કોચમાં ચડી ગયો.

દિવાકર ખત્રી પાછળ આવતો હતો. તથાગતને કોચમાં ચડતો જોઈને દિવાકરે ફરી એક વાર સ્મિત કરીને એના ચમચા સામે જોયું, "ઉંદર જાતે જ પાંજરા તરફ ધસી રહ્યો છે, દેખાય છે ને ?" જવાબમાં એના ત્રણેય ચમચાઓ

ખડખડાટ હસી પડ્યા. તથાગત અને ધરમસિંહ બંનેએ એ હાસ્ય સાંભળ્યું, પણ બેમાંથી કોઈએ પાછળ ફરીને જોયું નહીં.

*

છોકરો જસ્મીનની એકદમ નજીક આવ્યો, "બરાબર આઠ દિવસ પછી..." એણે ફરીથી કહ્યું, "બરાબર આઠ દિવસ પછી સાધુ મહારાજ અહીં આવવાના છે આપણે એનાં દર્શને જવાનું છે." પછી જસ્મીનની આંખોમાં આંખો નાખી, "એવો ડેડીનો મેસેજ છે."

જસ્મીન માથાથી પગ સુધી ધ્રૂજી ગઈ. આઠ દિવસ... આઠ દિવસ પછી એ તથાગતને ફરી એકવાર મળવાની હતી ! પણ કયા સંજોગોમાં ? શા માટે ?

આ પ્લાનમાં ભાગીદાર થવાની જસ્મીનની પૂરેપૂરી અનિચ્છા છતાં એણે જે થાય તે સહ્યા વિના બીજો કોઈ છૂટકો નહોતો. જસ્મીન પેલા છોકરા સામે જોઈ રહી.

"ફોન તો કર્યો હતો, કાલે ત્રણ પાર્સલ પહોંચશે." પેલો ભૂખરી આંખો, તીખું નાક અને ગોરી ચામડી ધરાવતો દૂબળો-પાતળો છોકરો હિન્દુસ્તાની દેખાતો હતો.

"ખબર છે." જસ્મીને ટૂંકમાં પતાવવાનો પ્રયત્ન કર્યો.

"પાર્સલને ત્રણ દિવસ સાચવવાનાં." છોકરો ફરી હસ્યો, "પછી અમે કહીએ ત્યાં પહોંચાડવાનાં અને આઠમે દિવસે સાધુ મહારાજનાં દર્શનની વ્યવસ્થા ગોઠવીને એમને દર્શને લઈ જવાના." છોકરાએ કડકાઈથી ઉમેર્યું, "સમજી ગઈ ને ?"

"હમ્..." જસ્મીન ચાલવા લાગી.

પેલો છોકરો એની સાથે સાથે ચાલવા લાગ્યો, "આમાં કોઈ ભૂલ ન થવી જોઈએ. બાકી ડેડીને તો તું ઓળખે જ છે."

જસ્મીને ઝટકાથી એ છોકરા સામે જોયું. એને એક વાર વિચાર આવ્યો કે પોતે એ છોકરાને કહી દે, "મારી નાખો મારા બાપને! એક જણ મરી જશે, એમાં કેટલા બચી જશે ?" પણ એ કશું બોલી નહીં. એને પોતાની અમ્મીની આંખો, કબીરનો માસૂમ ચહેરો, સુહાના અને નતાશા યાદ આવી ગયાં.

એની આંખોમાં પાણી આવી ગયાં.

"મજબૂર ઉપર જુલ્મ કરવો કુરાનની ખિલાફ છે. આ કઈ જેહાદ કરો છો તમે ? એક વિધર્મીની સભામાં આટલા બધા લોકોની જાન લઈને શું સાબિત કરશો તમે ? ૯/૧૧થી શું મળ્યું તમને ?" જસ્મીનનો અવાજ ઊંચો થઈ ગયો.

"શ...શ...શ...." છોકરાએ જસ્મીનના હોઠ પર આંગળી મૂકી, "સવાલો નહીં પૂછવાના. કમાન્ડરનો હુકમ માનવાનો, બસ !" અત્યાર સુધી વિચિત્ર રીતે વર્તી રહેલા એ છોકરાના ચહેરા પર એક ઉદાસી ઊતરી આવી, "માત્ર એમની જાન નથી જવાની, મારી પણ જવાની છે. આઝાદી ખૂન માગે છે..."

"બીજા ધર્મના લોકોનું ? નિર્દોષનું ? સ્ત્રી-બાળકોનું ?" જસ્મીન હજીયે ઉશ્કેરાયેલી હતી, "તથાગતે શું બગાડ્યું છે તમારું ?"

"કાફિર નથી જોઈતા અમારે ! અમારે અમારી આઝાદી જોઈએ છે. ઈસ્લામ દુનિયાભર પર રાજ કરશે એક દિવસ... ત્યારે અમારી કુરબાની લેખે લાગશે. જન્નત નસીબ થશે અમને." છોકરો પઢાવેલા પોપટની જેમ બોલતો હતો.

"બહેકાવે છે તને ! યુનિવર્સિટી જવાની ઉંમર છે તારી. ડૉક્ટર, એન્જિનિયર, વકીલ... કંઈ પણ બની શક્યો હોત." જસ્મીને પેલા છોકરાને બાવડામાંથી પકડીને હચમચાવી નાખ્યો, "આ શું કરે છે તું ? તારી અમ્મી અને અબ્બુએ લોહી સીંચીને, એનું દૂધ પીવડાવીને એટલા માટે મોટો કર્યો કે એમની સેવા કરવાની ઉંમરે તું તારો જીવ આપી દે ?"

છોકરો થોડો વધુ ઉદાસ થઈ ગયો. પછી જસ્મીન સામે જોઈ રહ્યો. સાવ ચૂપચાપ...

એણે ધીરેથી જાણે સ્વગત બોલતો હોય એમ કહ્યું, "અમ્મી ! અબ્બુ ! ક્યાં છે બધા ? અબ્બુને ગોળી મારી દીધી... સાથે ગામના પાંચ માણસ મરાયા. અમ્મીને સવાલો પૂછી પૂછીને હિન્દુસ્તાની લશ્કરે પાગલ કરી નાખી. મારી બહેનને ઉઠાવી ગયા..." છોકરાએ જસ્મીનની સામે જોયું, "આખી વાદીની આ જ કથા છે. યુનિવર્સિટી, સ્કૂલ, કૉલેજ બધું બંધ છે. ટૂરિસ્ટ

આવતા નથી અને પેટ ભાડું માગે છે." એ થૂંક્યો, "અમેરિકામાં રહીને આવું ભાષણ કરવું સહેલું છે. વાદીમાં જ્યારે સૂરજ ઢળે છે, ત્યારે આતંક ઊગે છે. કયું ગામ, કયું ઘર, કોની બહેન અને કોની બેટી... બસ એટલા જ સવાલો ફરી ફરીને વાદીમાંથી પડઘાય છે." એની ઘડીભર પહેલાં ઉદાસ થઈ ગયેલી આંખો સળગવા લાગી હતી, "ખબર શું છે તમને ? ટી.વી. પર ન્યૂઝ જોતાં જોતાં પોપકોર્ન ખાવ છો તમે. અમારા લોહીમાં ડૂબીને જે સમાચાર તમારા સુધી આવે છે એને માટે શું કરો છો તમે ?" પછી ચહેરો ફેરવી લીધો એણે, "વાત કરે છે..."

જસ્મીનને અચાનક એ છોકરા માટે વહાલ આવી ગયું. એનો કબીર, એની સુહાના પણ કોઈ દિવસ આમ જ...

જસ્મીન એ છોકરાની નજીક ગઈ. એના માથે હાથ મૂક્યો એણે, "તારા મરી જવાથી પરિસ્થિતિ બદલાઈ જશે ? કાશ્મીર આઝાદ થઈ જશે ? અને થઈ જશે તો ખરેખર ફરી એક વાર સ્વર્ગ વસશે ત્યાં ?"

એ છોકરો જસ્મીનની સામે જોઈ રહ્યો. જાણે જસ્મીનના સવાલો એના પોતાના સવાલો હોય એમ એની ભૂખરી આંખો સાક્ષી પૂરી રહી.

એ થોડી વાર એમ જ જોતો રહ્યો અને પછી ચૂપચાપ ત્યાંથી ચાલવા લાગ્યો.

દસ-બાર ડગલાં દૂર જઈને એ પાછો ફર્યો, જસ્મીન સામે જોયું અને કહ્યું, "કાલે રાત્રે... ત્રણ પાર્સલ..." અને પછી પાછળ જોયા વિના ચૂપચાપ ચાલતો રહ્યો, પણ અત્યારે એની ચાલમાં એ હિંમત, એ તાકાત અને એ ઝનૂન નહોતાં, જે જસ્મીન તરફ આવતાં જસ્મીન અનુભવી શકી હતી.

*

ન્યૂયોર્કના જે.એફ.કે. એરપોર્ટ પર જ્યારે લુફ્થાન્ઝાની ફ્લાઇટ લેન્ડ થઈ ત્યારે તથાગતની આંખો બંધ હતી. જેવી રીતે, આ જ ધરતી પરથી એક વાર એ રવાના થયો હતો. એવી જ રીતે આ જ ધરતી પર એ પાછો ફર્યો હતો. 'જે' ક્લાસની એવી જ એક બારી હતી, જેમાંથી એણે આ શહેરને અલવિદા કહ્યું હતું. આ શહેરને સંબોધીને ત્યારે કહ્યું હતું એણે, "હાલ પૂરતું અલવિદા ન્યૂયોર્ક ! તારો ને મારો સંબંધ આમ થોડો પૂરો થશે ? પાછો આવીશ હું... ખૂબ ચાહ્યું છે તને. તારી એક એક ગલીને, તારા આગોશમાં ગુજારેલી

એક એક પળને અને જસ્મીનને પણ !" આંખોમાં ધસી આવેલાં આંસુને માંડ લૂછ્યાં હતાં એણે ત્યારે, "જસ્મીનને હજુ એક વાર મળવું છે મારે. બીજા કશા માટે નહીં, તો એને મળવા પણ પાછો આવીશ હું." એણે મનોમન કહ્યું હતું અને આજે ફરી એ જ ધરતી પર પગ મૂકવાનો હતો એ...

એણે હળવેથી આંખો ઉઘાડી. ચમકતી લાઈટ્સ અને એરક્રાફ્ટની અવર-જવરથી સતત બિઝી રહેતું આ એરપોર્ટ !

આ શહેરની હવામાં જસ્મીનની સુગંધ હતી ! એ હવાને ફેફસાંમાં ભરી લેવા ઉતાવળો થઈ ગયો હતો તથાગત.

એની સીટની બાજુમાં ધરમસિંહ બેઠો હતો, પછી અલાઈન છોડીને સીટમાં દિવાકર ઝોકાં ખાતો હતો, એની બાજુમાં એનો ચમચો નસકોરાં બોલાવતો હતો.

ફ્લાઈટ લેન્ડિંગનું અનાઉસમેન્ટ થયું કે દિવાકર જાગ્યો, "આવી ગયા ?" દિવાકરે પૂછ્યું અને પછી ઊંઘરેટા ચહેરા સાથે તથાગતની સામે જોઈને સ્મિત કર્યું. ચાના કપમાં વ્હીસ્કી પીતો તથાગતે જોયો હતો એને. પાછલી રાતના હેન્ગ ઑવરથી એની આંખો હજીયે સૂઝેલી હતી.

"માણસ ચાળીસ વરસ સુધી જેવું જીવે એ જિંદગી એકતાળીસમા વરસથી એના ચહેરા પર દેખાવા લાગે છે. એ એવો જ થઈ જાય છે, જેવા એના વિચારો હોય..." એના પિતાએ એક વાર એને કહ્યું હતું. દિવાકરના ચહેરા પર અત્યારે ફેફર અને ખંધાઈ હતી. એ તદ્દન બદસૂરત, ઘૃણાસ્પદ લાગી રહ્યો હતો.

"હું જસ્મીનને મળીશ." તથાગતના મગજમાં કોણ જાણે ક્યાંથી આ વિચાર ઝબક્યો. ન્યૂયોર્કનું એરપોર્ટ જોતાં જ જસ્મીનની સ્મૃતિ એને નખશિખ વીંટળાઈ વળી હતી. લંડનથી ન્યૂયોર્ક સુધી સતત જાગ્યો હતો તથાગત અને માત્ર અને માત્ર જસ્મીનના વિચારોમાં ડૂબેલો રહ્યો હતો. ખૂબ દ્વંદ્વ કર્યું હતું એણે પોતાના મન સાથે, "હું એને મળીશ." માંડ નિર્ણય કરી શક્યો હતો એ!

*

જસ્મીન લેપટોપ ઉઘાડીને બેઠી હતી.

"તથાગતને એકલા મળવું છે. બની શકે તો ખાનગી રીતે. શક્ય છે ?"

એણે પેલા ઇ-મેઇલ એડ્રેસ પર મેસેજ મોકલ્યો હતો, હવે એ જવાબની રાહ જોતી હતી.

"શક્ય છે." જવાબ આવ્યો.

"તમે મને જણાવશો ?"

"એ આજે આવે છે." જવાબ આવ્યો, "એની સાથે વાત કરીને તમને કહીશ."

"એનો કોઈ મોબાઈલ - અંગત નંબર છે ?" જસ્મીનને નહોતું પૂછવું તોય પુછાઈ ગયું.

"હજી નથી."

"ભલે. થેન્ક યુ..." વાત પૂરી થઈ ગઈ, પણ જસ્મીનના મનમાં રહી રહીને એક ઉચાટ ઘુમરાયા કરતો હતો. એણે હિંમત તો કરી હતી, આ માણસનો સંપર્ક કરીને તથાગત સાથેની મુલાકત ગોઠવવા માટે. પરંતુ આ વાતચીત પૂરી થયા પછી એને સૌથી પહેલો જે વિચાર આવ્યો એ વિચારે એને ધ્રુજાવી નાખી, "આ માણસ પેલા લોકોમાંથી જ એક હશે તો ? હું શું કરું છું અથવા શું કરી શકું એ સમજવા માટે આ વ્યૂહરચના અપનાવી હશે તો ? ઓહ ગૉડ !" જસ્મીને માથું પકડી લીધું, "કોના પર વિશ્વાસ કરવો અને કોના પર નહીં ? મેં કોઈ ભૂલ તો નથી કરી ને ?" જસ્મીનને આખા શરીરે પરસેવો વળી ગયો. એના હોઠ સુકાવા લાગ્યા. પગ પાણી પાણી થવા લાગ્યા.

"હવે ? આ માણસ જો એ લોકોમાંનો એક હશે તો એ સમજી ગયો હશે કે હું શું કરવા માગું છું." જસ્મીનને પોતાના જ ઘરમાં, પોતાના ઉપર થયેલો એ બળાત્કાર ફરી એક વાર યાદ આવી ગયો અને સાથે જ યાદ આવી ગયું પોતાના ઉદરમાં રોપાઈ ગયેલું એ માણસનું બીજ ! એ માણસ તો ૯/૧૧ની દુર્ઘટનામાં મરી ગયો...

"કોઈ જાણતું હશે આ બળાત્કાર વિશે ? એના પરિણામ વિશે ? અને કદાચ જાણે તો શું કરે ?" જસ્મીનનું મગજ ચકરાવે ચડી ગયું હતું. એને અચાનક યાદ આવી ગયું કે આજે યુનિવર્સિટીથી ડૉક્ટરને ત્યાં જવાનું હતું. પેલા છોકરા સાથેની મુલાકાત પછી એ એટલી તો વિચલિત થઈ ગઈ કે બધું ભૂલીને સીધી ઘરે પાછી આવી ગઈ.

પળભર માટે એ બધું જ ભૂલી ગઈ હતી, પણ અત્યારે એને ફરી એક વાર બધું જ યાદ આવી ગયું.

એણે ગાંઠ વાળી, "આવતી કાલે સવારે સૌથી પહેલું કામ ડૉક્ટર પાસે જઈને આ વણજોઈતો ભાર ફેંકી દેવાનું કરવું પડશે..." એ પછી કોણ જાણે ક્યાંય સુધી એ એમ જ ખુલ્લા લેપટોપની સામે આંખો બંધ કરીને, માથું ઢાળીને પડી રહી... એને સમયનું ભાન જ નહોતું રહ્યું. આછી તંદ્રામાં એને કંઈ કેટલાય વિચારો આવી ગયા...

"બેટા! જસ્મીન..." એણે હળવેથી આંખો ઉઘાડી. ફિક્કા ચહેરાવાળી એની મા એને જગાડી રહી હતી. છેલ્લા બે દિવસમાં અમ્મીની ઉંમર દસ વર્ષ વધી ગઈ હતી. સતત ધબકતા, જીવતા, કલરવ કરતા એ ઘરમાં સ્મશાન જેવી શાંતિ પથરાઈ ગઈ હતી.

"જી અમ્મી !"

"બધાં તારી રાહ જુએ છે, જમવા માટે."

"મને ભૂખ નથી અમ્મી."

એની માની આંખોમાં આંસુ આવી ગયાં, "અમને પણ ભૂખ નથી લાગતી બેટા, પણ જીવવું હશે તો ખાવું પડશે."

જસ્મીન મા સામે જોઈ રહી.

"બેટા, બધું રોકાઈ જાય, જિંદગી નથી રોકાતી. એ તો આગળ જ જાય છે... આપણે ઊભા રહી જઈએ તો પણ જિંદગી તો આગળ જતી જ રહે છે." જસ્મીનને પોતાના શરીરમાં પાંગરી રહેલી એક જિંદગી વિશે વિચાર આવ્યો, "શું અધિકાર છે મને કોઈની જિંદગી લેવાનો ? અને સામે જિંદગી આપવાનો અધિકાર પણ ક્યાં છે મને ? યા અલ્લાહ... આ કેવી પરિસ્થિતિમાં મૂકી છે મને ?" જસ્મીનની આંખો ભરાઈ આવી. અમ્મીને લાગ્યું એ પિતાના દુઃખમાં રડે છે.

અમ્મીએ એના ખભે હાથ મૂક્યો, "બેટી, સૌ સારાં વાનાં થશે. તારા અબ્બુ પણ પાછા આવશે... જરાય ચિંતા નહીં કર. મેં અજમેર-એ-શરીફની મન્નત માગી છે. આપણે બધાં સાથે ઈન્ડિયા જઈશું, અજમેર..." કહેતાં કહેતાં અમ્મી પણ રડી પડ્યાં.

મા-દીકરી બંને એકબીજાને ભેટીને છુટ્ટા મોઢે રડ્યાં. એકબીજાની પીડા, ચિંતા અને દર્દ વહેંચી લીધાં એમણે ! પછી થોડી સ્વસ્થ થઈને જસ્મીને કહ્યું, "ચાલો અમ્મી, જમી લઈએ." બંને બહાર આવ્યાં ત્યારે બાકીનાં બધાં સહેમીને બેઠાં હતાં.

જસ્મીને બહાર આવતાંની સાથે કહ્યું, "ચલો ચલો, મને બહુ ભૂખ લાગી છે." બાકીની બે બહેનો તો જસ્મીનના ચહેરા પર ખોટું હાસ્ય જોઈ શકી, પણ કબીરથી ના રહેવાયું, "મને પણ !" એણે કહ્યું અને બધાં આંખમાં આંસુ સાથે 'બિસ્મીલ્લાહ' કરવા લાગ્યાં.

*

વૈભવી અપાર્ટમેન્ટના સત્તાવનમા માળે ઊભા રહીને ન્યૂયોર્ક શહેરને જોતો હતો તથાગત ! રાતની નીઓન લાઇટ્સમાં ઝળાંહળાં થતું કોઈ ખૂબસૂરત સ્ત્રીના શરીર જેવું એ શહેર રાત્રે અને દિવસે સાવ જુદું દેખાતું.

"ફોન કરું જસ્મીનને ?" એણે જાતને જ સવાલ પૂછ્યો, "અત્યારે ?" એણે ઘડિયાળ જોઈ !

"જાતે જ પહોંચી જાઉં તો ?" એને બીજો વિચાર આવ્યો. એ ક્યાંય સુધી શહેરની લબકઝબક થતી લાઇટ્સ અને પસાર થતાં વાહનોની ઝીણી ઝીણી બત્તીઓ જોઈ રહ્યો. આખરે એ જાતને રોકી ના શક્યો, એણે ફોન ઉપાડ્યો, "ટ્રીન... ટ્રીન..."

માંડ ઊંઘ આવી હતી જસ્મીનને. અડધી રાતના ટેલિફોનની આ ઘંટડીએ એને સફાળી જગાડી દીધી. ઘરના બીજા કોઈ જાગે એ પહેલાં એ દોડી અને ફોન ઉપાડ્યો, "હેલ્લો..."

"હું છું." તથાગતનો અવાજ જસ્મીનને નખશિખ ધ્રુજાવી ગયો, એણે આમતેમ જોયું. બે જ ઘંટડી વાગી હશે કદાચ એટલે ઘરનું કોઈ જાગ્યું નહોતું. બધાના રૂમના દરવાજા બંધ હતા.

"મેં કહ્યું હતું એમને કે તમને સમાચાર આપે."

"એમને ? એમને કોને ?"

"જેમણે મને મેસેજ કર્યો હતો... મળવા પણ આવ્યા હતા..."

"મેં કોઈને નથી મોકલ્યા."

"વ્હોટ ?" જસ્મીનનો અવાજ સહેજ ઊંચો થઈ ગયો. પછી એણે ફરી આજુબાજુ જોયું... "આર યુ શ્યોર ?"

"અરે, મેં તારા વિશે કોઈ સાથે વાત પણ નથી કરી. આ ફોન તો મેં મારી જાતે કર્યો છે..."

"તો પછી એ કોણ હતું ?"

"કોણ ?" તથાગત હસવા લાગ્યો, "મને તો એમ કે તારી પાસે બે મીઠા શબ્દો સાંભળીશ, એને બદલે તેં તો મને પઝલ પૂછવા માંડી. ગુડ જૉક..."

"તથાગત, આ જૉક નથી..." જસ્મીનનો અવાજ ધ્રૂજતો હતો. ગળું ભીંજાઈ ગયું હતું. આખા શરીરે પરસેવે રેબઝેબ થઈ ગઈ હતી જસ્મીન. ફક્ત એ જ વિચારે કે, "જો એ માણસ તથાગતનો નહોતો તો કોનો હતો ?" જસ્મીન ખરેખર ડરી ગઈ !

એને એ રાત યાદ આવી ગઈ, જ્યારે એને પેલા માણસે પેન્ટની ઝીપ બંધ કરતાં કહ્યું હતું, "એક હિન્દુને પ્રેમ કરવાની સજા છે આ..."

"તો શું એ એમનો માણસ હશે ? ચેક કરવા માગતો હશે કે હું હજીયે તથાગતને..."

"હલ્લો..." સામે છેડે તથાગત કહી રહ્યો હતો, "જસ્મીન, વાત તો કર. ચૂપ કેમ થઈ ગઈ ?"

"તથાગત, મારે તને મળવું છે."

"કમ-ઓન સ્વીટહાર્ટ, મારે પણ તને મળવું છે." તથાગતનો અવાજ ખુશીમાં ઉશ્કેરાઈ ગયો, "મને તો એમ કે તને કેટલી મનાવવી પડશે, વિનંતીઓ કરવી પડશે... પણ તું તો... મને લાગે છે અમેરિકા મારા માટે લકી છે." પછી એટલા જ ઉશ્કેરાટમાં એણે પૂછી નાખ્યું, "બોલ, ક્યારે મળે છે ?"

"હમણાં જ." જસ્મીન હજીયે ધ્રૂજતી હતી. થોડી ભયમાં ને થોડી કદાચ ઉશ્કેરાટમાં.

"હમણાં ? તું નીકળી શકીશ ?"

"હું નીકળીશ, પણ તું..." જસ્મીન સહેજ અચકાઈ, "એકલો આવી

શકીશ ?" હવે એ તથાગતની પરિસ્થિતિ જાણતી હતી. આવા માણસો માટે એકલા નીકળવું અઘરું હોય છે અને ભયજનક પણ, એ સમજી શકતી હતી જસ્મીન.

"જરૂર નીકળી શકું. હું કોઈનો ગુલામ નથી." તથાગત ફુત્કાર્યો.

"ક્યાં પહોંચી શકીશ ?"

"તું કહે ત્યાં ?" તથાગત માટે આ આખીય ઘટના નવાઈભરેલી તો હતી જ, પરંતુ એને આનંદ પણ થતો હતો.

"બ્રૂકલીન બ્રિજ." જસ્મીને ઘડિયાળ જોઈ, "અડધો કલાકમાં." એણે ફોન મૂક્યો અને પોતાના રૂમ તરફ ભાગી.

તથાગત ફોન મૂકીને વિચારવા લાગ્યો, "શું હશે એવું જેને માટે જસ્મીન આમ અચાનક અડધી રાતે મળવા બોલાવતી હશે ? એ કોણ હશે, જેને જસ્મીને મારા માટે સંદેશો આપ્યો છે ? ખત્રીનો માણસ હશે ? કે કોઈ બીજું ?"

૧૦

પછી એ ઊભો થયો. પોતાના રૂમમાં ગયો. ક્લોઝેટ ખોલીને ધરમસિંહે અંદર ગોઠવેલાં કપડાંમાંથી ઉપર પડેલો ચોખ્ખો સફેદ ઝભ્ભો ઉપાડ્યો. મોઢું ધોયું, પરફ્યુમ નાખીને તૈયાર થયો. પગમાં ચપ્પલ પહેરીને બહાર નીકળતો હતો કે ચાર બેડરૂમના એ વૈભવી અપાર્ટમેન્ટના એક બેડરૂમનો દરવાજો ખૂલ્યો.

"ક્યા જાવ છો મહારાજશ્રી ?"

"બહાર." તથાગત મેઇન ડોર તરફ ચાલવા લાગ્યો.

"અત્યારે ?"

"ગમે ત્યારે ! હું મારી મરજીનો માલિક છું." તથાગતે કહ્યું અને ચાલતો રહ્યો.

"એવું નથી મહારાજશ્રી, તમારી એક એક પ્રવૃત્તિનો, તમારા એક એક વાક્યનો, તમારા એક એક વર્તનનો હિસાબ આપવો પડે છે, અમારે." દીવાકર આવીને આડો ઊભો રહ્યો.

"આહ ! તમારી પાસે કોણે માગ્યો હિસાબ ?"

"માગનારા માગે મહારાજશ્રી, જે રૂપિયા લૂંટાવે એ હિસાબ પણ માગે..." એના મોઢામાંથી હજી વ્હીસ્કીની વાસ આવતી હતી. એની ઊંઘરેટી આંખો અને ચહેરા પરની થોથર એને વધુ બદસૂરત બનાવતાં હતાં.

"જે રૂપિયા લે તે હિસાબ આપે. મારે આપવાની જરૂર નથી." તથાગત દિવાકરને ખસેડીને આગળ વધવા ગયો. દિવાકરે એનો હાથ પકડીને રોક્યો, "આ સામ્રાજ્ય હતું-નહોતું થઈ જશે. આ સાહ્યબી, આ પ્રસિદ્ધિ મેળવવી સહેલી છે મહારાજશ્રી, ટકાવવી બહુ અઘરી."

"મારે નથી જોઈતી... જેને જોઈતી હોય તે મથ્યા કરે ટકાવવા." તથાગત છેક મેઈન ડોર સુધી આવી ગયો હતો.

"મહારાજશ્રી, આપણે અહીં ધર્મનો પ્રચાર કરવા આવ્યા છીએ. આપણા વિચારો ફેલાવવા, આપણા સંબંધો દૃઢ કરવા આવ્યા છીએ. અત્યારે અડધી રાત્રે તમને કોઈ જતા જોશે તો..."

"જુઓ દિવાકર ખત્રી, મને ડરાવવાનો કે ધમકી આપવાનો આઈડિયા છોડી દો." તથાગતે દિવાકરે પોતાના પકડેલા બાવડા તરફ જોયું.

"હેં... હેં... હેં..." દિવાકર ખોટું ખોટું હસવા લાગ્યો, એણે તથાગતનું બાવડું છોડી દીધું, "તમે પ્લેનમાં ડ્રિન્ક લેતા હતા ત્યારે મેં રોક્યા ?"

"રોક્યો હોત તો હું માનત એવું કેવી રીતે ધારી લીધું ?"

"મહારાજશ્રી, બધી વસ્તુઓ છડેચોક ના કરાય... તમે ક્યાં જાવ છો એની ખબર છે મને, પણ જરા... સબર રાખો. હું ગોઠવીશ બધું."

"એ ખત્રી !" તથાગતની કમાન છટકી, "તું શું ગોઠવવાનો ? હું જે કરું તે છડેચોક જ કરું. તારી જેમ ચાના કપમાં વ્હીસ્કી નથી પીતો હું. ભરબજારમાં મારે જે કરવું હશે તે કરીશ." એ દિવાકર ખત્રીની સાવ નજીક આવી ગયો. બટકા, ઘરડા અને ઊંઘરેટા દીવાકર ખત્રીની સામે ઊંચો, દેખાવડો, ગ્રીક શિલ્પ જેવું શરીર ધરાવતો હેન્ડસમ તથાગત વધુ હેન્ડસમ લાગતો હતો, "અને યાદ રાખજે, હું જે દિવસે વિફરી બેસીશને એ દિવસે તારું આ રાજપાટ ફૂંકી મારીશ."

"અરે મહારાજશ્રી," દિવાકરને અવાજ નરમઘેંસ જેવો થઈ ગયો, "ગુસ્સે થવા જેવું કંઈ નથી."

"હું ગુસ્સે થયો પણ નથી." તથાગતે દિવાકરની આંખોમાં આંખો પરોવી, "પણ એક વાત યાદ રાખજો, તમે મને અહીં વેચવા લાવ્યા છો. હું વસ્તુ બનવાની ના પાડી દઈશ તો અઘરું પડી જશે."

"એટલે ?" દિવાકર ખત્રીની ઈચ્છા તો જીભાજોડી અટકાવી દેવાની હતી, પણ છતાં એનાથી પુછાઈ ગયું.

"એટલે એમ દિવાકર ખત્રી, કે આ તથાગત બોલવાની ના પાડી દેશે, લોકોને ઘેર પગલાં પાડવાનો ઈનકાર કરી દેશે તો તમારું પાંચ લાખ ડૉલરનું સપનું કાચી ઊંઘમાં જ તૂટી જશે." દિવાકર ખત્રીનો ચહેરો બદલાઈ ગયો, "માટે કહું છું... તમે કમાવ ને મને મારી રીતે રહેવા દો."

તથાગત સડસડાટ મેઈન ડોરમાંથી બહાર નીકળી ગયો. દિવાકર ખત્રી એને જતો જોઈ રહ્યા, અને બબડ્યા, "દીવો બહુ ફડફડવા લાગે ત્યારે બુઝાવાનો એવું નક્કી!" પછી પોતાના ઓરડા તરફ આગળ વધી ગયા.

*

ત્રણ માણસો ડાઈનિંગ ટેબલની આજુબાજુ બેઠા હતા, જેમાં એક થોડો આધેડ હતો અને બે સાવ લબરમૂછિયા જુવાન, જેમાંનો એક જસ્મીનને સવારે મળ્યો હતો. એમની સામે જ નકશો હતો. ચાર ગેટ ધરાવતો ક્લબનો કે પ્લોટનો નકશો હતો. પેલો આધેડ પુરુષ બે જણાને કંઈક સમજાવી રહ્યો હતો. બંને જણા ખૂબ ધ્યાનથી એ સ્થળનો નકશો સમજી રહ્યા હતા.

"બશીર..."

"જી જનાબ." પેલો સવારે મળવા ગયો હતો તે સિવાયના છોકરાએ આધેડ પુરુષની સામે જોયું.

"તું તૈયાર રહીશ. મોહસીન નબળો પડે, ન પહોંચી શકે કે ભીડમાં અટવાય તો તારે વી.આઈ.પી. કાર્ડ સાથે - વી.આઈ.પી. ગેટમાંથી દાખલ થઈને સીધા સ્ટેજની સામે પહોંચી જવાનું." એણે મોહસીન સામે જોયું.

મોહસીન તૈયાર જ હતો, "જનાબ, મારે આ કોમન ગેટમાંથી દાખલ થઈને ભીડને ચીરતા છેક આગળ પહોંચવાનું. તથાગત સ્ટેજ પર આવે કે આ..." એણે નકશામાં આંગળીથી બતાવ્યું, "સ્ટેજ અને માણસોની વચ્ચેની ખાલી જગ્યામાંથી પસાર થઈને સ્ટેજ સુધી પહોંચી જવાનું..."

"પછી શું કરવાનું એની ખબર છે તમને."

"જી જનાબ." બશીર પ્રમાણમાં થોડો ઉત્સાહિત દેખાતો હતો, "ચાલુ ટી.વી. કૅમેરા અને ક્લોઝ સર્કિટનો કબજો લઈ લેવાનો..."

"શ...શ...શ..." પેલા આધેડ પુરુષે પોતાના હોઠ પર આંગળી મૂકી, "આનાથી આગળનો પ્લાન આપણે કરીને બતાવવાનો છે, બોલીને નહીં."

"જી જનાબ." બંને છોકરાઓએ એકસાથે કહ્યું.

"અલ્લાહ તમારી મદદ કરશે. વિશ્વાસ રાખજો, જે અલ્લાહને કામ આવે છે, અલ્લાહ એના કામમાં પહેલો ઊભો રહે છે."

મોહસીનનો ચહેરો સહેજ ઝંખવાઈ ગયો, પણ બશીર એવો જ મુશ્કુરાતો, આનંદમાં કમાન્ડર તરફ જોઈ રહ્યો હતો.

"તમારો સામાન તૈયાર કરી લો, આપણે કાલથી જસ્મીનને ત્યાં રહેવા જવાનું છે."

જસ્મીનનું નામ સાંભળતાં જ બશીરને એ રાત યાદ આવી ગઈ, એ પહેલાં પણ એક વાર જસ્મીનને ત્યાં રહી ચૂક્યો હતો. એના મિત્ર અસલમ, મુનાફ અને ઝહીરની સાથે...

દસમી સપ્ટેમ્બરે !

ઝહીરે જસ્મીન સાથે જે કર્યું એ ઘટનાનો સાક્ષી હતો પોતે. ઝહીર એની જ બાજુમાંથી ઊભો થઈને જસ્મીનના ઓરડા તરફ ગયો હતો...અને એની બાજુમાં આવીને સૂતો ત્યારે બોલ્યો હતો, "બહુ ફૂદકતી હતી, હવે હું તો નહીં રહું, પણ એ મને ભૂલી નહીં શકે ક્યારેય !"

બશીરને કમકમાં આવી ગયાં, "પોતાના મૃત્યુની આગલી રાત્રે પણ કોઈ આવું કરી શકે ? એ કયું ઝનૂન, કઈ જિજીવિષા હતી, જેણે ઝહીર પાસે આવું કામ કરાવ્યું હશે !" એ વિચારતો હતો. ત્યાં જ કમાન્ડરે ટેબલ હાથ પછાડીને એની તંદ્રા તોડી નાખી, "ચાલો, હવે સૂઈ જઈએ. ખુદા હાફિઝ... શબ્બા ખૈર..."

કમાન્ડર ઊભા થયા. સામે બંને છોકરાઓ ઊભા થયા અને લશ્કરી ઢબે સલામ કરી, "ઈસ્લામ અમર છે." બંને છોકરાઓએ કહ્યું અને પોતપોતાના

ઓરડા તરફ ચાલી નીકળ્યા.

બ્રુકલીન બ્રિજ પર કોઈ જ નહોતું. દરિયાનાં કાળાં પાણી હળવે હળવે હિલોળાં મારતાં હતાં. લાકડાનું પ્લેટફૉર્મ અને ચારે તરફ લોખંડની રેલિંગવાળો બ્રૂકલીન બ્રિજ ન્યૂયોર્કનું મોટું આકર્ષણ હતું. જોગર્સ, પ્રેમીપંખીડાં અને ટૂરિસ્ટથી આ જગ્યા ભરેલી રહેતી. ફિલ્મનાં શૂટિંગ અવાર-નવાર થતાં અહીંયાં. 'કલ હો ના હો', અને 'કભી અલવિદા ના કહેના' જેવી ફિલ્મોના શૂટિંગ અહીં થઈ ચૂક્યાં હતાં.

રાત્રે પણ એકલ-દોકલ પ્રેમીઓ કે સંગીત વગાડનારા, ભીખ માગનારા લોકો અહીં પડેલા જોવા મળતા. જ્યાં સુધી પોલીસની નજરે ના પડે ત્યાં સુધી એમને અહીં બેસવાની તક મળતી. પછી ઊભા થઈને ભાગવું પડતું.

સૂરજ ઊગવાની તૈયારીમાં હતો. અંગ્રેજીમાં જેને ડૉન અને ગુજરાતીમાં જેને પ્હો ફાટવી કહે છે એવી સવાર થઈ ચૂકી હતી. દૂરનું આકાશ લાલ હતું. એકલ-દોકલ જોગર્સ આવવા પણ લાગ્યા હતા.

તથાગત એક છેડે રેલિંગને અઢેલીને ઊભો હતો. વિખરાયેલા વાળ, ઉજાગરાથી સહેજ નશીલી આંખો અને સફેદ ઝભ્ભો અને બ્લૂ ડેનિમમાં શોભી રહ્યો હતો. એ જ વખતે ત્યાં એક જુવાન છોકરી દોડીને આવી. ચહેરા પરથી ઇન્ડિયન દેખાતી હતી, "તમે... તમે તથાગત છો ને ?" માંડ ઓગણીસ-વીસની એ છોકરી ખૂબ નમણી અને સુંદર હતી.

તથાગતે હસીને માત્ર 'હા'માં ડોકું ધુણાવ્યું. છોકરીએ એના ગળામાં હાથ નાખ્યો અને તથાગત કંઈ સમજે એ પહેલાં એને વેલની જેમ એને વીંટળાઈને હોઠ પર એક ચુંબન કરી દીધું. તથાગત એને છૂટી પાડે એ પહેલાં કૅમેરાની ફ્લેશ થઈ. આ બધું આંખ બંધ કરીને ઉઘાડો એટલી વારમાં પલક ઝપકતાં થઈ ગયું.

"વ્હોટ રબીશ ?" તથાગતે પેલી છોકરીને માંડ માંડ છૂટી પાડી.

"આઇ લવ યુ તથાગત." પેલી છોકરી હજીયે મંત્રમુગ્ધ દશામાં હતી, "યુ ડોન્ટ નો, હાઉ મચ આઇ લવ યુ... હું તારા માટે જીવ આપી શકું. આ શરીર, મારું મન, પૈસા... જે તું માગે તે તથાગત."

"અચ્છા !" તથાગત હજી એમ જ અદબ ભીડીને રેલિંગને અઢેલીને ઊભો હતો, "એટલે પેલા ફોટોગ્રાફરને લઈને આવી છે ?"

"ફોટોગ્રાફર ? કોણ ફોટોગ્રાફર ?" પેલી છોકરી ચુંબનના નશામાં એટલી તો ગરકાવ હતી કે એને કદાચ ફ્લેશ થયાની ખબર જ નહોતી. એણે આમતેમ જોયું. એક પોની વાળેલો, લઘરવઘર અમેરિકન કૅમેરા બૅગમાં ખોસતો ભાગી રહ્યો હતો.

તથાગત કંઈ સમજે એ પહેલાં પેલી દૂબળી-પાતળી છોકરી વીજળીની ત્વરાએ દોડી. પેલો લફડફફડ અમેરિકન માંડ સો મીટર દોડ્યો હશે કે છોકરી એને આંબી ગઈ. એક જૂડો એક્સપર્ટની અદાથી છોકરીએ ફોટોગ્રાફરના પગમાં આંટી ભરાવીને એને પાડ્યો. પછી વાંકી વળીને બે કૉલરમાંથી પકડીને એને ઊભો કર્યો, "યુ પાપારાઝી..." છોકરીએ એક લાફો મારી દીધો.

પેલા માણસનો કૅમેરા લઈ ફેંકવા જતી હતી કે પેલા માણસે એને રોકી, "વેઈટ અ મિનિટ..." પેલા જાડિયા પોનીવાળા અમેરિકને એને દેખાડીને એનો અને તથાગતનો પાડેલો ફોટો ડિલિટ કર્યો, "ઓ.કે. નાઉ ?"

પેલી છોકરીને હજી સંતોષ નહોતો થયો. એણે અમેરિકનને ફરી એક લાફો ઝીંકી દીધો, "ડોન્ટ યુ ડેર અગેઈન..." અને પછી લાંબા લાંબા ડગ ભરતી તથાગત તરફ આવી પહોંચી, "બસ ?"

"થેન્ક્સ..." તથાગત ફરી એક વાર હસી પડ્યો, "હાઉ કેન આઇ થેન્ક યુ ?"

પેલી છોકરી તથાગતની સામે એકીટશે જોઈ રહી. પછી એક ડગલું આગળ વધી, "યુ કેન કિસ મી... ઍન્ડ સે થેન્ક્સ..." છોકરીએ આંખો મીંચી દીધી. ગરદન ઊંચી કરી અને આમંત્રણમાં હોઠ સહેજ ઉઘાડી નાખ્યા.

તથાગત એછોકરીની હિંમત અને એનો પોતાના માટેનો મોહ જોઈ રહ્યો!

*

છોકરીએ થોડી વાર રાહ જોઈને આંખ ઉઘાડી, "કોની રાહ જુવો છો ? અને પછી તથાગત કદાચ કંઈ નહીં કરે એમ ધારીને એ છોકરી આગળ વધી એણે ફરી એકવાર તથાગતના ગળામાં હાથ નાંખ્યો અને તથાગત એને રોકે તે પહેલાં એના હોઠ પર એક ચુંબન કર્યું...

એ ચુંબન ચાલુ હતું ત્યારે જ દોડતી જસ્મીન બ્રુકલીન બ્રિજના બીજા છેડેથી દાખલ થઈ. એણે વહેલી પરોઢના આછા ઉજાસમાં ચુંબન કરતા બે

ઓળાઓને જોયા, અને સહેજ અટકી. એણે આજ જગ્યાએ તથાગતે પોતાને કરેલું પહેલુ ચુંબન યાદ આવી ગયું.

"જસ્મીન, હું ચાહુ છું તને !" તથાગતે આજ જગ્યાએ એને પહેલીવાર કહ્યું હતું.

"મને કે મારા શરીરને ?" જસ્મીને ધારદાર આંખોથી તથાગતને માપ્યો હતો.

"શરીર ?" તથાગત હસી પડ્યો હતો, "શરીરને પણ ચાહું જ છું. તારું નામ જસ્મીન-તારા આત્માનું નામ નથી. તારા શરીરનું નામ છે. આ આંખો આ હોઠ, આ હૃદય થડકારો ચૂકી જાય એવા વળાંકો તારા શરીરના છે જસ્મીન!"

જસ્મીન નવાઈથી આ છોકરા સામે જોઈ રહી હતી.

સ્લેન્ગ અંગ્રેજીમાં વાતો કરતાં બર્ગર અને પીઝા ખાતા, કોક પીતા આજના જુવાનિયાઓમાં જસ્મીને આટલું ઊંડાણ નહોતું જોયું ક્યારેય.

"મને કેટલી ઓળખે છે તું ?" જસ્મીને આ કથ્થઈ આંખોવાળા દેખાવડા છોકરાને વધુ સમજવાના ઈરાદાથી પૂછ્યું હતું, "જાણ્યા વિના, ઓળખ્યા વિના ચાહવાનો દાવો કરે છે ?

"પ્રેમ અને ઓળખવાને ખરેખર કોઈ સંબંધ નથી...કોઈને ઓળખીને પ્રેમ કરવો એ તો ભાવતાલ કરીને વસ્તુ ખરીદવા જેવી પ્રવૃત્તિ છે." એણે જસ્મીનની કમ્મરમાં હાથ નાંખીને એને બેધડક નજીક ખેંચી હતી. તથાગતના લાંબા હાથ જસ્મીનની કમ્મરમાં આખા લપેટાઈને ફરી તથાગતના શરીર સુધી આવી જાય એટલી પાતળી કમ્મર હતી જસ્મીનની, "હું આ જસ્મીન નામની છોકરીને ચાહું છું. એ જે છે જેવી છે તેવી જ ચાહું છું..." અને પછી જસ્મીનની આંખોમાં જાણે ડૂબકી મારતો હોય એમ ઊંડે સુધી ઊતરીને એણે ગંભીર હસકી અવાજે ધીમેથી કહ્યું હતું," અને, કેમ ચાહું છું એની મને ખબર નથી ને મારે જાણવું પણ નથી."

જસ્મીન જાણે મંત્રમુંગ્ધ થઈને તથાગતની તરફ જોઈ રહી હતી. પછી આથમતી જાંબુડી સાંજના ફરફરાટ વાતા પવનમાં તથાગતે હળવેથી જસ્મીનના હોઠ પર પોતાના હોઠ મૂક્યા હતા.

અમેરિકામાં જીવતી એક યુવાન છોકરી અને અમેરિકા ભણવા આવેલા યુવાન છોકરા બંને માટે એમની જિંદગીનું એ પહેલું ચુંબન હતું.

*

જસ્મીને પોતાના હોઠ પર જીભ ફેરવી.

એને આજે પણ એ ચુંબનથી થયેલો રોમાંચ અને આખા શરીરમાં જાણે વીજળીનો આંચકો લાગ્યો હોય એવી લાગણી યાદ હતી. એને એ પછી ક્યારેય એને એ સ્વાદ એ લાગણી ભુલાઈ નહોતી.

જસ્મીનને એ ચુંબનની સાથે ઝહીરે જે રીતે એના હોઠ ચાવી ખાધા હતા, જે રીતે એને બચકાં ભર્યાં હતાં એ ઘટના ફરી એકવાર યાદ આવી ગઈ. એના આખા શરીરમાંથી ઠંડીનું એક લખલખું પસાર થઈ ગયું હતું અને એનાથી એના પેટ ઉપર હાથ મુકાઈ ગયો. એ ત્યાં જ ઊભી રહી ગઈ અને એણે આકાશ તરફ જોયું.

"લાલઘૂમ આકાશમાં કોણ જાણે ક્યાં વસતો હશે ખુદા ?!" જસ્મીનને વિચાર આવ્યો, "શું કહીશ તથાગતને ? મળવા તો બોલાવ્યો છે પણ બૉમ્બ બ્લાસ્ટની યોજના વિશે કંઈ પણ કહીશ કે આસપાસ ઊભેલું કોઈ સાંભળશે તો મારું શું થશે ? " જસ્મીનને પોતાના પિતાનો વિચાર આવી ગયો, "યા ખુદા, આ કેવું ઈમ્તિહાન છે ! તથાગતને જો નથી કહેતી તો ગુનેગાર છું અને કહુ છું તો મારા ડેડીના મૃત્યુનું કારણ બનું છું... એણે આકાશ સામે જોઈને મનોમન દુવા કરી, "જે સાચું અને સહુ માટે સારું હોય એવું સૂઝાડજે પાક પરવરદિગાર." અને પછી વિચારો ખંખેરીને આગળ ચાલી.

તથાગતે એ છોકરીનો હાથ પોતાના ગળામાંથી કાઢી નાખ્યો, પછી વહાલથી એના માથે હાથ ફેરવ્યો અને હળવેથી કહ્યું, " ગૉડ બ્લેસ યુ, તું સરસ છોકરી છે. ઈશ્વર તને મદદ કરશે "

જસ્મીનને સ્વપ્ને કલ્પના નહોતી કે આ તથાગત હોઈ શકે. એ દોડતી ધસમસતી તથાગત તરફ આવી.

પેલી છોકરી તથાગતની આંખોમાં આંખો નાંખીને ફરી એકવાર એના ગાલ પર પોતાના બે હાથ મૂકીને એને નજીક લેવા ગઈ પણ આ વખતે તથાગતે એના બંને હાથ સહાનુભૂતિથી છતાં મજબૂતીથી પકડીને ગાલ પરથી

હટાવી દીધા, "ગુડ બાય."

પેલીછોકરીએ અત્યંત આત્મવિશ્વાસથી ગાલ પરથી હટાવાયેલા એ હાથને ખભા પર થઈ બાવળાં પરથી સરકાવી કાંડા પર થઈને હથેળી સુધી પહોંચાડ્યા પછી, તથાગતના બે હાથ પોતાના બે હાથમાં પકડ્યા, "નો.ગુડ બાય નહીં. હું મળીશ તમને. ક્યાં અને ક્યારે કહી નથી શકતી પણ મળીશ જરૂર..." અને પછી તથાગતના હાથ છોડીને આછા ઉછાસમાં દોડતી ગાયબ થઈ ગઈ.

હજી એ દસ ફૂટ દૂર નહીં પહોચી હોય અને જસ્મીન તથાગતની સામે આવીને ઊભી રહી ગઈ. એને પોતાની આંખ પર વિશ્વાસ ન આવ્યો, "આ તથાગત ? આ એનો તથાગત હતો! હજી થોડી ક્ષણો પહેલા જેનું ચુંબન યાદ કરીને એનું રોમરોમ જીવંત થઈ ગયુ હતું એ તથાગત આમ એ જ જગ્યાએ એ જ રીતે કોઈ બીજી છોકરીને ચુંબન કરતો થઈ ગયો ?"

જસ્મીન આગળ વધી. એનો પોતાની જાત પર જ કાબૂ ના રહ્યો. એને તથાગતને ખભામાંથી પકડી લીધો અને હચમચાવી નાંખ્યો, "કોણ હતી એ છોકરી ?"

"નથી જાણતો" તથાગતે સ્મિત કર્યું. અને જસ્મીનને બાહુપાશમાં લેવા હાથ પહોળા કરીને આગળ વધ્યો. જસ્મીને એને ધક્કો માર્યો, તથાગત પાછો રેલિંગ પર અથડાયો.

"જસ્મીન !" તથાગતના અવાજમાં નવાઈ હતી, "આ શું કરે છે ? આને માટે બોલાવ્યો મને અહીં ?"

"અને તેં ?...તેં આ દેખાડવા બોલાવી મને ?"

"ઓહ !" તથાગતના ચહેરા પર હજીય સ્મિત હતું, "આ ? આ તો...આવું તો થયા કરે. આવી આશ્રમમાં તો કેટલી છોકરીઓ આવે છે. મારા સુધી પહોંચી નથી શકતી એટલે આવી હિંમત નથી કરતી. આને હું એકલો મળી ગયો... તો ઇચ્છા પૂરી કરી લીધી."

"વોટ ?" જસ્મીને તથાગતનો કુરતો બંને બાજુ બટ્ટન પટ્ટી પાસેથી પકડી લીધો, "એટલે તને કોઈ ફરક નથી પડતો ?"

"ના !"તથાગત જસ્મીનની આંખોમાં જોઈ રહ્યો હતો, "હું ઇચ્છા-અનિચ્છા, ગમા-અણગમાની બહાર નીકળી ગયો છું. મારું પોતાનું કંઈ નથી

રહ્યું જસ્મીન !" જસ્મીને ધ્યાનથી જોયું, તથાગત સાચું બોલતો હતો. એના અવાજમાં થોડી પીડા હતી. અને ભારોભારો સચ્ચાઈ, "મારું શરીર... મારું મન પણ મારું નથી. મને વસ્તુ બનાવીને વેચ્યો છે આ લોકોએ !"

"તથાગત !" જસ્મીન આગળ વધી. એણે પોતાના હાથ તથાગતની પાછળ લપેટી દીધા અને માથું એની છાતી પર મૂકી દીધું, "હવે શું થશે ?" એનાથી પુછાઈ ગયું. દૂર પૂર્વમાં સૂર્ય ઊગ્યો હતો. લાલઘૂમ આકાશ વધુ લાલ થઈ ગયું હતું. એક કેસરી રંગનો ગોળો બંનેના ચહેરા પર લાલ પ્રકાશ પાડી રહ્યો હતો. જસ્મીને માથું ઊંચકીને એની આંખોમાં જોયું. આ અજવાળામાં તથાગતની ભૂખરી આંખો વધારે ભૂખરી દેખાતી હતી.

"તથાગત, બધું જ બદલાઈ ગયું છે."

"મને કહે છે ?" તથાગત હસી પડ્યો, "મારાથી વધારે કોણ જાણે છે ? મને તો ઘણીવાર લાગે છે કે હું, પોતે જ 'હું' નથી રહ્યો.જસ્મીન, જિંદગી આવો અને આટલો તેજ વળાંક લેશે અને એ પણ આટલા ઓછા સમયમાં, એવી મને કલ્પના પણ નહોતી."

જસ્મીન મનોમન વિચારી રહી હતી, "તથાગત તો પોતાની જિંદગી વિશે વાત કરે છે. એને હજી મારી જિંદગીના વળાંકોની ક્યાં ખબર છે. દશા એક જ છે અમારા બંનેની અને છતાં દિશા કેટલી જુદી ?" એની આંખોમાં પાણી આવી ગયાં એણે હળવેથી તથાગતને કહ્યું, "મને બહુ ડર લાગે છે."

"ડર ! ભય ! બંને માણસની જરૂરિયાતમાંથી જન્મે છે. તમને કશું જોઈએ, તમે કંઈ મેળવવાનો પ્રયત્ન કરો, ક્યાંક પહોંચવા માંગો અને એ પ્રમાણે ન થાય એટલે ભયની શરૂઆત થાય છે. એ પછી એ વસ્તુ કે જગ્યા કોઈ બીજાને મળી જાય એટલે ઈર્ષા જન્મે છે. અને ઈર્ષામાંથી ક્રોધ..."તથાગત હળવે હળવે જસ્મીનના માથામાં હાથ ફેરવી રહ્યો હતો," અને ક્રોધ હંમેશાં વગર વિચાર્યું વર્તન કરાવે છે."

"નથી સાંભળવું મારે આ બધું" જસ્મીન તથાગતથી સહેજ અળગી થવા ગઈ પણ તથાગતે એને પોતાની સાવ નજીક છાતીસરસી દબાવીને પકડી રાખી અને બીજા હાથે એના વાળમાં હાથ ફેરવતો રહ્યો, "જસ્મીન, કશું પણ મેળવવાનો પ્રયત્ન એ ફાંફા છે. તમને જે અને જેટલું મળવાનું છે. એ અને એટલું જ નિશ્ચિત સમયે મળી રહેશે. એ સિવાયની બધી જ

જિજીવિષાઓ માણસને દુખ આપવા સિવાય કંઈ કરતી નથી."

"તું સમજતો નથી." જસ્મીન અકળાઈ ઊઠી, "તારા માથે મોતનો ભય છે."

તથાગત હસી પડ્યો ખડખડાટ. વહેલી સવારની શાંતિમાં એનું હાસ્ય દૂર સુધી પડઘાતું હતું એ જોરજોરથી ક્યાંય સુધી હસતો રહ્યો.જસ્મીન જરા ચીડમાં, જરા નવાઈથી અને જરા કુતૂહલથી એની સામે જોઈ રહી, " શું હસે છે ? હું સાચું કહું છું. "

"મને ખબર છે તું સાચુ કહે છે ! " તથાગત ફરી ગંભીર થઈ ગયો, "મોતનો ભય કોને નથી જસ્મીન ? જ્યારથી જન્મે ત્યારથી મોતનો ભય તો નક્કી જ હોય છે. નથી હોતો ?"

"એવું મોત નહીં" જસ્મીને ગુસ્સે થઈને કહ્યું, "ભાષણ ના કર, મારી વાત ધ્યાનથી સાંભળ." પછી એણે આસપાસ જોયું. ખાસ કોઈ શંકાસ્પદ માણસ દેખાતો નહોતો એક બે ટૂરિસ્ટ અને જોગર્સ ધીમેધીમે આવી પહોંચ્યા હતા. પણ બધા સામાન્ય દેખાતા હતા. કોઈ જસ્મીન તરફ જોતું હોય કે એનું ધ્યાન રાખતું હોય એવું જસ્મીનને ન લાગ્યું એટલે એણે હિંમત કરીને ખૂબ ધીમેથી તથાગતને ભેટતી હોય એવી રીતે એના કાનમાં કહ્યું, "તારી ન્યૂયોર્કની સભામાં બૉમ્બ બ્લાસ્ટનું કાવતરું છે " પછી તથાગતને ભેટેલી એમજ ઊભી રહી પછી ધીમેથી દૂર થઈ જાણે છૂટી પડતી હોય એમ એણે હાથ મેળવી કહ્યું, "સી યુ સૂન. જલદી મળીશું" અને સડસડાટ બહારની તરફ ચાલવા લાગી.

તથાગત થોડીવાર એમ જ અદબ ભીડીને રેલિંગને અઢેલીને ઊભો રહ્યો અને જસ્મીનને જતી જોઈ રહ્યો. પછી એના મનમાં એકસામટા અનેક વિચાર આવી ગયા, "કોણ હશે આ કાવતરાનું સૂત્રધાર ? દીવાકર ખત્રી ? કે કોઈ બીજું ? જસ્મીન આ ક્યાંથી જાણતી હશે ? દીવાકર ખત્રીએ એને મજબૂર કરી હશે ?" એ આકાશ તરફ જોઈ રહ્યો, " જ્યાં સુધી પૂરેપૂરી માહિતી ન મળે ત્યાં સુધી હું શું કરી શકું ?" એના વિચારો ચાલુ જ હતા, "આમ તો પૂરેપૂરી માહિતી મળે એ પછી પણ હું શું કરી શકવાનો ?"

એણે વિચારો ખંખેરતો હોય એમ માથું હલાવ્યું, હાથ ઊંચા કરીને મોટું આળસ મરડ્યું અને ટેક્સીઓ પાર્ક કરેલી હતી એ તરફ ચાલવા લાગ્યો.

૧૧

બ્રુકલિનબ્રિજ પર ધીમેધીમે અવરજવર વધી રહી હતી.

સવાર પણ પૂરેપૂરી ઊઘડી ગઈ હતી.

ભાગતા, હાંફતા, દોડતા શહેર ન્યૂયોર્કના લોકોનો દિવસ પૂરઝડપે ચાલવા માંડ્યો હતો. સબવે સ્ટેશનો ઉપર ભીડ જામવા લાગી હતી. પહેલાં તથાગતે ટૅક્સીમાં જવાનો વિચાર કર્યો પછી કોણ જાણે કેમ એને વિચાર આવ્યો કે સબવે ટ્રેનમાં જવું જોઈએ.ઘણા વખતથી એણે ન્યૂયોર્કની આ સુગંધ નહોતી લીધી. અહીં રહેતો ત્યારે યુનિવર્સિટી જવા આવવા માટે એ સબવે ટ્રેનનો ઉપયોગ કરતો આજે ફરી એકવાર એને ટ્રેનમાં જવાની ઇચ્છા થઈ ગઈ.

ટૅક્સી છોડીને એણે સબવે સ્ટેશન તરફ ચાલવા માંડ્યું.

એના મગજમાં એના પગ જેટલી ઝડપથી વિચારો ચાલતા હતા. એને રહી રહીને જસ્મીનની વાત યાદ આવતી હતી.

"શું સાચી હશે એની વાત ? એને આવી માહિતી કોણે આપી હશે ?

એને કોઈએ મજબૂર કરી હશે ? આ કોઈ એટલે કોણ ? એવું 'કોઈ' જે મારા અને જસ્મીનના સંબંધો વિશે જાણતું હોય અને એવું સમજી શકે કે મારા સુધી પહોંચવાનો સૌથી સરળ રસ્તો જસ્મીન છે..."

ચાલતાં ચાલતાં એ સબવે સ્ટેશન સુધી આવી ગયો. એણે ટિકિટ લીધી. જઈને પ્લેટફોર્મ પર ઊભો રહ્યો. આસપાસ જતા આવતા લોકો ઘડીભર માટે ઊભા રહીને એને જોતા હતા. કેટલાક એશિયન, હિન્દુસ્તાની લોકો તો આવીને પગે લાગી ગયા.

"બસ બસ" એણે એમને રોકવાનો પ્રયત્ન કર્યો.

ધીમેધીમે ત્યાં ટોળું જમા થવા લાગ્યું. તથાગતને અકળામણ થવા લાગી. એ જેમ ખૂણામાં સરકતો ગયો એમ ટોળું વધુ ને વધુ મોટું થતું ગયું...

કોઈ તથાગતના પગમાં પડતું હતું. કોઈ એની સાથે હાથ મિલાવતું હતું, કોઈ પ્રશ્નો પૂછતું હતું, તો કોઈ એની પાસે ઓટોગ્રાફ માંગતું હતુ એમાંના બે ત્રણ જણાએ તો પોતાની પાસે એ વખતે હતી એટલે તથાગતના પુસ્તકમાં જ એના ઓટોગ્રાફ લઈ લીધા. ભારતીયોની સાથે સાથે અમેરિકન્સ અને બીજા લોકો પણ એ ટોળામાં ભળ્યાં. તથાગતના ક્રાંતિકારી વિચારોને કારણે એની પ્રસિદ્ધિ આંતરરાષ્ટ્રીય ક્ષેત્રે ફેલાઈ હતી. છાપાં વાંચનારા કે રોજેરોજના સમાચારથી જાતને અપડેટ રાખનારા ભાગ્યે જ કોઈ એવા હતા જે તથાગતને ના ઓળખતા હોય !

ત્યાં ઊભેલા બે-ચાર લોકોએ એને પ્રશ્નો પૂછી નાંખ્યા, પોતાની અંગત સમસ્યાની ચર્ચા શરૂ કરી દીધી...

તથાગત કંઈ કરી શકે એ પહેલાં સબવે સ્ટેશન ઉપર એની તસવીર ખેંચાઈ ગઈ.

બીજા દિવસના છાપા માટે આનાથી સારો મસાલો શું હોઈ શકે ?

એ જ વખતે ટ્રેન આવી. તથાગત લોકોના ટોળાને હડસેલતો દોડીને ઓટોમેટિક ખૂલેલા દરવાજામાંથી ટ્રેનના ડબ્બામાં દાખલ થઈ ગયો. એણે ઘડિયાળ જોઈ સાડા નવ !

"દિવાકર ખત્રી તો બરાબરનો ચિડાયો હશે ! અત્યાર સુધીમાં તો મને શોધવા માણસો મોકલી આપ્યા હોય તો નવાઈ નહીં." તથાગતને વિચાર

આવ્યો. સાથે જ એના ચહેરા પર સ્મિત આવી ગયું. એ પ્રમાણમાં બેધ્યાન હતો. આસપાસ ઊભેલા અને બેઠેલા લોકો પોતપોતાની દિશામાં જવા ઉતાવળા હતા એટલે એમનું ધ્યાન પણ તથાગત પર હતું. પણ જે બેચાર જણા એની તરફ જોઈ રહ્યા હતા એમની આંખોમાં અહોભાવ હતો અને એ તથાગતને ઓળખતા હતા એ નક્કી !

*

"તદ્દન બે જવાબદાર માણસ છે..." દિવાકર ખત્રીનું મગજ છટકેલું હતું. એ સામે ઊભેલા ધરમસિંહ પર બૂમો પાડી રહ્યા હતા, "આ પારકા પરદેશમાં એને કંઈ થઈ ગયું તો શું જવાબ આપીશ હું ?લોકો તો મારો વાંક કાઢશે. હું મારી જવાબદારી ઉપર લાવ્યો છું અહીંયા... સાડા અગિયાર વાગ્યે જેમણે કાર્યક્રમ ગોઠવ્યો છે એ સજ્જન મળવા આવવાના છે... હવે તથાગત જ નહીં હોય તો..."

"મહારાજશ્રી આવી જશે" ધરમસિંહએ મહારાજશ્રી શબ્દ ઉપર જરા ભાર મૂક્યો. દિવાકર ખત્રીએ કરેલું તથાગતનું સંબોધન ધરમસિંહને ગમ્યું ન હતું. એ સાચા અર્થમાં તથાગતનો સેવક હતો. તથાગતને ખૂબ ચાહતો. હંમેશાં એનું ભલું ઇચ્છતો અને તથાગત સાથે કોઈપણ પ્રકારની બદતમીઝી કે દાદાગીરી ધરમસિંહ માટે અંગત અપમાન જેવી હતી, "એ આવવા જ જોઈએ."

"આવશે નહીં તો જશે ક્યાં ?" દિવાકરના ચહેરા પર ખંધુ હાસ્ય હતું, "એને કોઈ સંઘરે એમ નથી ! પણ મૂળ સવાલ એ છે કે એ ગયો ક્યાં ?" ભમ્મર નચાવતા બંને હાથની આંગળીઓથી એકબીજા પર તાલ આપતાં એમણે ધરમસિંહને પૂછ્યું, " રામભક્ત હનુમાન, તને તો ખબર જ હશે. તને કીધા વિના જાય નહીં."

ધરમસિંહ ચૂપ રહ્યો.

"મળવા તો પેલીને જ ગયો હશે. પણ ક્યાં, એ સવાલ છે. અને ગામમાં આવતાંની સાથે એને મળવા દોડી ગયો એનો અર્થ એ થાય કે બે જણા વચ્ચે ધુટુરઘુ ચાલુ જ છે." એ ધરમસિંહ સામે જોઈ રહ્યો હતો. એની બાજ જેવી નજર ધરમસિંહના ચહેરા પર હાવભાવ બદલાય છે કે નહીં એનો અભ્યાસ કરવાનો પ્રયત્ન કરતી હતી. પરંતુ ધરમસિંહ પોતાના મનમાં જે ચાલતું હતું

એને ચહેરા પર નહીં આવવા દેવાનો સંપૂર્ણ પ્રયત્ન કરી રહ્યો હતો.

"સાડા અગિયારે તારો મહારાજશ્રી નહીં આવે તો મારી કમ્બખ્તી થઈ જશે. આ પહેલો કાર્યક્રમ છે ન્યૂયોર્કમાં સવા લાખ ડૉલરનું વચન છે. એને શું છે ? લફરાંબાજી કરવી છે... જવાબ તો મારે આપવાનો ને ?"

દિવાકર ખત્રીનું બોલવાનું ચાલુ જ હતું અને સૌના આશ્ચર્ય વચ્ચે તથાગત પ્રવેશ્યો અને દિવાકર ખત્રીનાં છેલ્લાં વાક્યો સાંભળ્યાં હશે કદાચ, એટલે દાખલ થતાંની સાથે જ હસીને કહ્યું, "જે પુરુષ લફરાંબાજી ના કરે એને માટે બે કારણો હોય છે, એક, એનામાં હિંમત નથી અને બે એનામાં આવડત નથી. પણ તમારા કેસમાં એક ત્રીજી શક્યતા પણ રહેલી છે..." એણે જઈને ધરમસિંહના ખભે ધબ્બો માર્યો અને હસતાં હસતાં ઉમેર્યું, "હિંમત અને આવડત તો કદાચ હશે તમારામાં, પણ તમને તક જ ના મળી..."

એ બોલતાં બોલતાં અંદર જવા લાગ્યો.ત્યારે મર્મ પર થયેલો ઘા ઝીલ્યા પછી જાણે કળ વળી હોય એમ દિવાકર ખત્રીએ જરા ચિડાયેલા ઊંચા અવાજે બૂમ પાડી, " આ બધું નહીં ચાલે મહારાજશ્રી. આવી રીતે મન ફાવે તેમ રખડો તો..."

"તો ?" અંદર જતો તથાગત એમ જ ઊભો રહી ગયો. એ ફર્યો નહીં પણ એના ખભા તણાઈ ગયા, ગરદન ટટ્ટાર થઈ ગઈ. એની બોડીલેન્ગવેજ કહેતી હતી કે હવે જો દિવાકર ખત્રી એક પણ વાક્ય બોલશે તો તથાગત એને ઊંધા હાથની આપી દેતાં ખચકાશે નહીં !

"તો ? તો શું ખત્રી ?" તથાગતે ફરી પૂછ્યું

"હૈ હૈ હૈ !" ખત્રી હસી પડ્યો, "તો કાંઈ નહીં ! હું શું કરી લેવાનો હેં ?"

"ઘણું કરી શકો..." તથાગતે ખત્રીના પગ નીચે બોમ્બ ફોડ્યો, "મારું ખૂન કરાવી શકો ! સભામાં બૉમ્બ મુકાવી શકો. કે પછી જસ્મીન સાથેની મારી તસવીર અખબારોમાં છપાવી શકો..."

"હૈ હૈ હૈ !" દિવાકર ખત્રી હજુય એવું જ ઝંખવાણું અને ખંધુ હસી રહ્યો હતો, "હું એવું શું કામ કરાવું?

"એ તમને ખબર..." તથાગત ઉતાવળી ચાલે અંદર ચાલી ગયો અને જતાં જતાં એને કહ્યું, "ક્યારેય એવું નહીં માનતા કે તમે શું કરો છો એની

મને ખબર નથી... જેમ તમે મારી ખબર રાખો છો એમ હું પણ પ્રયત્ન કરું કે નહીં મારા સુધી તમારી ખબરો આવી જ જતી હોય છે..."

તથાગત તો અંદર ચાલી ગયો પણ બહાર ઊભેલા ધરમસિંહના ચહેરા પર એક સ્મિત આવી ગયુ એને દિવાકર ખત્રી સામે એવી રીતે જોયું જાણે કહેતો હોય, " સાંભળી લીધું ને ?"

*

જસ્મીન ઘરે પહોંચી ત્યારે ઘરનાં સૌ જાગી ગયાં હતાં. ડાઈનિંગ ટેબલ પર બેસીને એની ચિંતા કરી રહ્યાં હતાં. નતાશા બેત્રણ જગ્યાએ ફોન કરી ચૂકી હતી.

"ક્યાં ગઈ હતી ?" જેવી જસ્મીન દાખલ થઈ એવી અમ્મીએ પૂછ્યું હતું."

"બહાર" જસ્મીને કહ્યું અને પોતાના રૂમ તરફ જવા લાગી.

"જસ્મીન ! તને અમારી કોઈ ચિંતા નથી ?" એની માથે કહ્યું એ એમની આંખોમાં આંસુ આવી ગયાં. આટલી તકલીફો ઓછી છે કે તું આવી રીતે કહ્યા વિના ચાલી ગઈ ?" એમનો અવાજ ગળગળો થઈ ગયો હતો.

"અમ્મી ! હું તમારી ફિલિંગ સમજું છું !" જસ્મીન એમની પાસે આવી અને ખભે હાથ મૂક્યો, " પણ વિશ્વાસ રાખજો કે તમારી જસ્મીન જે કંઈ કરશે એ બધાની ભલાઈ માટે હશે." જસ્મીનની આંખોમાં પણ પાણી આવી ગયાં હતાં.

"બેટા, તારા અબ્બુ પોલીસને કાગળ આપવા ગયા હતા ત્યારે જ મેં ના પાડી હતી પણ વતનપરસ્તીના નશામાં એમણે એમની સાથે સાથે આપણા બધાનો જીવ જોખમમાં નાખી દીધો છે. આજે પેલા ત્રણ જણા આવશે." અમ્મી બોલ્યાં અને ઘરમાં જાણે સોપો પડી ગયો.

"કોણ આવવાનું છે અમ્મી ? " નાનકડા કબીરે પૂછ્યું.

"મહેમાન" એમણે એક જ શબ્દમાં જવાબ આપી દીધો પછી એમની અને જસ્મીનની આંખો મળી. બંન્નેની આંખોમાં એક અજાણ્યા ભયનો ઓથાર હતો.

"એ જ મહેમાન જે હમણાં થોડા દિવસ પહેલાં આવ્યા હતા ? પછી જેમના ફોટો ટીવી પર આવેલા ?" કબીરે પૂછ્યું. અમ્મી ચિડાઈને કંઈ બોલવા જતાં હતાં. પણ જસ્મીને એમના ખભા પર મૂકેલો પોતાનો હાથ સહેજ દબાવ્યો. અમ્મી ચૂપ થઈ ગયાં. જસ્મીન હળવેથી આગળ વધી, કબીરની પાસે ગઈ અને એની બાજુમાં સોફા પર બેઠી. પછી એણે બહુજ હળવેથી કબીરને ખોળામાં લીધો એના ગાલ પર એક ચુંબન કર્યું અને કહ્યું, " આ એ મહેમાન નથી.આ તો બીજા મહેમાન છે..."

"એમના ફોટા પણ ટીવીમાં આવશે ?" કબીરે પૂછ્યું

જસ્મીનની છાતીમાં જાણે એક ચિરાડો પડી ગયો. એ વિચારવા લાગી, "ગઈકાલે ૯/૧૧... આજે તથાગતની સભામાં બોમ્બ બ્લાસ્ટ અને પરમ દિવસે કંઈ બીજું... અમે ક્યાં સુધી આમ ગુનેગારોનો સાથ આપીશું, ક્યાં સુધી એમનો હાથો બનતાં રહીશું ? ગઈ કાલે હું, આજે અબ્બુ તો કાલે સુહાના, નતાશા અને પછી કબીર..."

એના ચહેરા પર એ વિચારે જ ભય છવાઈ ગયો. એણે જાતને પૂછેલો પ્રશ્ન એને સખત રીતે મૂંઝવી રહ્યો હતો.

આજે મહેમાન થઈને આવનારા લોકો જે કરવા આવવાના હતા એ જાણતી હોવા છતાં પોતે એમાં સાથ આપશે ?

"ના" એના અંતર આત્માએ જવાબ આપ્યો,"તારા એક અબ્બુ છે. એ સભામાં કેટલાંના પિતા, કેટલાંના બાળકો, કેટલાંની મા, કેટલાંની દીકરી, અને કંઈ કેટલાંના સગાંવહાલાં હશે... એક તારા અબ્બુને બચાવવા માટે તું એટલા બધાના પ્રાણ ન્યોછાવર કરી દઈશ ? તારો ધર્મ શું કહે છે ? શું કહે છે તારું કુરાન ? યાદ કર એ હુસેનનું બલિદાન અને કરબલાનું યુદ્ધ... બીજાને બચાવવા માટે પોતાના પ્રાણ આપવાનું શીખવતા ધર્મમાં આવું શીખવ્યું છે તને ?"

જસ્મીન વિચારમાં ગરકાવ થઈ ગઈ હતી. એ જ વખતે એની બાજુમાં પડેલા એના સેલ ફોનની રીંગ વાગી, જસ્મીને ફોન ઉપાડ્યો, કાને લગાડ્યો...

"મળી આવી તારા આશિકને ?"

જસ્મીનના હાથ જાણે બરફના હોય એમ થીજી ગયા, "અમે જાણતા

હતા કે એ તને સંપર્ક કરશે. પણ આટલો ઝડપથી અને આવી રીતે સંપર્ક કરશે એવું નહોતું ધાર્યું...સામેનો અવાજ કહી રહ્યો હતો, "બહુ પ્રેમ છે ખરું? પણ આ પ્રેમની ઘેલછામાં ક્યાંય બકવાસ તો નથી કરી આવીને? બાકી તને તો ખબર જ છે કે તારા અબ્બુના શું હાલ કરીશું?" જસ્મીનના ચહેરા પર પલટાતા હાવભાવ જોઈને નતાશા એની નજીક આવી, એણે જસ્મીનના ખભે હાથ મૂક્યો, "ઓલ વેલ?" એણે પૂછ્યું...

જસ્મીને ડોકું ધુણાવીને 'ના' પાડી અને વાત ચાલુ રાખી, "હું શું કામ કહું એને કંઈ? અને આટલું જાણો છો તો તમને એ પણ ખબર જ હશે કે ફોન મેં નથી કર્યો..."

એ તો ખબર જ હોય ને! એટલે તો તને ચેતવણી આપીએ છીએ. બાકી તો ક્યારનાએ તારા અબ્બુને..."

"જુવો, હું એને કંઈ જ કહેવા નહોતી ગઈ... આટલી તપાસ કરી છે તો તમને ખબર જ હશે કે હું કેટલી મિનિટ હતી એની સાથે અને મેં શું વાત કરી છે..." જસ્મીન બોલી રહી હતી.

"બધી જ ખબર છે અને એટલે જ એકવાર યાદ કરાવી દઈએ છીએ... જો ગરબડ કરવાનો પ્રયત્ન કર્યો છે. તો તું જાણે અને તારું નસીબ..."

"તમે મારા અબ્બુને છોડી દો."

"છોડી દઈશું. ઉતાવળ શું છે?" પેલો અવાજ સામે છેડે હસી રહ્યો હતો, "જેટલા દિવસ અમારા માણસો તારા મહેમાન રહે એટલા દિવસ ભલેને તારા અબ્બુ અમારી મહેમાનગતિ માણતા."

"કોની સાથે વાત કરે છે?" અમ્મી અંદરથી બહાર આવી ગયાં હતાં, કબીર પણ સજાગ થઈને સાંભળી રહ્યો હતો જસ્મીનના ખભે મૂકેલો નતાશાનો હાથ સહેજ દબાયો હતો અને હવે ધ્રૂજતો પણ હતો.

"આપ જવાબ તારી અમ્મીને?" સામેનો અવાજ ખડખડાટ હસી રહ્યો હતો, "આજે રાત્રે તારે ત્યાં મહેમાન આવશે. એમને સાચવજે. પોલીસને ખબર આપવાની ભૂલ તો તું નહીં જ કરે એવી મને ખાતરી છે. પણ હા, એ લોકોને લઈને તારા આશિકની બરાતમાં સમયસર પહોંચી જજે. નિકાહ એ જાતે કરી લેશે." પેલો અવાજ હસી રહ્યો હતો. જસ્મીનને ગુસ્સો તો એવો

આવ્યો કે જો એ માણસ સામે હોય તો એ એક તમાચો ઠોકી દે પણ એ માણસ સામે આવતો જ ન હતો.

આ માણસનો અવાજ સાંભળતાંની સાથે જ જસ્મીનને એ રાત યાદ આવી જતી હતી. એ રાત જ્યારે એની સાથે એને ઘેર આવેલા, કહેવાતા મહેમાનોમાંથી એકે બળાત્કાર કર્યો હતો.

"કોણ જાણે આ વખતે શું થશે ?" જસ્મીનને પગથી માથા સુધી ધ્રુજારી ચડી ગઈ, "હું મારાથી બનશે એટલું કરીશ." અને પછી ફોન ડિસકનેક્ટ કરીને જસ્મીન ઊભી થઈ ગઈ. એનું મન ઉદ્વિગ્ન થઈ ગયું હતું. એને વારંવાર એકનો એક વિચાર સતાવી રહ્યો હતો, "શું એણે આ લોકોને મદદ કરવી જોઈએ ?"

અમ્મી, કબીર, સુહાના અને નતાશા વિચલિત થઈને ઘરમાં આંટા મારતી જસ્મીનને જોઈ રહ્યા હતા પરંતુ કોઈનીય પૂછવાની હિંમત ન ચાલી કે આ ફોન કોનો હતો અને જસ્મીન કેમ આટલી વિચલિત થઈ ગઈ છે ! સૌ મનોમન સમજતા હતા કે આજકાલ ઘરમાં જે કંઈ બનતું હતું એ બધું જ એક જ વિચારની, એક જ ઘટનાની આસપાસ બનતું હતું. રાત્રે જે લોકો આવવાના હતા એ બાબતે આખું ઘર જાણે ઊભડક અને ચિંતિત હતું. એમાં આ ફોને બધાની મનઃસ્થિતિ વધુ ગૂંચવી નાખી હતી.

જસ્મીને ઘડિયાળ જોઈ.

અત્યારે સૌથી પહેલું કામ ડૉક્ટર પાસે જવાનું હતું. પેટમાં પાંગરતી પેલી કમકમા આવી જાય એવી ઘટનાની નિશાનીને કોઈપણ રીતે એને પોતાને શરીરમાંથી બહાર કાઢીને ફેંકવી હતી. એ પોતાના રૂમ તરફ આગળ વધી.

"આજે કોઈપણ સંજોગોમાં અબોર્શન થઈ જ જવું જોઈએ." જસ્મીને ગાંઠ વાળી, "ક્યાંક એવું ના થાય કે બહુ મોડું થઈ જાય !

*

"ક્યારેય એવું નહીં માનતા કે તમે શું કરો છો એની મને ખબર નથી. જેમ તમે મારી ખબર રાખો છો એમ હું પણ પ્રયત્ન કરું કે નહીં મારા સુધી તમારી ખબરો આવી જ જતી હોય છે" કહીને તથાગત અંદર ચાલી ગયો પણ દિવાકર ખત્રીનું મગજ કામે લાગી ગયું.

"શું ખબર પડી હશે તથાગતને !" દિવાકર ખત્રીએ મનોમન ગણતરી કરવા માંડી, "ક્યાં જઈને આવ્યો હશે આ ? મળવા તો પેલી રાં...ને જ ગયો હશે, પણ એણે શું કહ્યું હશે આને? સાલી ! અમેરિકામાં રહે છે... ક્યાંક કોમ્પ્યૂટર ઉપર અગડમ્ સગડમ્ કરીને પેલાનો પત્તો તો નહીં કાઢ્યો હોય ને?" ખત્રીના ચહેરા પર પળેપળે પલટાતા ભાવ ધરમસિંહ ધ્યાનથી જોઈ રહ્યો હતો.

કોઈ પોતાને ધ્યાનથી જોઈ રહ્યું છે એનો ખ્યાલ આવતાં જ ખત્રી ફરી એકવાર ખોટું અને ખંધુ હસતાં પોતાના રૂમ તરફ ચાલી જવા લાગ્યા. એ જ વખતે તથાગતે અંદરથી બૂમ પાડી ..."ખત્રી..."

"જી મહારાજશ્રી " કહેતાં ખત્રી તથાગતના ઓરડા તરફ દોડ્યા.

ધરમસિંહને મનોમન ઘૃણા થઈ ગઈ, "આ માણસને સ્વમાન જેવો કોઈ શબ્દ જ નથી આવડતો કદાચ !" એ ખત્રીને લગભગ દોડતો તથાગતના ઓરડાની અંદર દાખલ થતો જોઈ રહ્યો.

"જી મહારાજશ્રી " કહેતાં ખત્રી કમ્મરમાંથી સહેજ ઝૂકી ગયો હતો. એ જોઈને તથાગતને સહેજ હસવું આવ્યું

"સીધા ઊભા રહો ખત્રી " તથાગતે કહ્યું અને ખત્રી ચોંકીને ટટ્ટાર થઈ ગયા, "મારા રહેવાની જુદી વ્યવસ્થા કરો, મને તમારા બધાની સાથે નહીં ફાવે."

"પણ ત્યાં તો તમે કહ્યું હતું કે..." ખત્રી કંઈ બોલવા ગયા પછી અટક્યા અને અત્યંત નમ્રતાથી કહ્યું, "આ વ્યવસ્થા આપના કહેવાથી જ ગોઠવવામાં આવી છે. આપે જ કહ્યું હતું કે, આપને એકલા નહીં ફાવે."

"કહ્યું હતું !" તથાગતના અવાજમાં ભારોભાર તોછડાઈ અને કંટાળો હતા, "કહ્યું હતું મેં ! પણ હવે મને લાગે છે કે હવે મને તમારી સાથે નહીં ફાવે. તથાગતે ખત્રીને સામે એવી રીતે જોયું જાણે એ માણસ નહીં, તુચ્છ વસ્તુ હોય, "ત્યારે તમે મારી આટલી જાસૂસી કરશો અને આટલા સવાલજવાબ કરવાની હિંમત કરશો એવી ખબર નહોતી મને."

"આપને નહીં ગમતું હોય તો નહીં પૂછું મહારાજ શ્રી" ખત્રીને અપમાન તો લાગ્યું જ હતું પણ અત્યારે કડવો ઘૂંટડો ગળી જવામાં જ ભલાઈ છે એમ માનીને ખત્રી ચૂપ રહ્યા.

"ના ના, મારે હવે તમારી સાથે નથી રહેવું... મને લાગે છે મને શાંતિની જરૂર છે, એકાંતની જરૂર છે."

"કે પછી પેલીની સાથે ઐયાશી કરવી છે..." દિવાકર ખત્રી મોટેથી તો ના બોલ્યા પણ મનમાં એમનાથી બોલ્યા વિના ના રહેવાયું, "ગઈ કાલ સુધી તો અમારી સાથે રહેવું હતું તમારે, હવે આજે અચાનક પેલીને મળ્યા પછી જુદા રહેવું છે?" એમના ચહેરા પર એક સ્મિત આવી ગયું... એ તથાગતથી છાનું ના રહ્યું.

"શું વિચારો છો ખત્રી ? જવાબ ના આપ્યો તમે..." તથાગતે કહ્યું, "ક્યાં સુધીમાં વ્યવસ્થા થશે ?"

"બસ હમણાં જ. આપના યજમાન નટુભાઈ ઠક્કર મળવા આવવાના છે. એમને કહી દઉં છું એટલે થઈ જશે વ્યવસ્થા." ખત્રીએ કહ્યું, પછી દાઢમાંથી એકએક શબ્દ ચાવીને બોલતા હોય એમ બોલ્યા, "બીજો કોઈ હુકમ મહારાજશ્રી?"

"તથાગતે એટલી જ તોછડાઈ અંકબંધ રાખીને જવાબ આપ્યો, "હમણાં તો આટલું જ, પછી હશે તો કહીશ..." પછી ખત્રીને જવાનો ઈશારો કર્યો અને બાથરૂમ તરફ જતો રહ્યો.

તથાગતને અહીં તકલીફ પડે એવું કશું ન હતું. એક નાનકડા લિવિંગરૂમ સાથેનો બેડરૂમ હતો લિવિંગરૂમમાં બેઠક વ્યવસ્થા હતી. જેમાં તથાગતની મોટી આરામદાયક સિંહાસન જેવી ખુરશીની સામે સોફા મૂકેલા હતા. લિવિંગરૂમની ડાબી બાજુએ એન્ટીરૂમ જેવો નાનકડો ડ્રેસિંગરૂમ અને એની સાથે જોડાયેલો બાથરૂમ હતાં. લિવિંગરૂમની જમણી બાજુએ તથાગતનો અંગત શયનખંડ હતો જેમાં એનું પીસી, ટેલિવિઝન અને મ્યુઝિક સિસ્ટમ પણ હતાં. શયનખંડના એક ખૂણામાં ચાર બાય બેની એક નાનકડી પેન્ટ્રી હતી... આમ જોવા જઈએ તો સેલ્ફ કન્ટેનટ અપાર્ટમેન્ટ જેવો આ વિભાગ હતો. દિવાકર ખત્રીએ બધી જ ચોકસાઈ કરીને આ અપાર્ટમેન્ટમાં રહેવાની હા પાડી હતી. હવે અચાનક તથાગતને અહીં રહેવામાં વાંધો હતો. એ વાતે એનું મગજ ફાટ ફાટ થતું હતું પણ એ હમણાં બોલીને બગાડવામાં નહોતો માનતો. શિયાળ જેવો લુચ્ચો અને ખંધો દિવાકર ચિત્તાની જેમ છુપાઈને તરાપ મારવામાં માનતો હતો. સિંહની જેમ ખુલ્લી છાતીએ લડવું એની

પ્રકૃતિમાં જ ન હતું.

"ગણીગણીને દાવ વાળીશ એટલું યાદ રાખજે તથાગત ગોસ્વામી" દિવાકર ખત્રીએ પોતાની દાઢી પર હાથ પસવાર્યો અને ભવાં સંકોચ્યાં, "હું જ્યારે ઘા મારીશ ત્યારે પાણી માંગવા પણ નહીં રહેવા દઉં તને !"

ડૉક્ટરના વેઇટિંગ રૂમમાં રાહ જોતી જસ્મીનનું હ્રદય ધડકધડક થતું હતું. એને માટે આ આખીય પરિસ્થિતિ ખૂબ જ ક્ષોભજનક હતી. એનો ઉછેર અને એના સંસ્કાર કોઈ રીતે એવા નહોતા કે એ ડૉક્ટર પાસે જઈને સાવ સ્વાભાવિક રીતે એવું કહી શકે કે પોતે વગર લગ્ને મા બનવાની હતી.

અમેરિકામાં પોતાની ઉંમરની છોકરી માટે આ નવી વસ્તુ નહોતી. પણ જ્યાં સુધી જસ્મીનનો સવાલ હતો ત્યાં સુધી એ અમેરિકન ટીનએજરની જેમ ઊછરી નહોતી. એની અમ્મી અને અબ્બુએ પૂરેપૂરી કાળજી લીધી હતી કે જસ્મીનના જીવનમાં સંબંધોનું મહત્ત્વ અને લાગણીઓની મહત્તા જળવાઈ રહે. માત્ર કુતૂહલ ખાતર કે મોજમસ્તી ખાતર શરીરસંબંધ બાંધતી અમેરિકન યુવા પેઢીના માનસથી જસ્મીન દૂર રહે એવો સંવાદ એના અમ્મી અને અબ્બુ એની સાથે રચી શક્યાં હતાં.

તથાગત સાથેના એના સંબંધો સંપૂર્ણપણે સમજણ સાથે અને લાગણીના તંતુથી બંધાયેલા હતા, એમાં શરીર હતું - પણ મન પહેલાં હતું. આજની તારીખે પણ જસ્મીન તથાગતનો વિચાર કરતી તો એનું મન જાણે લીલુંછમ થઈ જતું ! એને પોતાના જ પરસેવામાંથી પહેલા વરસાદમાં ભીંજાયેલી માટીની સુગંધ આવતી !

પણ આજે જે સ્થિતિમાં એ આવી હતી અહીં એ ક્ષોભનિય અને દયનીય સ્થિતિ હતી ! અહીં બેઠેલા પેશન્ટમાંથી સાઠ ટકા છોકરીઓ જસ્મીનની ઉંમરની અથવા એનાથી નાની હતી.

"શું થશે આ દેશનું ? અને અહીંની યુવાન પેઢીનું ?" જસ્મીનને એના અબ્બુએ કહેલી વાત યાદ આવી ગઈ, " બેટા સેક્સ કે કામ સહેજ પણ ખરાબ વસ્તુ નથી... જો એ ખરાબ વસ્તુ હોત તો ખુદાએ એને જીવન સાથે ન જોડી હોત. જે પ્રવૃત્તિ નવો માણસ ઉત્પન્ન કરે છે અથવા નવું જીવન સર્જે છે એ ખરાબ કઈ રીતે હોઈ શકે ? " અબ્બુ ખૂબ વાંચતા. હંમેશાં વિચારતા અને ક્યારેય સમજ્યા વિના ના બોલતા.

"બેટા જસ્મીન, કોઈપણ વસ્તુ ખરાબ નથી પણ સમયથી પહેલાં એ વસ્તુ અનર્થ સર્જે છે... કોઈપણ વસ્તુનો અતિરેક ઇન્સાનને હેવાન બનાવે છે... ખુદા અને શેતાન વચ્ચે એક જ ફરક છે. તાકત બંને પાસે છે. ખુદા પાસેની તાકત ઇન્સાનિયતના ભલા માટે વપરાય છે જ્યારે શેતાન પાસેની તાકત ઇન્સાનિયતના બૂરા માટે વપરાય છે. જે પાણી વજુ કરવા માટે વપરાય છે એ જ પાણી જો ધૂળમાં ધોળાય તો કાદવ કરે છે.... બેટા, કોઈ ચીજ ખરાબ નથી. એને તમે કેવી રીતે વાપરો છો, એના ઉપર એની બૂરાઈ અને સારાઈનો આધાર છે." જસ્મીનની આંખોમાં પાણી આવી ગયાં. એનાથી પેટ પર હાથ ફેરવાઈ ગયો

"જે માતૃત્વનું દુનિયા ગુણગાન કરે છે, અને જે માને દુનિયા માથું નમાવે છે એ જ માતૃત્વ આજે મારું કલંક થઈ ગયું છે. અમ્મીને ખબર પડે તો જીવ આપી દે કદાચ..." જસ્મીનને વિચાર આવ્યો.

એ જ વખતે ક્લિનિકના રિસેપ્શન પર બેઠેલી છોકરીએ ધીમા અવાજે કહ્યું, "જસ્મીન શેખ.." અને એ ઊભી થઈને ધીમા ડગલે ડૉક્ટરની ચેમ્બર તરફ ચાલી.

૧૨

જસ્મીન ડૉક્ટરની ચેમ્બરમાં દાખલ થઈ ત્યારે એના મનમાં વિચારોનું જાણે તોફાન ચાલતું હતું. એને સમજાતું નહોતું કે એ જે કરી રહી છે તે યોગ્ય છે કે નહીં. કુરાનમાં તો બર્થ કન્ટ્રોલ - ફેમિલી પ્લાનિંગની પણ મનાઈ છે. પૃથ્વી પર જન્મ લેવા માગતા એક જીવને તમે રોકી ના શકો એવું એમનો ધર્મ માને છે. એવા સમયે પોતાના શરીરમાં આકાર લઈ રહેલા એક જીવને બહાર કાઢીને ફેંકી દેવાનું પાપ...

એને સમજાતું નહોતું કે એણે શું કરવું જોઈએ ? "આ બાળક કદાચ તથાગતનું હોય તો ?" એવો એક વિચાર એને નખશિખ હલબલાવી મૂકતો હતો. એનો પ્રેમ, તથાગત માટેનું એનું અદમ્ય આકર્ષણ અને હવે પિતાએ આપી દીધેલી છૂટ પછી જો આ બાળક તથાગતનું હોય તો જસ્મીનને એ બાળક જોઈતું હતું, પરંતુ એ ગોઝારી રાત્રે બનેલી ઘટના પછી આ બાળક તથાગતનું જ છે એવું ખાતરીપૂર્વક કહી શકવાની જસ્મીનની મનઃસ્થિતિ નહોતી જ. ડૉક્ટરની ચેમ્બરમાં દાખલ થઈને એ ડૉક્ટરની સામે ગોઠવાઈ

ત્યાં સુધીમાં તો એની અંદર કંઈ કેટલુંયે બની ગયું.

એ ડૉક્ટરની સામે ગોઠવાઈ. ડૉક્ટર મહેર લાઈટવાલા જસ્મીનને બાળપણથી ઓળખતી. આમ જોવા જાવ તો ફેમિલી ફ્રેન્ડ અને આખા કુટુંબની ડૉક્ટર હતી એ. ગાયનેકોલોજિસ્ટ હોવાને કારણે જસ્મીનની અમ્મીની થોડી વધારે નજીક હતી.

જસ્મીન એમની સામે ગોઠવાઈ, "ડૉક્ટર..."

"સાવ ફિક્કી પડી ગઈ છે. તબિયત સારી નથી રહેતી કે શું?"

"હં... આઇ એમ... આઇ મીન..." વાત કઈ રીતે કહેવી એ જસ્મીનને સમજાતું નહોતું, અને પોતાની વાત સાંભળ્યા પછી મહેર કઈ રીતે રિએક્ટ થશે એ પણ જસ્મીન માટે ડરવાની જ બાબત હતી.

"જે વાત હોય તે..." મહેર પોતાની ખુરશી પરથી ઊભી થઈ અને ટેબલની બીજી બાજુ બેઠેલી જસ્મીન પાસે આવીને એના ખભે હાથ મૂક્યો, "નિઃસંકોચ કહે."

"હું..." જસ્મીને થૂંક ગળે ઉતાર્યું, "હું પ્રેગનન્ટ છું." જસ્મીનના ખભે મુકાયેલો મહેરનો હાથ દબાઈ ગયો. એને પણ પાંચ-સાત ક્ષણ લાગી આ વાતને પચાવતાં.

"આવું કેવી રીતે થયું જસ્મીન? તારી અમ્મી જાણશે તો?"

"અમ્મીને ખબર ના પડવી જોઈએ... કોઈ પણ રીતે... એને નહીં કહેતાં..." જસ્મીનનું ગળું ભરાઈ આવ્યું અને એણે મહેરનો હાથ ખભા પરથી લઈને બે હાથમાં પકડી લીધો, "મહેરદીદી, મારી અમ્મી જાણશે તો મરી જશે." મહેરે ઝટકાથી હાથ છોડાવ્યો...

"આ બધું પહેલાં વિચારવાનું હતું."

"તમે જાણતાં નથી મારી સાથે શું થયું છે?"

"હું બધું જાણું છું, એ છોકરા વિશે તારા અબ્બાએ મને કહ્યું છે." મહેરનો અવાજ ઊંચો થઈ ગયો, "મને તારી પાસેથી આવી કલ્પના નહોતી... તું એ છોકરાને પ્રેમ કરે છે એ હું સમજી શકું છું, પણ નિકાહ પહેલાં આ બધું..." મહેર ખરેખર અકળાઈ હતી, "મને બહુ ગર્વ હતો કે તારા અને તારી બહેનો ઉપર અમેરિકાના આ માનસની અસર હજુ નથી થઈ, પણ તેં મને ખોટી પાડી."

થોડીક ક્ષણો માટે એ ઓરડામાં મૌન છવાઈ ગયું. પછી ધીમે રહીને જસ્મીને કહ્યું, "દીદી, આ તથાગતનું બાળક ન પણ હોય."

"વ્હોટ?!?" મહેરનો અવાજ ફાટી ગયો, "એટલે આટલી ઝડપથી તું કોઈ બીજા સાથે?"

"ના." જસ્મીને માથું ટેબલ પર ઢાળી દીધું, "મારા પર... મારા પર..."

"રેપ?" મહેરે ચીબુકથી પકડીને જસ્મીનનો ચહેરો ઉઠાવ્યો, એ સાવ ફિક્કી-બેજાન દેખાતી હતી, "કેવી રીતે જસ્મીન?"

"મારા જ ઘરમાં, મારા જ ઓરડામાં..."

"ઓહ માય ગૉડ!" મહેરે જસ્મીનનો ચહેરો છોડી દીધો અને પોતાના ઓરડામાં આંટા મારવા માંડી. એ જાણતી હતી, ૯/૧૧ વખતે એના કુટુંબ સાથે જે થયેલું તે! એને બે-ને-બે ચાર કરતાં વાર ન લાગી. એ એકદમ વિચલિત થઈ ગઈ હતી. સમજી નહોતી શકતી કે આ પરિસ્થિતિમાં એ જસ્મીનની મદદ કઈ રીતે કરી શકે!

"આવ, આપણે જોઈ લઈએ." એણે જસ્મીનને ટેબલ પર સુવડાવી. સોનોગ્રાફીના મશીનનો અલ્ટ્રાસાઉન્ડ કૅમેરા એણે જસ્મીનના ઉદર પર મૂક્યો. સામે મૂકેલા મોનિટરમાં એક નાનકડો જીવ... જેને હજી કોઈ આકાર નહોતો, દેખાવા લાગ્યો. એના હૃદયના ધબકારા અલ્ટ્રાસાઉન્ડમાં ઝીલી શકાતા હતા. જસ્મીનની આંખો છલકાઈ આવી. એની આંખોની બંને તરફથી આંસુ સડસડાટ વહેવા લાગ્યાં...

"જસ્મીન..." મહેરે વહાલથી એના ચહેરા પર હાથ ફેરવ્યો અને આંસુ લૂછ્યાં, "રડે છે શું કામ? તારો વાંક નથી પછી..."

"મારો વાંક નથી એથી શું? આ જીવનો શું વાંક છે?"

"દરેક પોતપોતાની કિસ્મત લઈને આવે છે જસ્મીન અને દરેકે પોતાની કિસ્મત જેટલું જ જીવવાનું હોય છે."

"મહેરદીદી, મને ખબર છે ખુદા મારો હિસાબ પૂછશે, પણ હું શું કરું?"

"કંઈ નહીં. ચિંતા કર્યા વિના કાલે સવારે ભૂખ્યા પેટે આવી જજે." મહેરે આગળ વાત કરવાનું ટાળ્યું. મહેર પણ મુસલમાન હતી, જાણતી હતી કે આ ગુનો છે, નહોતી ઇચ્છતી કે એણે આ કરવું પડે, પણ એક કુંવારી છોકરીની

સાથે જે કંઈ થયું હતું એમાં આના સિવાય બીજો કોઈ રસ્તો પણ નહોતો. એણે આંખો મીંચીને હાથ ઉપર ઉઠાવ્યા, "હે પાક પરવરદિગાર, મારો ગુનો માફ કરજે."

*

નટુભાઈ ઠક્કર આવી ગયા હતા. તથાગતના જબરદસ્ત ફેન હતા એ. લગભગ ભગવાનની કક્ષાએ તથાગતને મૂકવા તૈયાર. અમેરિકામાં એમની ઑફિસિસ હતી. ૭/૧૧ના ચેઇન સ્ટોર્સ અને મોટેલ્સ હતી. ગુજરાતથી આવ્યા ત્યારે પેટ્રોલ સ્ટેશન પર કામ કરતા. રાત્રે ત્યાં જ સૂઈ રહેતા. આજે નવાડાથી શરૂ કરીને ન્યૂયોર્ક સુધી, ડલાસ, ફિલાડેલ્ફિયા અને લોસ એન્જલિસમાં પણ એમના પેટ્રોલ સ્ટેશન્સ હતાં. ખૂબ કમાતા. બે દીકરાઓ પોતપોતાની રીતે ગોઠવાઈ ગયા હતા. એક દીકરીનાં પણ લગ્ન થઈ ગયાં હતાં. સૌથી નાની એક દીકરી કુંવારી હતી. નટુભાઈ અમેરિકામાં રહીને શાંતિ શોધતા હતા. એમાં એમને કોઈએ તથાગતની કેસેટ ભેટ આપી. નટુભાઈ ગદ્ગદ થઈ ગયા...

અત્યારે તથાગત સામે બેઠેલા નટુભાઈ અપલક નયને એને જોઈ રહ્યા હતા. એક શબ્દ પણ બોલ્યા વિના તથાગતનો ચહેરો જોતાં નટુભાઈની આંખોમાં જાણે સાક્ષાત્ ઈશ્વરનું દર્શન કરતા હોય એવા ભાવ હતા. ખાસ્સા સમયથી એ એકીટશે તથાગત સામે જોતા હતા. તથાગત એમની આ નજરથી, એમના આ ભાવથી અકળામણ અનુભવી રહ્યો હતો.

એ આમ પણ માનતો કે પોતે ભગવાન નથી. કોઈ એને ભગવાનની જેમ ટ્રીટ કરે કે બહુ ભાવવિભોર થાય એ તથાગતને નહોતું જ ગમતું અને એમાં આ નટુભાઈ તો જાણે સર્વસ્વ સમર્પી દેવા આવ્યા હોય એવી રીતે બેઠા હતા.

"નટુભાઈ, કંઈ વાત કરો." છેવટે અકળાયેલા તથાગતે કહ્યું.

"હું ? હું સું વાત કરું ? હું તો તમારા સબ્દો સાંભળવા જ આવ્યો છું." નટુભાઈનો ભાવવિભોર ચહેરો અને એમની આંખો તથાગતને પોતાના પર મુકાયેલો વિશ્વાસ અને નટુભાઈની લાગણીનો અહેસાસ કરાવી રહ્યા હતા, "હું તો તમારા સબ્દો ઘેર ઘેર પહોંચાડવા માગું છું. ભટકેલા, ભાન ભૂલેલા, તરછોડાયેલા અને દુ:ખી લોકોને તમારો સંદેસો એક નવું જીવન આપી શકે એમ છે મહારાજશ્રી..."

"નટુભાઈ...!" શું કહેવું એ તથાગતને સમજાયું નહીં.

"વાહ ! સું સબ્દો છે." નટુભાઈ પઢેલા પોપટની જેમ બોલી રહ્યા હતા. 'શ'ને બદલે 'સ'નું એમનું ઉચ્ચારણ એમના સંભાષણને જરા હાસ્યાસ્પદ પણ બનાવી રહ્યું હતું, "પ્રેમ ભ્રમ છે, સુખ ભ્રમ છે, સંતોસ ભ્રમ છે, સંબંધ પણ ભ્રમ છે, આ પૃથ્વી ઉપરનું આપણું અસ્તિત્વ એક ભ્રમ છે. એક નામ સાથે જન્મેલા આપણે ખરેખર સું આપણે છીએ ? જે જીવન જીવીએ છીએ આપણે, એ આપણું જ છે ? કોણ જાણે છે... જેના માટે ધિક્કાર રાખીએ છીએ એ ખરેખર ધિક્કારવાને લાયક છે ? જેને પ્રેમ કરીએ છીએ એ પ્રેમને લાયક છે ખરા ? સત્યની સોધમાં નીકળેલા આપણે સૌ જાતને જ ખોઈ દઈએ છીએ અને સત્ય મળતું નથી..." નટુભાઈએ ભાવાવેશમાં તથાગતના હાથ પકડી લીધા, "વાહ મહારાજસ્રી વાહ, કેટલી સાચી વાત... ગમે તેટલા પૈસા ખર્ચો, આવું જ્ઞાન ક્યાંય મળે નહીં."

"એટલે તો હું લઈને આવ્યો છું અહીંયાં." દિવાકર ખત્રી પોરસાયો.

"તમારો તો જેટલો આભાર માનું એટલો ઓછો છે દિવાકરભાઈ." નટુભાઈએ દિવાકરને પણ હાથ જોડી દીધા.

"તમે મને મહારાજસ્રીનાં દર્શન કરાવ્યાં."

"મારે રહેવાની વાત..." તથાગતે વાત બદલવાના ઇરાદાથી કહ્યું.

"કેમ, અહીં અગવડ છે ?"

"ના, ના, અગવડ નથી..." તથાગત જરા ઝંખવાઈ ગયો, "જરાય અગવડ નથી. માત્ર થોડું એકાંત જોઈએ છીએ." તથાગતે ધીમેથી કહ્યું.

"હું કહેવાનો જ હતો." દિવાકર ખત્રીએ ચાપલૂસી કરી, "મને એમ કે નટુભાઈને જરા શાંતિથી કહું." દિવાકરના ચહેરા પર જૂઠ સ્પષ્ટ ઝળકતું હતું.

"મારા ચાર અપાર્ટમેન્ટ છે... ન્યૂયોર્કમાં જ... તમને ચારેય દેખાડી દઉં... તમે પસંદ કરો તે..." નટુભાઈ પ્રાણ પાથરી દેવા તૈયાર હતા, "તમને કોઈ માણસ જોઈતો હોય તો એમ... બાકી જેમ તમને અનુકૂળ પડે તેમ..."

"જોવાની કંઈ જરૂર નથી નટુભાઈ, તમારે હિસાબે જે સારો અને મારે લાયક હોય તે મને ચાલશે..." પછી ખત્રી સામે જોઈને જરા ભાર દઈને ઉમેર્યું, "મારે અહીં નથી રહેવું થોડો સમય, બસ. ધરમસિંહ છે મારી સાથે, માણસની જરૂર નથી." આ સાંભળીને દિવાકર ખત્રી મનમાં તો ઘણું ગિન્નાયા,

પણ એ વખતે કંઈ નથી બોલવું એમ માનીને ગમ ખાઈ ગયા...

"મેં દીવાકર ખત્રીને સાત લાખ ડૉલરનું વચન આપ્યું છે, તમારી ટિકિટ, રહેવા-ખાવા-પીવાનો ખર્ચ હું ઉઠાવીશ. બીજી કંઈ સેવા કરી શકું ?" નટુભાઈ જાણે અહીંથી જવા નહોતા માગતા.

"સાત લાખ ડૉલર ?" તથાગતે દિવાકરની સામે જોયું.

"હેં.. હેં... હેં..." દિવાકર ખસિયાણું હસવા માંડ્યા, "રકમ કંઈ નક્કી નહોતી થઈ."

"અરે ! મેં તમને સ્પષ્ટ કહ્યું હતું, સવા પાંચનો ચેક અને દોઢ લાખ કેશ, પચીસ હજાર ડૉલર તમારા આવવા-જવા, ખાવા-પીવા અને રહેવાના..."

"હા પણ..." હવે દીવાકર ખત્રીને શબ્દો નહોતા જડતા.

"બરાબર છે. ખત્રી સાહેબ જે હિસાબ કરે તે સાચો." તથાગતે વાત લપેટી લીધી, "હું તો સાધુ છું. મને રૂપિયામાં કોઈ રસ નથી."

નટુભાઈ ફરી એક વાર ભાવવિભોર નજરે એની સામે જોઈ રહ્યા.

*

જસ્મીનને ઘેર ઘડિયાળનો કાંટો ધીમે ધીમે આગળ વધી રહ્યો હતો. બરાબર નવ વાગે ને દસ મિનિટે ડોરબેલ રણકી. નતાશાએ દરવાજો ખોલ્યો.

એક આધેડ વયનો પુરુષ અને બે લબરમૂછિયા જુવાનો હાથમાં બે બેગ્સ લઈને ઊભા હતા. નતાશાએ સાઈડમાં ખસીને એને માટે અંદર આવવાનો રસ્તો કર્યો. ત્રણેય જણા ઘરમાં દાખલ થયા અને સોફા પર ગોઠવાયા.

"અમને એક અલાયદો ઓરડો જોઈશે." પેલા આધેડ વયના પુરુષે કહ્યું, "અમે અમારું કામ ત્યાં કરીશું."

"હા, હા, કેમ નહીં ?" જસ્મીનની માના ચહેરા પર ભયાનક આતંક હતો, "આ બાજુનો ગેસ્ટરૂમ તમે જ વાપરજો."

"અમને કોઈ સવાલ નહીં પૂછે. અમારો ઓરડો અંદરથી બંધ હોય ત્યારે કોઈ દરવાજો ખખડાવશે નહીં, અમારું ખાવાનું અમને અમારા ઓરડામાં જ આપી દેવાનું." પેલો આધેડ વયનો પુરુષ નિયમો સમજાવી રહ્યો હતો.

*

"જી હૂઝૂર." જસ્મીનની માએ કહ્યું અને જસ્મીનને થયું એ આગળ વધીને પેલા માણસને એક તમાચો ચોડી દે, પણ એણે જાત પર કાબૂ રાખ્યો અને કંઈ બોલ્યા વિના ત્યાં ચૂપચાપ ઊભી રહી. આધેડ વયનો પુરુષ ધીમેથી આગળ વધ્યો. એણે એક હાથે જસ્મીનના બે ગાલ પકડ્યા, "અને છોકરી, તને તો તારું કામ યાદ હશે જ. અમારે વારે વારે કહેવું ના પડે એવું કરજે."

"જી..." જસ્મીને જવાબ આપ્યો અને સહેજ પાછળ ખસી ગઈ.

"પરમ દિવસે સેન્ટ્રલ પાર્ક પાસેના મોટા મેદાનમાં તારા આશિકની સભા છે. તારે આ બે જણાને ત્યાં દાખલ કરવાના..."

"પણ..."

"મેં પહેલાં જ કહ્યું, કોઈ સવાલ નહીં."

નાનો કબીર અને સુહાના આ ત્રણ જણાને જોઈ રહ્યા હતા એવો ખ્યાલ આવતાં જ જસ્મીને કબીરને કહ્યું, "તું અંદર જા." પણ કોણ જાણે કુતૂહલનો માર્યો કે આ લોકોના વર્તાવથી ડરેલો કબીર ત્યાં જ ઊભો રહ્યો.

"અંદર જા, કહ્યું ને..." જસ્મીને મોટી બહેન હોવાનો ફાયદો ઉઠાવ્યો. કબીરે એ લોકો સામે આંખો નોંધીને જસ્મીનના પડખામાં લપાઈને પૂછ્યું, "આ લોકો કોણ છે દીદી ? આપણે ત્યાં કેમ આવ્યા છે ?"

જસ્મીન જવાબ આપવાની મનઃસ્થિતિમાં નહોતી. એટલે પેલા પુરુષે કબીરની સામે જોઈને કહ્યું, "અમે તારા અબ્બુના દોસ્ત છીએ. અહીં થોડા દિવસ રહેવાના છીએ."

"પણ મારા અબ્બુ તો..." આટલા દિવસથી ઘરમાં ચાલતી પરિસ્થિતિને કબીર સાવ નહોતો સમજતો એવું નહોતું જ. મા અને બહેનને વધુ મુશ્કેલીમાં નહીં નાખવાના ઈરાદાથી એ બહુ સવાલ નહોતો કરતો, પણ એના બાળમનમાં સેંકડો સવાલો ઊઠતા હતા અને એમાંના કોઈના જવાબ એને મળતા નહોતા. એણે ફરી જસ્મીનને પૂછ્યું, "અબ્બુ ક્યાં ગયા છે ?" અને જસ્મીનની મા જાતને પરાણે રોકવા છતાં રડી પડી.

"અમ્મી !" જસ્મીને એને સંભાળવાનો પ્રયત્ન કર્યો. પછી એણે કબીરને પડખામાં લીધો, "અબ્બુ બહાર ગયા છે બેટા, આવી જશે..." પછી એ ત્રણ જણા સામે જોઈને કહ્યું, "આવો, તમને તમારો કમરો બતાવી દઉં."

ઓરડામાં દાખલ થઈને પેલા જુવાન છોકરાએ, જેનું નામ બશીર હતું-આધેડ પુરુષ તરફ જોઈને કહ્યું, "કમાન્ડર, પરમ દિવસે સવારે નવ વાગ્યાની સભા છે. આપણે સાત વાગ્યે નીકળવું પડશે."

"ના, આપણે છેલ્લી ઘડીએ દાખલ થઈશું. ખૂબ બધી ભીડમાં સિક્યોરિટી ઢીલી પડશે."

"એ લોકો બૉમ્બ અહીંથી પહેરીને આવશે."

"એટલે આ..." જસ્મીનનો અવાજ ગળામાં ઘૂંટાઈને રહી ગયો.

"એમાં ડરે છે શું?" કમાન્ડર હસ્યો, "મઝહબ માટે જાન કુરબાન કરવાની તક બધાને નથી મળતી."

"તમે શું કરી રહ્યા છો એનું ભાન છે તમને?" જસ્મીનથી બોલ્યા વિના ના રહેવાયું. કેટલા નિર્દોષ લોકો, સ્ત્રીઓ, બાળકો, પુરુષો અને ઘરડાઓ... એમણે શું બગાડ્યું છે તમારું? તમારી લડાઈ અમેરિકાની સરકાર સાથે છે, ભારતની સરકાર સાથે છે, એને માટે નિર્દોષ લોકોનો જીવ શું કામ લો છો તમે? વર્લ્ડ ટ્રેડ સેન્ટર પાડીને સંતોષ નથી થયો તમને?"

કમાન્ડર હજીયે હસી રહ્યો હતો, "તને નહીં સમજાય."

"કેમ નહીં સમજાય?" જસ્મીનનો આક્રોશ વધી રહ્યો હતો, "હું પણ મુસલમાન છું. કુરાન મેં પણ વાંચ્યું છે. પાકિસ્તાન હું પણ ગઈ છું. મારા અબ્બુ હાજી છે. પાંચ વખતના નમાજી... કુરાનમાં ક્યાંય મઝહબ માટે બેગુનાહનો જીવ લેવાનું નથી લખ્યું."

"દરેક કાફિર ગુનેહગાર છે." કમાન્ડરે જાણે પોતે જ ખુદા હોય એમ કહ્યું, "દરેક બૂતપરસ્ત કાફિર છે અને કાફિરનો જાન લેવામાં કોઈ ગુનાહ નથી..."

"આપણો ધર્મ તો દયાનો ધર્મ છે, પડોશીને મૂકીને નહીં ખાવાનું, અમાનતમાં ખયાનત નહીં કરવાની, શરણે આવેલા બેગુનાહને માટે જીવ આપીને પણ એમનું રક્ષણ કરવાનું... એક એક શરિયાતમાં ખુદાએ સચ્ચાઈનો, સમર્પણનો અને સ્નેહનો રસ્તો ચીંધ્યો છે."

"બહુ બોલે છે છોકરી..." કમાન્ડર ગર્જ્યો, "જા બહાર જા, અમને અમારું કામ કરવા દે. જરૂર પડશે તો બોલાવીશું તને."

જસ્મીન ત્યાં જ ઊભી રહી.

"સંભળાતું નથી ?"

"મારે મારા અબ્બુ સાથે વાત કરવી છે."

"કેમ ? અમારા પર વિશ્વાસ નથી ?"

"વિશ્વાસ ? તમારા પર ?" જસ્મીનના બે સવાલો જ જાણે એના જવાબ હતા.

"તારા અબ્બુ ખૈરિયતથી છે. એમને કોઈ તકલીફ નથી." મોહસિન, જે ક્યારનો ચૂપ બેઠો હતો અને પ્રમાણમાં સહેજ સહેમી ગયેલો લાગતો હતો - એણે કહ્યું.

"મારે એમનો અવાજ સાંભળવો છે."

"એ શક્ય નથી છોકરી. પોલીસ અમારા એક એક મોબાઈલનાં સિગ્નલ પર કૂતરાની જેમ ટાંપીને બેઠી છે. તને ખબર હોય કે નહીં, પણ તારા ઘરનો ફોન પણ વૉચમાં છે. હું એવું રિસ્ક નહીં લઈ શકું." કમાન્ડરે સ્પષ્ટ કહી દીધું. જસ્મીન હજી પણ ત્યાં જ અદબ વાળીને અડગ ઊભી હતી. કોણ જાણે કઈ હિંમત, કઈ તાકાતથી આજે એ આ લોકોનો સામનો કરવા તૈયાર થઈ હતી.

"તો હું પણ રિસ્ક નહીં લઉં."

"એટલે ?" કમાન્ડર જસ્મીન સુધી ધસી આવ્યો અને ફરી એક વાર એક હાથે એના બે ગાલ પકડી લીધા. એટલી મજબૂતીથી કે જસ્મીનને લાગ્યું કે એનું જડબું તૂટી જશે, "શું કહેવા માગે છે તું ?"

"હું જ્યાં સુધી મારા અબ્બુ સાથે વાત નહીં કરું ત્યાં સુધી તમારા માણસોને હું તથાગતની સભામાં નહીં લઈ જાઉં."

"તું તો શું, તારો બાપ પણ લઈ જશે." બશીરે કહ્યું, અને ખિસ્સામાંથી એક જર્મન બનાવટની રિવોલ્વર કાઢી. એના ઘોડા પર હાથ મૂકી જસ્મીન સામે તાકી, "તારા આખા કુટુંબને ફૂંકી મારીશ. કોઈ ચીસ પણ નહીં પાડી શકે."

"એથી તમને સભામાં જવા નહીં મળે." દૂબળી-પાતળી-નાજુક જસ્મીનની આંખોમાં જાણે સ્વયં ખુદા આવીને બેઠો હતો.

"તારી હિંમતને દાદ દઉં છું છોકરી." કમાન્ડર આગળ વધ્યો. એના ચહેરા પર પીઠેહઠના ભાવ સ્પષ્ટ દેખાતા હતા, "પણ આ હિંમત તારા અબ્બુની જાન લેશે."

"અબ્બુનો જ શું કામ ? અમારા બધાની જાન લઈ લો." જસ્મીન હજીયે અદબ વાળીને એમ જ અડગ ઊભી હતી, "જો અમારા પાંચ જણાની જાન જવાથી સભાના પાંચસો જણની જાન બચતી હોય તો અમે ખુશી ખુશી મરવા તૈયાર છીએ. બંદૂક મારા હાથમાં આપો, હું ગોળી ચલાવીશ. કબીર પર, સુહાના પર... અમ્મી પર પણ... મને વાંધો નથી મરવાનો, જો આટલા બધાનો જીવ હું બચાવી શકતી હોઉં તો..."

હવે કમાન્ડર જરા પીગળ્યો હતો. એ જસ્મીનની નજીક આવ્યો. એના ખભે હાથ મૂકીને સમજાવટના સૂરમાં બોલ્યો, "શું વાત કરવી છે તારે અબ્બુ સાથે ?"

"મારે પૂછવું છે એમને..." જસ્મીન કહેતાં કહેતાં અટકી ગઈ અને પછી માત્ર એક શબ્દ બોલી, "કંઈક !"

કમાન્ડર એની સામે જોઈ રહ્યો. એની આંખોમાં દેખાતો આત્મવિશ્વાસ અને હિંમત જોઈને કમાન્ડરને લાગ્યું કે આ છોકરી એમ નહીં માને. એટલે એણે પોતાના બે હાથ પાછળ બાંધ્યા અને ઓરડામાં આંટો મારવા લાગ્યો. બશીર અને મોહસીન એને આંટા મારતો જોઈ રહ્યા... એ જ્યારે જ્યારે વિચાર કરતો અને કોઈ નિર્ણય પર પહોંચવાનો પ્રયત્ન કરતો ત્યારે આમ જ હાથ પાછળ બાંધીને આંટા મારતો.

"ઓલ રાઈટ !" બશીર અને મોહસીન બંનેને આશ્ચર્ય થયું. કમાન્ડર આટલી જલદી હથિયાર નાખી દેશે એવી એમને આશા નહોતી, "હું મોડી રાત્રે તારી વાત કરાવીશ તારા અબ્બુ સાથે, પણ ફક્ત ત્રણ જ મિનિટ."

"કેટલા વાગ્યે ?"

"હું બોલાવીશ તને." કમાન્ડરે જાણે પૂર્ણવિરામ મૂકતો હોય એમ કહ્યું, "હમણાં જા."

*

પોતાની બેગ અને લગેજ લઈને તથાગત જ્યારે અપાર્ટમેન્ટમાંથી નીચે ઊતર્યો ત્યારે એને છૂટ્યાનો, મુક્તિનો અહેસાસ થયો. એ અને ધરમસિંહ નીચે આવીને નટુભાઈએ મોકલાવેલી બી.એમ.ડબ્લ્યુ. ગાડીમાં બેઠા ત્યારે રાતના નવ વાગવા આવ્યા હતા.

એ નીકળતો હતો ત્યારે દિવાકર ખત્રીએ એને બે-ત્રણ વાર પૂછવાનો

પ્રયાસ કર્યો, પણ તથાગતે જવાબ ટાળ્યો એટલું જ નહીં, છેલ્લી વાર દીવાકરને મોઢે કહી દીધું, "તમે પાંચ લાખ ડૉલર કમાવ કે સાત લાખ, મને એમાં રસ નથી દિવાકર ખત્રી, આજ સુધી પિતાશ્રી તમારી વાત માનતા રહ્યા અને તમારા ઇશારા પર નાચતા રહ્યા, કારણ કે એ નહોતા જાણતા..." એણે તોછડાઈથી ઉમેર્યું, "તમારી અસલિયત."

"મહારાજશ્રી, આવું શું કામ વિચારો છો ?" દિવાકરે હજીયે જાણે બગડેલી બાજી સુધારવાનો પ્રયત્ન કર્યો, "મારું શું છે ? જે છે તે બધું તમારું છે... આશ્રમનું છે, ટ્રસ્ટનું છે."

"જુઓ ખત્રી, મારે ચર્ચા નથી કરવી, પણ સવા પાંચનો ચેક અને દોઢ કેશનો હિસાબ મને ન સમજાય એટલો નાનો નથી હું... તમારા કોઠાકબાડાના જગતમાં મને કોઈ રસ નથી." તથાગતે જાણે છેલ્લું વાક્ય બોલતો હોય એમ કહ્યું, "પણ એક વાત યાદ રાખજો, પાંચ હોય, સાત હોય કે સિત્તેર... તમે જે વેચવા નીકળ્યા છો, એ 'વસ્તુ' જ નહીં રહે તો શું કરશો ?"

દીવાકર જરા ઝંખવાઈ ગયો. થોડી વાર ચૂપ ઊભો રહ્યો. પછી ફરી એક વાર ખોટું હસીને એણે તથાગતને રીઝવવાનો પ્રયત્ન કર્યો, "હેં... હેં... હેં.. મહારાજશ્રી, તમે કહો તો હું રાજીનામું આપી દઉં આ ટ્રસ્ટમાંથી. આ ઘડીએ પાછો ચાલી જાઉં આશ્રમમાં અને ત્યાં જઈને માઈની સેવા કરીશ." પછી ધરમસિંહ સામે જોયું અને એવું જ ખોટું હસીને ઉમેર્યું, "મને ખબર છે, તમારે ધરમસિંહને" પછી જરા અર્થપૂર્ણ અટક્યો, "પણ મને કોઈ વાંધો નથી."

તથાગતને હવે આગળ ચર્ચા કરવી અર્થહીન લાગી. એટલે તથાગત ચૂપચાપ પોતાનો હેન્ડલગેજ ઉઠાવીને અપાર્ટમેન્ટની બહાર નીકળી ગયો. બ્લ્યૂ ડેનિમ જીન્સ, પગમાં કોલ્હાપુરી ચપ્પાલ અને ઘૂંટણથી ઊંચો ખાદીનો સફેદ કૂર્તો પહેરેલો તથાગત બેફિકરાઈથી અપાર્ટમેન્ટની બહાર નીકળતો હતો. દિવાકર ખત્રી એને જોતા રહ્યા. એમને જાણે પોતાનું નસીબ પોતાના તરફ પીઠ ફેરવીને જઈ રહ્યું હોય એવી લાગણી થઈ.

"સર, તમને એમનો સૌથી મોટો અને ઉત્તમ અપાર્ટમેન્ટ બતાવવાનું નટુભાઈએ કહ્યું છે." એ જેવો ગાડીમાં બેઠો, કે સફેદ યુનિફૉર્મ અને કેપ પહેરેલા ડ્રાઇવરે ગુજરાતીમાં કહ્યું.

"ક્યાંય પણ... એમણે જે નક્કી કર્યું હશે એ સારું જ હશે." તથાગતે

કહ્યું અને સીટને પુશબેક કરી, હાથ માથા પર બાંધી, આંખ મીંચીને શરીર લંબાવી દીધું.

ગાડી ક્યાં સુધી ચાલતી રહી, તથાગત બંધ આંખે કોણ જાણે કંઈ કેટલુંયે વિચારતો રહ્યો. માખણની જેમ ચાલતી ગાડી એક પણ ઝટકા વિના ન્યૂયોર્કના રસ્તાઓ ઉપર ફરતી રહી.

"સર..." ડ્રાઈવરના અવાજમાં સહેજ ખચકાટ હતો.

તથાગતે આંખો ખોલી અને બહાર જોયું, "ઓહ માય ગોડ ! આ ક્યાં આવી ગયા..."

૧૩

"હું મોડી રાત્રે તારી વાત કરાવીશ તારા અબ્બુ સાથે, પણ ફક્ત ત્રણ જ મિનિટ." કમાન્ડરે તોછડાઈથી કહ્યું.

"કેટલા વાગ્યે ?"

"હું બોલાવીશ તને." કમાન્ડરે જાણે પૂર્ણવિરામ મૂકતો હોય એમ કહ્યું, "હમણાં જા."

જસ્મીન પાસે બીજો કોઈ રસ્તો નહોતો, એટલે એણે ત્યાંથી ચૂપચાપ ચાલવા માંડ્યું. જસ્મીન જેવી બહાર નીકળી કે એ લોકોનું બારણું બંધ થઈ ગયું. બારણાની બિલકુલ બહાર ઊભેલી જસ્મીનને જાણે કોઈએ ધક્કો મારીને બહાર ફેંકી દીધી હોય એવી લાગણી થઈ.

એને થયું એ જોરથી રડી પડશે, પરંતુ એક પણ શબ્દ બોલ્યા વિના એ ત્યાં જ ઊભી રહી. એણે દાંત નીચે નીચલો હોઠ દબાવ્યો, એટલા જોરથી કે લોહીનો ટશિયો ફૂટી આવ્યો. એણે નક્કી કર્યું, જો રાત્રે મારી અબ્બુ સાથે

વાત નહીં કરાવે તો હું એમને કોઈ મદદ નહીં કરું.જસ્મીનને જો કોઈ એક જ વાત બાંધતી હતી તો એ એના અબ્બુની સલામતીની ચિંતા હતી.

"આ ત્રણ ભાઈ-બહેનોને હું સંભાળી લઈશ, અમ્મીને પણ સાચવી લઈશ, પરંતુ એક વાર મારી અબ્બુ સાથે વાત થાય એ બહુ જરૂરી છે." જસ્મીને મનોમન વિચાર કર્યો અને પછી પોતાના ઓરડામાં જઈને પલંગ પર આડી પડી.

*

ધરમસિંહ ચૌહાણ અને તથાગત નટુભાઈએ મોકલાવેલી ગાડીમાં નટુભાઈએ નક્કી કરેલા તથાગત માટેના બીજા ઉતારા તરફ જઈ રહ્યા હતા.

ચાલતી ગાડી સહેજ પણ ઝટકા વિના ઊભી રહી, "સર..." ડ્રાઈવરના અવાજમાં સહેજ ખચકાટ હતો.

તથાગતે આંખો ખોલીને બહાર જોયું, "ઓહ માય ગોડ ! આ ક્યાં આવી ગયા..."

"કેમ ? આ જગ્યા સારી નથી ભાઈ ?" ધરમસિંહે જરા ચિંતિત થઈને પૂછ્યું. તથાગતને સહેજ પણ તકલીફ પડે એ ધરમસિંહથી કોઈ રીતે સહન થાય એમ નહોતું. એ તથાગતને ખૂબ ચાહતો. એને માટે જીવ આપી દેવા તૈયાર હતો અને આ વાત એણે તથાગતને અને અમેરિકા આવતી વખતે માઈને પણ કહી હતી.

હમણાં પેલા અપાર્ટમેન્ટમાંથી નીકળતી વખતે દિવાકર ખત્રીએ જરા ચાવળા થઈને ધરમસિંહને કહ્યું હતું એ ધરમસિંહને યાદ આવી ગયું, "ધરમસિંહ, મહારાજશ્રીને લઈ તો જાયછે, પણ એમને સાચવવા અઘરા છે."

"હું મારો જીવ આપી દઈશ, પણ એમને તકલીફ નહીં પડવા દઉં, માઈને વચન આપ્યું છે મેં કે ભાઈને જેવા લઈ જાઉંછું એવા જ પાછા લાવીશ." ધરમસિંહે કહ્યું હતું અને દિવાકર ખત્રીની આંખોમાં જોયું હતું. ધરમસિંહે જે રીતે જોયું એ પછી તથાગતને લાગ્યું હતું કે આ વાક્ય સાંભળીને દિવાકર ખત્રી સહેજ ધ્રૂજી ગયો હતો.

"કેમ ખત્રી ? ઠંડી લાગે છે કે ડર ?" તથાગતે પૂછ્યું હતું.

"હેં... હેં... હેં..." ખત્રી હંમેશ જેવું ખસિયાણું અને ઝંખવાયેલું હસ્યો

હતો, “મહારાજશ્રી, ડર તો શાનો હોય, પણ હા, ઠંડી બહુ છે અમેરિકામાં... હૂંફની જરૂર પડ્યા કરે સૌને.” એણે આટલું કહીને તથાગતની સામે આંખ મીચકારી હતી. તથાગત સમસમી ગયો હતો, પરંતુ આવા ગંદા અને હલકા માણસને જવાબ નહીં આપવાનું મુનાસિબ માનીને એ ચૂપ રહ્યો હતો.

“ધરમ...” ક્યારના વિચારી રહેલા ધરમસિંહનું ધ્યાન તથાગતે તોડ્યું, “શું વિચારે છે ?”

“કંઈ નહીં ભાઈ, જગ્યા તમને ના ગમતી હોય તો...”

“ના, ના... એવું નથી.” તથાગતે વાત ટૂંકાવી, “હું તને ઉપર જઈને કહું છું.” અને પછી ડ્રાઇવરને પૂછ્યું, “કયું બિલ્ડિંગ ?”

ચાર બિલ્ડિંગની ગેઇટેડ કમ્યુનિટી અને પોતપોતાની સિક્યોરિટી સિસ્ટમ ધરાવતા એ કેમ્પસમાં ગાડી જેની સામે ઊભી હતી એ બિલ્ડિંગ પાંત્રીસ માળનું હતું. ડ્રાઇવરે માથે ટોપી પકડી રાખીને ઊંચું જોઈને આંગળીથી અપાર્ટમેન્ટ બતાવ્યો, “પેલ્લો...”

તથાગતે ઊંચે જોયા વગર કહ્યું, “ચાલો.”

“સર, લગેજ હું પહોંચાડું છું.” ડ્રાઇવરે ખૂબ જ સલૂકાઈથી કહ્યું અને બિલ્ડિંગના સેન્ટ્રલ લોકિંગવાળા મુખ્ય દરવાજામાં મેગ્નેટિક કાર્ડ ઘુમાવ્યું અને પાસવર્ડ પંચ કર્યો, મજબૂત સિસમના લાકડાનો દરવાજો આપોઆપ ખસી ગયો. ધરમસિંહ નવાઈથી આ બધું જોતો અંદર દાખલ થયો.

“ધરમ, આ અહીં રહેનારા લોકોની સલામતીની વ્યવસ્થા છે. ચાર બિલ્ડિંગની એક કમ્યુનિટી કહેવાય, તેં બહાર જોયુંને? ડ્રાઇવરે સિક્યોરિટીવાળાને એક કાર્ડ આપ્યું તે... પહેલાં તો આ કેમ્પસમાં દાખલ થવું અઘરું અને પછી આ બિલ્ડિંગમાં દાખલ થવું તો આ કાર્ડ વગર અશક્ય.” પછી નવાઈથી સાંભળી રહેલા ધરમસિંહ સામે સ્મિત કરીને એણે કહ્યું, “કોઈ મહેમાન હોય તો એણે નીચેથી ફોન કરવો પડે. અહીં કૅમેરા સામે ઊભા રહો એટલે તમને ઓળખતો હોય તો ઘરમાં રહેલો માણસ નીચેનો દરવાજો ખોલી શકે.”

“જોરદાર કહેવાય, નહીં ભાઈ ?” ધરમસિંહે તથાગતની સામે જોયું અને પછી જે સવાલ એને મૂંઝવી રહ્યો હતો એ પૂછી નાખ્યો, “આ જગ્યા જોતાંની સાથે તમે વિચારમાં કેમ પડી ગયા ભાઈ ?”

"ધરમ, આ કમ્યુનિટીની બિલકુલ બાજુનું બિલ્ડિંગ..." તથાગતે ઊંડો શ્વાસ લઈને ઉમેર્યું, "જસ્મીનનું ઘર છે."

"ભાઈ, જસ્મીન એટલે..."

"હા ધરમ, જસ્મીન એટલે એ જ, જેને હું છોડી આવ્યો હતો ! ભૂલી જવા માગતો હતો, પણ સિનેમામાં કે સપનામાં બને એવી રીતે નસીબ મને ફરી એક વાર અમેરિકા અને ફરી એક વાર એના સુધી લઈ આવ્યું છે." તથાગત એકલો એકલો હસી પડ્યો, "ઈશ્વરમાં ન માનતા હો તો પણ માનતા થઈ જાવ એવો ખેલ ચાલે છે..."

"ભાઈ, આજે સવારે તમે..." ધરમસિંહે અચકાતાં, પણ પૂછી નાખ્યું.

"હા, હું જસ્મીનને મળવા ગયેલો. ધરમ, જસ્મીને મને મળવા બોલાવેલો..." ધરમને કહેવું કે નહીં એ વાતનો નિર્ણય કરતાં તથાગતને થોડીક ક્ષણો લાગી, પરંતુ પછી એણે ધરમસિંહને કહ્યું, "જસ્મીનનું કહેવું છે મારી સભામાં કોઈ બૉમ્બ મૂકવાનું છે." ધરમસિંહ આ સાંભળીને એવો તો ચોંક્યો કે જાણે હમણાં જ, આ ક્ષણે જ અહીંયાં બૉમ્બ ફાટ્યો હોય.

"કોણ ? કોણ મૂકવાનું છે બૉમ્બ ?" ધરમસિંહના અવાજમાં ઉશ્કેરાટ હતો, "હું આજે જ એના ટુકડેટુકડા કરી નાખીશ, મારી નાખું એને."

"મને આનાથી વધારે કંઈ ખબર નથી."

"તમે જસ્મીનને પૂછ્યું નહીં ?"

"એ ખૂબ ડરેલી હતી ધરમ, હું એને વધારે ડરાવવા નહોતો માગતો..."

"પણ એ સાચું બોલતી હશે એની શું ખાતરી ?"

"જસ્મીન જુઠ્ઠું બોલે એવી છોકરી નથી." તથાગતના ચહેરા પર વિશ્વાસ ઝગારા મારતો હતો, "હું ઓળખું છું એને. મેં પ્રેમ કર્યો છે." તથાગતની નજર સામે એણે બ્રૂકલિન બ્રિજ પર જોયેલી જસ્મીનની આંખો તરવરી ઊઠી. જાણે શિકારીથી ભાગતી હોય એવી હરણીની, નિર્દોષ અને આતંકમાં ડૂબેલી આંખો હતી એ, "ધરમ, જસ્મીન જરૂર કોઈ મુસીબતમાં છે. એ મુસીબત શું છે એની ખબર નથી મને, પણ એ મને જે કહેવા આવી એમાં એણે ઘણું જોખમ લીધું હશે એ વાત નક્કી..."

"ક્યાં છે એનું ઘર ? હું જઈ આવું."

તથાગતને ધરમસિંહના ભોળપણ પર વહાલ આવ્યું અને એના ઉશ્કેરાટ પર ચિંતા થઈ.

"ધરમ, આ પરિસ્થિતિનો ઉકેલ એમ તડફડ કર્યે નહીં આવે. બળની નહીં, કળની બાજી બિછાવાઈ ગઈ છે. આપણી ચારે તરફ સવાલો છે એવું હું જોઈ શકું છું. દિવાકર ખત્રીથી શરૂ કરીને આ આપણને મૂકવા આવ્યો તે ડ્રાઈવર સુધી કોઈ પણ, કોઈ પણ મારો જીવ લેવા માગતો હોય એવું બની શકે." તથાગતે કહ્યું. પછી એક સ્મિત કર્યું, "મારા જીવની આટલી બધી કિંમત છે એ મને આજે પહેલી વાર સમજાયું છે !"

"ભાઈ, આવું ના બોલો. હું મરી જઈશ, પણ તમને બચાવી લઈશ."

"ધરમ, મૃત્યુ તો એક નવા જીવનની શરૂઆત છે." તથાગતનો જાણે અવાજ જ બદલાઈ ગયો, "વાસાન્સી જિર્ણાની યથા વિહાય... હું કહું છું ને સવારના પ્રવચનમાં ? જેમ માણસ આપણે જૂનાં વસ્ત્રો કાઢીને નવાં પહેરીએ એમ આત્મા જૂનું શરીર છોડીને નવા શરીરમાં દાખલ થાય છે - એમ ગીતા કહે છે." ધરમ એની સામે શ્રદ્ધાથી જોઈ રહ્યો હતો. તથાગતે ધરમની આંખોમાં જોઈને કહ્યું, "પણ હું પુનર્જન્મમાં નથી માનતો. એક જ જન્મમાં માનું છું અને એ આ છે. અહીં હમણાં જે શ્વાસ લઈ રહી છે તે જિંદગી છે. અહીં હમણાં જે ધબકી રહ્યું છે તે જીવન છે ધરમ... અને મને એટલા જ જીવનમાં, આ જ પળમાં રસ છે."

"ભાઈ, તમારો જીવ કેટલાય જીવો કરતાં અગત્યનો છે. અમારા સૌના જીવ તમારા એકના જીવ માટે કુરબાન છે ભાઈ."

"ગાંડો છે કે શું ? કોઈના જીવ કોઈ કરતાં કીમતી નથી. કીડીનો જીવ પણ એટલો જ અગત્યનો છે, જેટલો માણસનો. સૌને એકસરખું દર્દ થાય છે, સૌ એકસરખી પીડા ભોગવે છે અને સૌ એકસરખા જ શ્વાસ લે છે. એમાં વળી ઓછું-વધતું શું હોય ? અને જેનું મૃત્યુ જે સમયે નિશ્ચિત હશે ત્યારે થશે જ."

"હું તમને નહીં મરવા દઉં, તમને કંઈ નહીં થાય ભાઈ, ડરશો નહીં." એણે આટલું જ કહ્યું અને તથાગત હસી પડ્યો.

"મને ? મને વળી ભય શાનો ? ન મૃત્યુથી, ન બીજા કશાયથી..." પછી ક્ષણેક અટકીને ઉમેર્યું, "પણ માણસ છું એટલે પ્રશ્ન થાય છે કે જે મારવા

માગે છે તે કોણ છે અને શા માટે છે ? અને શા માટે ઇચ્છે છે મારું મૃત્યુ ? હું સ્વયં એને મારી જાત સોંપી દેવા તૈયાર છું. જો એ મને સમજાવી શકે કે એ શા માટે મારું મૃત્યુ ઇચ્છે છે..."

ધરમસિંહ આટલું સાંભળતાં જ લિફ્ટમાં તથાગતના ચરણમાં નમી પડ્યો, "ભાઈ, તમે ખરેખર પૂજાને લાયક છો, સ્વયં ભગવાન !" તથાગતે એને પકડ્યો, ઉઠાડીને છાતીસરસો ચાંપી દીધો. બરાબર એ જ વખતે લિફ્ટ ખૂલી અને તેત્રીસમા માળે ઊભેલી એક અમેરિકન મહિલા બંનેને આમ ભેટેલા જોઈને, "આઇ એમ સૉરી" કહીને ઊંધી ફરી ગઈ...

બરાબર એ જ સમયે ગાડીને મહેમાનો માટેના પાર્કિંગમાં પાર્ક કરીને ડ્રાઇવરે ફોન જોડ્યો, "અબ્દુલ છું." સામેનો અવાજ સાંભળ્યા પછી ઉમેર્યું, "એને લાવીને બરાબર બાજુના બિલ્ડિંગમાં ગોઠવી દીધો છે. બીજું કંઈ કરવાનું છે જનાબ ?" જવાબ સાંભળીને એણે સેલફોન ડિસકનેક્ટ કરીને ખિસ્સામાં મૂક્યો અને તથાગતનો લગેજ લઈને ફરી એક વાર મેગ્નેટિક કાર્ડ પંચ કરીને સિસમનો દરવાજો ઉઘાડ્યો.

અપાર્ટમેન્ટમાં પહોંચીને ડ્રાઇવરે તથાગતને આખું અપાર્ટમેન્ટ બતાવ્યું. ત્રણ બેડરૂમ, ઓપન કિચન, લિવિંગ અને ડ્રોઇંગરૂમ સાથેનું ફુલ્લી ઇક્વિપ્ટ કિચન ધરાવતું એ સેલ્ફ કન્ટેન્ટ અપાર્ટમેન્ટ હતું. લિવિંગરૂમમાં દરિયાના પથ્થર ગોઠવીને બનાવેલો નાનકડો બાર હતો, જે આખો ભરેલો હતો. ફ્રીઝર, ડીપ ફ્રીઝર, કશું જ ખૂટતું નહોતું અપાર્ટમેન્ટમાં.

ડ્રાઇવરે અદબથી ઊભા રહીને નમસ્કારમાં હાથ જોડ્યા, "બીજી કંઈ જરૂરિયાત હોય તો કહો સર."

"બસ ભાઈ, પારકા દેશમાં આનાથી વધારે શું જરૂરિયાત હોય ?" તથાગત આગળ વધ્યો અને પેલા ડ્રાઇવરના ખભે હાથ મૂક્યો, "શું નામ તારું ભાઈ ?"

"જયકિશન." ડ્રાઇવરે નમ્રતાથી કહ્યું અને પાછલા પગે ખસતો બહાર નીકળી ગયો.

"ટ્રીન.... ટ્રીન... ટ્રીન..." ખત્રીના અપાર્ટમેન્ટનો ફોન રણકી રહ્યો હતો, ખત્રીએ દોડીને ફોન ઉપાડ્યો, "હેલ્લો..."

"એ તો પેલીની બિલકુલ બાજુના બિલ્ડિંગમાં રહેવા આવી ગયો છે." સામેનો અવાજ કહી રહ્યો હતો.

"મને ખબર છે." ખત્રી હસ્યો, "હેં... હેં... હેં... બધું મારું જ ગોઠવેલું છે."

"એ છોકરીને ઘેર આજે ત્રણ બીજા માણસો પણ રહેવા આવ્યા છે."

"બીજા માણસો ?" ખત્રીના કાન ઊંચા થયા, "ખબર કાઢ, કોણ છે એ... ક્યાંક છોકરીનો બાપ એનું ઠેકાણું તો નથી પાડવાનો ને ?"

"છોકરીનો બાપ છેલ્લા થોડા દિવસથી ઘેર જ નથી."

"શું વાત કરે છે ?" ખત્રીથી ચીસ પડાઈ ગઈ.

*

રાતના સાડા અગિયાર વાગ્યા હતા અને જસ્મીન ડ્રોઈંગરૂમમાં બેસીને પેલા ત્રણ જણાના રૂમના બંધ દરવાજા સામે જોઈ રહી હતી. એમણે જસ્મીનને મોડી રાત્રે એના પિતા સાથે વાત કરાવવાનું વચન આપ્યું હતું, જસ્મીન એ વચનના પાલનની રાહ જોતી એકલી ડ્રોઈંગરૂમમાં બેઠી હતી.

જાતજાતના વિચારોની આવન-જાવન જસ્મીનના મગજમાં દોડાદોડ કરી રહી હતી. અબ્બુ સાથે શું વાત કરવી એનો તખતો ગોઠવતાં ગોઠવતાં તથાગતના વિચારો પણ એને વિચલિત કરી રહ્યા હતા. પરમ દિવસે સવારની સભામાં આ લોકો શું કરશે, શું કરી શકશે અને એનાં પરિણામ શું આવશે એ વિચારો પણ જસ્મીનની અંદર મચાવી રહ્યા હતા.

વિચારોનું એ તુમુલ યુદ્ધ સહન ન થતાં જસ્મીન સોફામાંથી ઊભી થઈ ગઈ અને આમથી તેમ આંટા મારવા લાગી. એને વિચાર આવ્યો કે એક વાર આ બંધ દરવાજે ટકોરા મારીને એમને એમના વચનની યાદ અપાવે. એણે બંધ બારણા પર ટકોરા માર્યા.

મોહસીને માત્ર એનો ચહેરો દેખાય એટલું બારણું ઉઘાડ્યું.

"શું છે ?"

"તમે મારા અબ્બુ સાથે મારી વાત કરાવવાના હતા."

"કરાવીશું." અંદરથી કમાન્ડરનો અવાજ સંભળાયો, "એનો સમય

થશે ત્યારે કરાવીશું."

"કેટલા વાગ્યે થશે એનો સમય ?" જસ્મીન અકળાઈ ગઈ હતી.

"જ્યારે થશે ત્યારે થશે. અમને હેરાન નહીં કર છોકરી." કમાન્ડરે તોછડાઈથી કહ્યું, "અને હવે પછી દરવાજો ઠોક્યો છે તો વાત નહીં કરાવું તારી એટલું યાદ રાખજે."

"તો હું પણ તમને નહીં લઈ જાઉં." જસ્મીનનો અવાજ ઊંચો થઈ ગયો, "મારા વિના તમે અંદર દાખલ નહીં થઈ શકો એટલું યાદ રાખજો."

"ભૂલ થાય છે તારી છોકરી... તને શું લાગે છે, અમે તારા જેવી બે પૈસાની છોકરી પર અમારું આટલું મોટું કામ ટકાવીને બેઠા હોઈશું ? અમારી પાસે અમારા પોતાના રસ્તા પણ છે જ... એક મિનિટમાં પડતી મૂકીશું તને અને પછી તારા અબ્બુનો જનાજો ઉઠાવવાની તૈયારી કરી લેજે, સમજી ?" બશીરને ધક્કો મારીને કમાન્ડર આગળ આવ્યો.

"મને ધમકી નહીં આપો. મારા એક અબ્બુની જાનની સામે આટલા બધા નિર્દોષ માણસો બચતા હોય તો હું પોલીસમાં જઈને ખબર આપીશ." જસ્મીન હજી તો આટલું બોલી કે કમાન્ડરે આગળ આવીને એનો હાથ પકડીને પાછળની તરફ મચડી નાખ્યો, "ચૂપચાપ જઈને ડૉક્ટરને ત્યાં અબોર્શન કરાવ છોકરી, તારા બાપને ખબર પડશે તો અમારે માથે ખૂનનો ગુનો નહીં ચડે... હાર્ટઅટેકથી મરી જશે બિચારો." આટલું કહીને જસ્મીનને એણે સોફામાં ફુટ્ટી ફેંકી. પછી રૂમની અંદર જઈને દરવાજો જોરથી બંધ કરી દીધો.

હાથના દર્દથી અને સોફામાં પછાડાવાથી જસ્મીનને આંખમાં પાણી આવી ગયાં.

આ માણસને પોતાના વિશે રજેરજ ખબર હતી, એ અબ્બુને કહી દે તો અબ્બુ ખરેખર હાર્ટઅટેકથી જ મરી જાય !

આવતી કાલે સવારે અબોર્શનના વિચારો એને પજવવા લાગ્યા. એક જીવની હત્યા... એના શરીરમાં પાંગરી રહેલા એક નવા જીવનને કૂખમાંથી ઉખેડીને ફેંકી દેવાનો વિચાર એને કોઈ રીતે ગળે નહોતો ઊતરતો, પરંતુ સામા પક્ષે આ બાળકનો જન્મ પણ એટલો જ અસંભવ હતો.

એક પછી એક વિચારોના વધતા જતા દબાણમાં જસ્મીનને અચાનક

વિચાર આવ્યો, "અબ્બુ જીવતા હશે કે નહીં? આ લોકોએ એમની સાથે શું કર્યું હશે? વાત નહીં કરાવવા પાછળ શો ઈરાદો હશે એમનો?"

કંઈ કેટલીયે જાતના મનોમંથનમાં અટવાયેલી જસ્મીન બસ, સામેનું બારણું ઊઘડવાની પ્રતીક્ષા કરતી આમથી તેમ આંટા મારી રહી હતી. બરાબર એ જ વખતે એના અપાર્ટમેન્ટનો ફોન રણક્યો. ઘરના કોઈ જાગી ના જાય એ બીકે જસ્મીને દોડીને ફોન ઉઠાવ્યો.

"જાગે છે હજી?" તથાગતનો અવાજ હતો.

કોણ જાણે કેમ જસ્મીનને ડૂમો ભરાઈ ગયો.

"શું વાત છે જસ્મીન?" તથાગતના અવાજમાં ચિંતા ઊતરી આવી, "બધું બરાબર તો છે ને?" ખરેખર તો તથાગતે પોતે બાજુના બિલ્ડિંગમાં રહેવા આવ્યો છે એ કહેવા ફોન કર્યો હતો, પરંતુ જસ્મીનનો અવાજ સાંભળીને એ પોતાની વાત કહેવાનું ભૂલીને એની ચિંતામાં પડી ગયો.

"કંઈ નહીં." આ બધા વિચારોના દબાણને કારણે કે પછી તથાગતનો અવાજ સાંભળીને એને મળેલી રાહતને કારણે પણ એનું ડૂસકું છૂટી ગયું.

"જસ્મીન, કોઈ પ્રોબ્લેમ છે? હું કંઈ મદદ કરું?" તથાગતે પૂછ્યું અને જસ્મીન છુટ્ટા મોઢે રડી પડી.

જસ્મીન હજી કશું બોલે તે પહેલાં કમાન્ડરના ઓરડાનો દરવાજો ખૂલ્યો. બશીર દરવાજા પાસે ઊભો હતો.

"તમારા અબ્બુને ફોન લગાડ્યો છે."

જસ્મીન અંધાધૂંધ દોડી, એણે તથાગતનો ફોન હાથમાંથી છોડી દીધો. બશીરની નજર ના પડી અને જસ્મીનને પણ ખ્યાલ ના આવ્યો, પણ તથાગતનો ફોન ચાલુ રહી ગયો અને જસ્મીને દોડીને બશીરના હાથમાંથી સેલફોન ઝૂંટવી લીધો.

"હેલો અબ્બુ... કેમ છો તમે?"

"હું? હું ઠીક છું બેટા, તમે બધાં કેમ છો? આ લોકોએ તમને કંઈ તકલીફ તો નથી આપી ને?"

"ના અબ્બુ, પણ મને તમારી ચિંતા થાય છે."

"ને મને તમારી." એક ઊંડો નિઃસાસો નાખીને એમણે ઉમેર્યું, "બેટા, આ લોકો બહુ ખતરનાક માણસો છે. એમની સાથે ઊલઝતી નહીં." આ વાક્ય સાંભળતાંની સાથે જ પોતાના પર થયેલો બળાત્કાર અને એક મિનિટ પહેલાં કમાન્ડરે એની સાથે કરેલો વર્તાવ યાદ આવી ગયાં.

"અબ્બુ, તમારી જાનને ખતરો છે... હું શું કરું?"

"મારી જાનની ચિંતા નહીં કર બેટા."

"કેમ ના કરું? તમે જાણો છો આ લોકો શું માગે છે?"

"બેટા, હું જાણું છું એ લોકો શું માગે છે. મને એ પણ ખબર છે કે તારે માટે એ કેટલું અઘરું છે."

"મારા માટે કંઈ અઘરું નથી. તમારી જાન બચાવવા હું કંઈ પણ કરીશ... કંઈ પણ કરીશ અબ્બુ, પણ તમને બચાવી લઈશ. હું તમને કંઈ નહી થવા દઉં..."

"જાણું છું અને એટલે જ તને કહું છું કે એક મારી જાન માટે થઈને હજારો નિર્દોષ લોકોનો ભોગ નહીં લેતી."

"અબ્બુ..." જસ્મીનને ફરી રડવું આવી ગયું, "તમારા વિના અમે..."

"હા બેટા, હું એક પાક મુસલમાન છું, મારો મઝહબ સમજું છું અને મારું ઈમાન મને કહે છે કે મારા એક જણની જાન માટે થઈને આટલા બધા બેગુનાહ લોકોની કત્લ ના થવા દેવાય."

"પણ અબ્બુ..."

"મારી બહાદુર દીકરી, ભૂલી જા કે તારો અબ્બુ કેદમાં છે. ભૂલી જા કે એની જાન ખતરામાં છે. તારા દેશનો વિચાર કર. તારા દેશવાસીઓનો વિચાર કર... મને ખબર છે હું જે બોલું છું એ આ લોકો પણ સાંભળે છે, અને એટલે જ આ વાત તને છડેચોક કહું છું. હું મરી જાઉં એની ચિંતા નહીં કરતી, પણ આટલા બધા લોકોને મોતના મોઢામાં નહીં ધકેલતી બેટા."

"અબ્બુ...હું આ લોકોને ના પાડી દઉં?"

"બિલકુલ ના પાડી દે... મારી એક જાનની કુરબાની સામે આટલા બધા લોકોને બચાવી લે બેટા." જસ્મીન આગળ કંઈ કહે એ પહેલાં એના પિતાએ

કહ્યું, "ખુદા હાફિઝ બેટા, ખુદા હાફિઝ..." અને ફોન ડિસકનેક્ટ થઈ ગયો.

જસ્મીનને ઘણું કહેવું હતું, પણ એના પિતાએ જે કહ્યું એનાથી એના મન અને મગજમાં જાણે એક શાંતિ થઈ ગઈ. એક અજબ પ્રકારનું સુકુન છવાઈ ગયું. એ જોઈ શકી કે એના પિતા સાથેની વાતચીત પછી પેલા ત્રણેય જણાનાં મોઢાં જરા ઝંખવાણાં પડી ગયાં હતાં.

જસ્મીને ફોન બશીરના હાથમાં પાછો આપ્યો. એક ક્ષણ માટે એની આંખમાં જોયું, પછી દરવાજો ધકેલીને અંદર દાખલ થઈ ગઈ. એ રૂમમાં મોતનો સામાન વિખેરાયેલો પડ્યો હતો. એ લોકો ઈલેક્ટ્રોનિક બૉમ્બ એસેમ્બલ કરી રહ્યા હતા. જસ્મીને બધી વસ્તુઓ પર એક સરસરી નજર કરીને કમાન્ડરની સામે જોયું, "બેકારની મહેનત છે આ. હું નથી લઈ જવાની તમને."

"મૂરખ છોકરી... હું અહીંથી સૂચના આપું એટલી જ વાર છે. તારા બાપની ગરદન ઉડાવી દેશે મારા માણસો અને એનું માથું તમને મોકલી આપશે."

"તો રાહ કોની જુઓ છો ?" જસ્મીનમાં કોણ જાણે ક્યાંથી હિંમત આવી ગઈ હતી. એની અસંમજસ અને અવઢવનો જાણે પિતા સાથેની વાતચીત પછી સીધો અંત આવી ગયો હતો.

"એક વાર હું સૂચના આપીશ પછી કંઈ નહીં થઈ શકે છોકરી, વિચાર કરી લે."

"વિચાર તો ક્યારની કરતી હતી, મારા અબ્બુની મંજૂરીની રાહ જોતી હતી. તમારી જાતને મુસલમાન કહો છો તમે ? કયા મઝહબમાં લખ્યું છે કે નિર્દોષ માણસોનો જાન લેવો ? હું તમને સાથ નહીં આપું, થાય તે કરી લો."

કમાન્ડર આગળ વધ્યો અને એની પહોળી હથેલીમાં જસ્મીનની કોમળ ગરદન પકડી લીધી, "અહીં હમણાં જ ભીંસી દઈશ તારી ગરદન."

"એથી સભામાં દાખલ થવા નહીં મળે."

"ઉફ ! તું સમજતી કેમ નથી ?" એણે જસ્મીનને છોડી દીધી. પછી ખિસ્સામાંથી રિવોલ્વર કાઢી, "તારા આખા ખાનદાનને ઉડાવી દઈશ છોકરી."

"પાંચની સામે પાંચસો બચતા હોય તો મને વાંધો નથી." જસ્મીનની આંખોમાં ગજબનો આત્મવિશ્વાસ અને દૃઢતા હતાં. કમાન્ડર અંદરથી જાણે ધ્રૂજી ગયો હતો, પણ એનું મગજ છટક્યું. મોટાં મોટાં ડગલાં ભરતો એ ઘરના માસ્ટર બેડરૂમ તરફ ગયો. લાત મારીને દરવાજો ઉઘાડ્યો એણે અને અંદર દાખલ થઈને ઊંઘતા કબીરને ખેંચીને પોતાના એક હાથમાં પકડી લીધો. બેબાકળો જાગી ગયેલો કબીર રિવોલ્વર અને કમાન્ડરના તેવર જોઈને સહેમી ગયો, "દીદી... દીદી..." એ એટલું જ બોલી શક્યો. કમાન્ડરે કબીરના લમણા પર રિવોલ્વર તાકી, "બોલ છોકરી, હા કે ના ?"

આ બધી ધાંધલમાં જાગી ગયેલી અમ્મી, નતાશા અને સુહાના થરથરતાં એકબીજાના સહારે ઊભાં હતાં.

કબીરને એક હાથમાં ઊંચકીને એના લમણે રિવોલ્વર તાકીને કમાન્ડર પૂછતો હતો, "બોલ છોકરી, હા કે ના ?"

કબીરની આંખોમાં પોતાને બચાવી લેવાનો અનુનય હતો. મા અને બહેનોની નજર જસ્મીનના જવાબની પ્રતીક્ષામાં પલળતી જતી હતી.

જસ્મીન માટે એક ભયાનક કટોકટીની અને અસમંજસની ક્ષણ હતી આ.

એ જવાબ આપે એ પહેલાં એના અપાર્ટમેન્ટની ડોરબેલ રણકી. કોઈ કંઈ સમજે એ પહેલાં નતાશાએ દોડીને દરવાજો ઉઘાડ્યો. હાંફળા-ફાંફળા થઈ ગયેલા કમાન્ડરે રિવોલ્વર પેન્ટના ગર્ડલમાં ખોસીને ઉપર શર્ટ ઢાંકી દીધું. છૂટેલો કબીર દોડીને જસ્મીન પાસે ભરાઈ ગયો.

"મને પૂછો હા કે ના..." દાખલ થયેલો તથાગત દેવદૂત જેવો દેખાતો હતો. એની આંખોનો આત્મવિશ્વાસ અને હિંમત જસ્મીનને ફરી એક વાર મજબૂત કરી રહ્યાં.

૧૪

જસ્મીન દોડીને તથાગતને ભેટી પડી.

"તથાગત, આ... આ..."

"કોણ છે આ લોકો ? શું ઇચ્છે છે ?" તથાગત જસ્મીનને પોતાનાથી સહેજ દૂર કરીને કમાન્ડર તરફ આગળ વધ્યો. પછી એમની નજીક જઈને આંખોમાં આંખો નાખીને ઊભો રહ્યો, "કોણ છે એ નિર્દોષ લોકો જેનો તમે જીવ લેવા માગો છો ?"

"તમે તમારું કામ કરો મિસ્ટર, અમારી વાતમાં વચ્ચે પડવાની જરૂર નથી."

"જે વાતમાં જસ્મીન છે એ વાતમાં હું છું જ મિસ્ટર, જસ્મીનને જરાક પણ તકલીફ પડે એ મને નહીં પોસાય." પછી એ જસ્મીન તરફ ફર્યો, "આ લોકો અબ્બુને ઉપાડી ગયા છે ?" જસ્મીને ડોકું હલાવીને હા પાડી, "પોલીસને નથી જણાવ્યું તમે ?"

"તથાગત, આ લોકો... આ લોકો બહુ ખતરનાક છે."

"કોઈ પણ વ્યક્તિ, જેનાથી તમે ડરી જાવ એ તમને ખતરનાક જ લાગે." પછી ફરી કમાન્ડર સામે જોયું, "શું ઇચ્છો છો ?"

કમાન્ડર જોરથી હસી પડ્યો, "પૂછે છે તો એવી રીતે જાણે સાચે જ પીર-ફકીર હોય. હવામાં હાથ હલાવીને જે માગો તે આપી દેશે."

"હું આપતો રહું ને તમે માગતા રહો એ રમત ક્યારેય પૂરી નહીં થાય." તથાગત હસી રહ્યો હતો. એણે કમાન્ડરના ખભે હાથ મૂક્યો, "કેટલા લોકોને મારી નાખવા છે? પચાસ, સો, પાંચસો ? ને બદલામાં શું જોઈએ છે ?"

"હું એમને એ જ પૂછું છું તથાગત, કે આ લોકોને મારી નાખવાથી શું મળશે ?" જસ્મીનને ડૂમો ભરાઈ આવ્યો. એને દસમી સપ્ટેમ્બરે રાત્રે પોતાની સાથે થયેલો બળાત્કાર જાણે અત્યારે પોતાના શરીર પર સાપ બનીને ડંખવા લાગ્યો, "આ જ લોકો, આ જ લોકો તથાગત... દસમી સપ્ટેમ્બરની રાત્રે પણ અમારા ઘરે આવ્યા હતા. ૯/૧૧માં કેટલા નિર્દોષ લોકો મૃત્યુ પામ્યા... કેટલાં બચ્ચાંઓએ મા-બાપ ગુમાવ્યાં ને કેટલાં કુટુંબો વિખરાઈ ગયાં... શું સાબિત કરી લીધું આ લોકોએ ? દુનિયા માની ગઈ કે ઇસ્લામ મહાન છે ? મળી ગયું તમને કશ્મીર ? છોડી દીધા ઓસામાને ?"

"બહુ બકવાસ કરે છે તું છોકરી, તને શું સમજાય આ બધામાં ?" મોહસીન અને બશીર સહેજ સહેમીને આ ચર્ચા સાંભળી રહ્યા હતા. કબીર અમ્મીના ખોળામાં લપાઈને થરથર ધ્રૂજતો હતો. નતાશા અને સુહાના અમ્મીની આજુબાજુ એમના બે હાથ પકડીને લપાઈને બેઠી હતી. કમાન્ડર જાણે સેનાપતિ થઈને યુદ્ધમોરચે ભાષણ આપતો હોય એવી રીતે બોલી રહ્યો હતો, "તમે બધા દબાયેલા-કચડાયેલા લોકો છો. માથું નીચું કરીને જીવતા લોકો. પોતાના હક માટે, પોતાના મઝહબ માટે લડતાં તમને ક્યાં આવડે જ છે ?" ને પછી એણે તથાગત સામે તિરસ્કારથી જોયું. જસ્મીનના ઘરમાં જમીન પર થૂંક્યો કમાન્ડર, "ને આ... આ તો કાફિર છે. બૂતપરસ્ત ! જેને પોતાના ધર્મની કિંમત નથી એ બીજાના ધર્મને માન ક્યાંથી આપી શકે ?"

"બિલકુલ સાચી વાત કરી તમે. તમને તમારા જ ધર્મની ખબર નથી તો તમે બીજાના ધર્મને શું માન આપવાના ? હિન્દુ ધર્મમાં કે ઇસ્લામમાં, શીખમાં કે ક્રિશ્ચાનિટીમાં સત્ય શું છે એ શોધવાનો પ્રયત્ન આપણે ક્યાં કર્યો જ છે કોઈ દિવસ..."

"ચલ એય..." કમાન્ડરે કહ્યું અને ગર્ડલમાં ખોસેલી રિવોલ્વર બહાર કાઢી, "ભાષણ પરમ દિવસે આપજે. તારા પગમાં આળોટતા મૂરખ માણસોની સામે... ચાલ છોકરી, તારા કમરામાં જા, અને તું ફૂટ અહીંથી."

"હું ક્યાંય નહીં જાઉં. આના અબ્બુની ગેરહાજરીમાં આ પરિવારની સલામતીની જવાબદારી મારી છે." જસ્મીને તથાગતની સામે જે રીતે જોયું એ આંખોએ તથાગતને ભીતર સુધી ભીંજવી નાખ્યો.

"જેની સલામતીની ચિંતા કરે છે એની કૂખમાં અમારા મઝહબનું બીજ પાંગરે છે... ક્યાં હતો જ્યારે તારી આ જવાબદારી ઉપર એના જ ઘરમાં બળાત્કાર થયો ?" બશીરે ગર્જીને પૂછ્યું.

કમાન્ડરે એની સામે એવી રીતે જોયું, જાણે શાબાશી આપતો હોય, "શું ટાઈમ પર પત્તું ફેંક્યું હતું આ છોકરાએ..."

એની વાત સાંભળીને તથાગતે જસ્મીનની સામે જોયું. જસ્મીનની નજર નીચી થઈ ગઈ. તથાગતને એ નીચી નજરમાંથી ઘણા જવાબો જડી ગયા. એક અક્ષર પણ બોલ્યા વિના એ એક ડગલું જસ્મીનની નજીક ગયો. એના ખભે હાથ મૂક્યો. પછી કમાન્ડરની સામે હિંમતથી જોયું, "હોઈ શકે. તમારી વાત કદાચ સાચી હોય એમ પણ બને, પણ સાચું કહું તો મને એનાથી બહુ ફરક નથી પડતો. મારે માટે જસ્મીન, જસ્મીન જ રહે છે. એ તમામ પરિસ્થિતિઓમાં મારી જસ્મીન છે." પછી જરા મૃદુ અવાજે એણે જસ્મીન તરફ જોઈને ઉમેર્યું, "તેં મને કેમ ના કહ્યું ?"

"શું કહું અને ક્યારે કહું તથાગત ? તું ગયો તે ક્ષણથી આ પળ સુધી એક ક્ષણ પણ મેં નિરાંતનો શ્વાસ નથી લીધો. મારી અંદર સતત ઉચાટ, ઉદ્વેગ અને અકળામણ... બસ, એ સિવાય કંઈ નહીં."

"મને લાગે છે તું તારા કામમાં ધ્યાન આપ અને અમને અમારા કામમાં ધ્યાન આપવા દે. તું તારા મઝહબને બુલંદ બનાવ અને અમને અમારા મઝહબ માટે કામ કરવા દે..."

"તમારો મઝહબ ને મારો ધર્મ જુદા નથી એવું જે દિવસે તમે સમજશો એ દિવસે આ લડાઈ ખતમ થઈ જશે. હું ફરી પૂછું છું, તમે શાના માટે લડો છો ? તમારો મુદ્દો જો ખરેખર સાચો હશે તો હું મારી સભામાં કહેવા તૈયાર છું. મારી સભામાં હાજર હોય એ બધાને તમારી લડાઈમાં જોડાવા અપીલ

કરીશ હું, પણ કોઈ નિર્દોષની જાન લઈને, કોઈને બેઘર કરીને, કોઈને અનાથ કરીને ધર્મની વાત કેવી રીતે થાય?"

કમાન્ડર આગળ વધ્યો અને એણે તથાગતની છાતીમાં ધક્કો માર્યો, "અમે અમારું કામ કરીએ છીએ, તને હવે ખબર જ પડી ગઈ છે એટલે તારાથી થાય તે સિક્યોરિટીની વ્યવસ્થા કરી લેજે તું. જોકે કોઈ ફાયદો નહીં થાય... અમારા માણસો છેક ઉપરથી નીચે સુધી ફેલાયેલા છે."

"અને તોય એક છોકરીનો સહારો લેવો પડે છે? એક અસહાય છોકરીના બાપને ઉઠાવી જવો પડે છે?" તથાગત હસ્યો. જસ્મીનને અત્યારે તથાગત પર વારી જવાનું મન થતું હતું. એને વિચાર આવ્યો કે જો અબ્બુ અહીંયાં હોત તો તથાગતને જોઈને એક ક્ષણનો પણ વિચાર કર્યા વિના પોતાનો હાથ તથાગતના હાથમાં આપી દીધો હોત. આટલો સમજદાર, હિંમતવાળો છોકરો એમને ક્યાં મળવાનો?

"જો, તું કંઈ પણ બોલે એનાથી અમને ફેર નથી પડતો. તારી સભામાં પરમ દિવસે સવારે જે ધડાકો થવાનો છે એ થવાનો છે... તું તો શું, તારો ભગવાન પણ આવે તો એને રોકી નહીં શકે."

"સારું ત્યારે. હવે આપણે એવું જ રાખીએ. તમે તમારે જે કરવું છે તે કરો અને હું મારે જે કરવું જોઈએ તે કરીશ." આટલું કહીને તથાગત ધક્કો મારીને એમના રૂમના ખુલ્લા બારણાંથી અંદર ધસી ગયો. ત્યાં પડેલો બધો સામાન એણે ત્યાં પડેલી પેટીમાં ભરવા માંડ્યો.

"શું કરે છે?" કમાન્ડર ત્યાં દોડી આવ્યો. એણે તથાગતને રોકવાનો પ્રયત્ન કર્યો.

"મારે જે કરવું જોઈએ તે કરું છું... હું તમને આ ઘરની ચાર દીવાલોમાં એવું કંઈ જ નહીં કરવા દઉં જેનાથી એક પણ માણસને નુકસાન થાય."

"તને ખબર છે ને, તું આમ કરીશ એટલે શું થશે? હું એક ફોન કરીશ અને જસ્મીનના અબ્બુ ત્યાં..."

"કરો ફોન." જસ્મીને હિંમતથી કહ્યું.

"જસ્મીન..." અત્યાર સુધી ચૂપ બેઠેલી જસ્મીનની અમ્મીએ ચીસ પાડી, "શું બોલે છે તું? તારા અબ્બુની જિંદગી આ લોકોના હાથમાં છે."

"કોઈની જિંદગી કોઈનાય હાથમાં નથી હોતી અમ્મી, બધાની જિંદગી પોતપોતાની અવધિ લખાવીને આવી હોય છે. એ પહેલાં કોઈ ટૂંકાવી શકતું નથી અને એક પળ પણ લંબાવવાની સત્તા કોઈનાય હાથમાં નથી હોતી... આ લોકો કંઈ નહીં કરી શકે. તમે ચિંતા ના કરો." તથાગતની સ્વસ્થતા આશ્ચર્ય પમાડે તેવી હતી.

"હા, હા, તમે ચિંતા ના કરો." કહીને કમાન્ડર મોટેથી હસ્યો. એણે ફોન જોડ્યો અને બધા પર એક ક્રૂર નજર ફેરવી, "મને લાગે છે હવે મારે તમને બતાવવું જ પડશે કે મારા હાથમાં કેટલી સત્તા છે અને હું કોની જિંદગી ટૂંકાવી શકું છું."

"ખુદાને વાસ્તે રહેવા દે." જસ્મીનની અમ્મી દોડી એના ઘૂંટણિયે પડી ગઈ, "આ છોકરી તો આંધળી થઈ ગઈ છે. એને અક્કલ નથી. હું તને લઈ જઈશ આની સભામાં, પણ મારાં નાનાં નાનાં બચ્ચાંઓનો વિચાર કર." એમણે તથાગતને હાથ જોડ્યા, "તું જા અહીંથી. અમારા નસીબનું દુઃખ અમને ભોગવી લેવા દે."

"અરે ! સભામાં જ જવાનો સવાલ હોય તો હું લઈ જઈશ, મારી સાથે." તથાગતે કમાન્ડરની સામે જોયું.

"લઈ જઈશ ?" કમાન્ડરની આંખો ચમકી, "તું લઈ જાય તો અમારું કામ થઈ જાય. આ લોકોને હેરાન નહીં કરું પછી."

તથાગત એક ક્ષણ માટે કમાન્ડરની આંખોમાં જોઈ રહ્યો. જાણે નિર્ણય કરતો હોય એમ એના ચહેરા પર સો ભાવ આવ્યા અને નીકળી ગયા. કોઈ ગાંઠ વાળી હોય એમ એણે કમાન્ડરને જવાબ આપ્યો, "લઈ જઈશ. તમે પરમ દિવસે સવારની સભામાં મારી સાથે આવશો. આ મારું વચન છે." પછી અમ્મી સામે જોયું, "જસ્મીનના અબ્બુ જ્યાં હોય ત્યાંથી કાલ સવાર પહેલાં અહીંયાં પહોંચવા જોઈએ. જો કાલનો સૂરજ ઊગે એ પહેલાં એ એમના ઘેર પહોંચે તો..."

"છોકરા... અમે તો અમારી શરત પૂરી કરીશું, પણ તું શું કરે છે એની તને ખબર છે ને ? આ છોકરીના પ્રેમમાં તારી આંખો મીંચાઈ ગઈ છે, પણ એક વાત સમજી લેજે, અમે સભામાં જે કરીશું એ પછી અમેરિકન સરકાર જ નહીં, દુનિયાભરની પોલીસ તારી પાછળ પડી જશે. જીવવું હરામ થઈ જશે તારું."

"એ બધું સમજીને જ કહ્યું હશે ને ? તમે શું કામ ચિંતા કરો છો ? તમે

તમારો ફાયદો જુઓ. તમારું કામ થાય છે ને?"

"તથાગત..."

"હા જસ્મીન, મારે માટે પ્રેમથી આગળ કશું જ નથી. ગઈ કાલ સુધી હું માનતો હતો કે એ પ્રેમ શું કામનો, જે ધર્મ આગળ હથિયાર નાખી દે. પણ આજે મને એ સાબિત કરવાની તક મળી છે કે પ્રેમ ધર્મથી, જાતથી, મઝહબથી, માન્યતાઓથી અને સિદ્ધાંતોથી પણ ઉપર હોય છે. તો મારે એ સાબિત કરવું જ જોઈએ."

"પણ તારી જાન..."

"મારી જાન તો તું છે. તું સલામત અને સુખી તો બાકી બધું એની મેળે શાંત અને સુખી થઈ જશે જસ્મીન."

કમાન્ડરે તાળીઓ વગાડી, "વાહ વાહ ! કોઈ સિનેમાનો સીન હોય એવું લાગે છે. બહુ થયું હવે. નક્કી કર છોકરા એટલે હું મારું કામ શરૂ કરું."

"નક્કી તો તમારે કરવાનું છે." તથાગત હસ્યો, "જો જસ્મીનના અબ્બુ કાલે સવાર પહેલાં પાછા આવે તો હું મારી પરમદિવસની સભામાં તમને લઈ જઈશ." એ આટલું કહીને બહાર જવા લાગ્યો. પછી એક ક્ષણ અટકીને એણે ઉમેર્યું, "અને હા, બીજી એક વાત, એના અબ્બુ અહીંયાં આવે એની સાથે સાથે તમારા ડેરા-તંબુ અહીંથી ઉઠાવી લેજો."

"એ કહેવાની જરૂર નથી. અમે તો અહીંથી જતા રહીશું. પણ હા, તું જો ચાલાકી કરવા જઈશ તો આ જ ઘરના દરવાજામાં તારું માથું કાપીને લટકાવી દેતાં અમે અચકાઈશું નહીં. સમજ્યો ?" કમાન્ડરે તથાગતને ચેતવણી આપી.

"ચાલાકી ? મારે શું કામ ચાલાકી કરવી પડે ?" તથાગત હસ્યો અને પછી જસ્મીનની નજીક જઈ એને હળવું આલિંગન આપ્યું, "જરાય ચિંતા નહીં કરતી. બધું ઠીક થઈ જશે." એણે કહ્યું અને સડસડાટ ઘરની બહાર નીકળી ગયો. ત્યાં ઊભેલા બધા જ જાણે ચિત્રમાં દોર્યા હોય એવા અવાક-ડઘાયેલા ઊભા હતા. તથાગતની પહોળી પીઠ અને સિંહ જેવી ચાલ જોઈને જસ્મીનને પોતાની પસંદગી પર ગર્વ થયો.

*

તથાગત પોતાના અપાર્ટમેન્ટમાં દાખલ થયો ત્યારે ધરમસિંહ લિવિંગ રૂમમાં બેસીને તથાગતની રાહ જોઈ રહ્યો હતો.

"મળ્યા ?"

"હા." એકાક્ષરી ઉત્તર આપીને તથાગત સોફામાં બેસી ગયો. એના ચહેરા ઉપર ચિંતા અને વીતેલી ક્ષણોનો થાક પડઘાઈ રહ્યો હતો. એની આંખોમાં બશીર જે બોલ્યો એ વાતના ઓળા નાચી રહ્યા હતા...

"ભાઈ, શું વાત છે?" ધરમસિંહ ઊભો થઈને એની બાજુમાં આવીને બેઠો.

"બધું બહુ ગૂંચવાયું છે ધરમસિંહ, આપણે નહોતું કલ્પ્યું અને નહોતું ધાર્યું એવું અને એટલું ગૂંચવાયું છે."

"કેમ ભાઈ, એમણે કંઈ કહ્યું ?"

"એ તો કશું કહેવાની સ્થિતિમાં જ નથી. એની ચારે તરફ સવાલો છે..." એણે માથું પાછળ ઢાળીને આંખો મીંચી દીધી, "એના પિતાને કિડનેપ કરી ગયા છે. એના ઘરમાં અજાણ્યા માણસો કબજો જમાવીને બેઠા છે અને એના નાનાં ભાઈ-બહેન અને એની મા બધાં જ ફફડી રહ્યાં છે... ધરમ... મેં એ માણસો સામે શર્ત મૂકી છે."

"ભાઈ, તમે જે કહ્યું તે સત્ય વચન." તથાગતે ચોંકીને ધરમસિંહની સામે જોયું. કોઈ એક માણસ બીજાને આટલું ચાહી શકે? એક પણ સવાલ પૂછ્યા વિના, કોઈ શંકા વિના ધરમસિંહે જે રીતે એની વાત સ્વીકારી લીધી એનાથી તથાગત અંદર સુધી હચમચી ગયો.

"ધરમ, આમાં જીવ જઈ શકે. આંતરરાષ્ટ્રીય પોલીસ આપણી પાછળ પડી જાય એવું પણ બને. મને આતંકવાદી જાહેર કરે એવું પણ કદાચ..." તથાગતે વાત અહીં જ અટકાવવાનું પસંદ કર્યું.

"તમે જે કહ્યું હશે તે આ બધું વિચારીને જ કહ્યું હશે ને ભાઈ..." ધરમે બાજુમાં બેઠેલા તથાગતને ખભે હાથ મૂક્યો, "તમે કીધુંને ? તો હવે થઈ જશે. મારે શું કરવાનું છે એટલું જ મને કહો."

"ધરમ, આ મારી લડાઈ છે, હું એકલો જ લડીશ. તારે..." તથાગતે ઊંડો શ્વાસ લીધો, "સભામાં આવેલા હજારો નિર્દોષ લોકોની સલામતીની જવાબદારી હું તને સોંપું છું."

"ભાઈ, કોઈનો વાળ પણ વાંકો નહીં થાય. આ વચન છે મારું."

"ધરમ, તને આટલો વિશ્વાસ કેમ છે મારા ઉપર ?" તથાગતની આંખોમાં પાણી આવી ગયાં.

"ભાઈ, વિશ્વાસ માટે જે દિવસે કારણ આપવું પડે એ દિવસે વિશ્વાસ ક્યાં રહેવાનો ? ભાઈ, તમે જેમ કહેશો અને જે ઇચ્છશો એ જ થઈ જશે."

"દિવાકર..."

"એની ચિંતા તમે શું કામ કરો છો ? એને પણ હું સંભાળી લઈશ." ધરમસિંહે કહ્યું અને તથાગતે લસ્ત થઈને શરીર લંબાવી દીધું. ધરમસિંહનાં આ થોડાં વાક્યોએ જાણે એના માથા પરથી મોટો બોજ ઉતારી દીધો.

*

"છોકરીનો બાપ છેલ્લા થોડા દિવસથી ઘેર જ નથી." દિવાકર ખત્રીનો ફોન ચાલુ હતો. સામેથી કોઈ માણસ એને સમાચાર સંભળાવી રહ્યો હતો.

"શું વાત કરે છે ?" ખત્રીથી ચીસ પડાઈ ગઈ.

"ખરું કહું છું." પેલા માણસે કહ્યું અને અચાનક એણે ઉશ્કેરાટમાં ઉમેર્યું, "સાહેબ, તથાગત પોતાના અપાર્ટમેન્ટમાંથી નીકળીને છોકરીના અપાર્ટમેન્ટ તરફ જાય છે."

"સરસ... આપણે એની જ રાહ જોતા હતા. તારા માણસોને કહી દે, એમના કેમેરા ચાલુ કરી દે. મારે ત્યાં બનતી એક એક ઘટનાનો આંખે દેખ્યો અહેવાલ જોઈએ. તથાગત એની જાતને બહુ હોશિયાર સમજે છે, પણ જાણતો નથી મને. જેટલો બહાર છું એનાથી છ ગણો અંદર છું હું... એના કહેવાતા ભક્તોને જ્યારે ત્યાં શૂટ કરેલી વીડિયો ક્લિપ્સ મોકલવામાં આવશે ત્યારે તથાગતનું શું થશે એની તથાગતને કલ્પના નહીં હોય, પણ મને તો ખબર છે..." એ ખંધુ હસ્યો.

"ભલે સાહેબ." પેલા માણસે નમ્રતાથી કહ્યું, "પણ મારો ખ્યાલ રાખજો હોં."

"તું જરાય ચિંતા નહીં કર. દિવાકર ખત્રી બેઠો છે ત્યાં સુધી તને કોઈ તકલીફ નહીં પડવા દઉં."

"બસ સાહેબ." ફોન મુકાઈ ગયો, પણ દિવાકર ખત્રીના મનમાં ચક્કર ચાલુ થઈ ગયાં. એણે જ નટુભાઈને કહીને તથાગતની વ્યવસ્થા જસ્મીનના

ઘરની બાજુમાં કરાવી હતી. એ જાણતો જ હતો કે તથાગત ન્યૂયોર્ક આવતા જ જસ્મીનનો સંપર્ક કર્યા વિના નહીં રહે અને જે ક્ષણથી એ જસ્મીનનો સંપર્ક કરશે એ ક્ષણથી એનો જિંદગી પ્રત્યેનો અભિગમ બદલાઈ જશે. જમાનાનો ખાધેલ દિવાકર ખત્રી આ વાત અંગે એટલો તો મુસ્તાક હતો કે એણે નટુભાઈ ઠક્કર પાસે ન્યૂયોર્કમાં આવેલા એમના બીજા અપાર્ટમેન્ટ્સની વિગતો સામેથી માગીને તથાગત માટે આ વ્યવસ્થા પહેલેથી જ ગોઠવી રાખી હતી.

નટુભાઈ ઠક્કરને આ વાતની નવાઈ લાગી હતી અને એમણે ખત્રીને સવાલો પૂછ્યા હતા ત્યારે ખત્રીએ ખંધાઈથી કહ્યું હતું, "સાધુપુરુષ છે, મન બદલાઈ જાય, જગ્યા ના ગમે કે એકાંત ઈચ્છે તો આપણે વ્યવસ્થા રાખવાની નટુભાઈ..." એટલું જ નહીં તથાગત જ્યારે અપાર્ટમેન્ટ છોડીને ગયો ત્યારે પણ દિવાકર ખત્રીએ નટુભાઈને ફોન કર્યો હતો, "મેં કહ્યું હતુંને સાહેબ ?" એણે પોતાની જ વાતની પુષ્ટિ કરી હતી...

"બિલકુલ !" નટુભાઈ ઠક્કર દિવાકરથી અંજાઈ ગયા હતા, "આટલા મહાન માણસને કેટલો નજીકથી ઓળખો છો તમે ! એના મૂડ-મિજાજ, એના ગમા-અણગમા બધાની ખબર છે તમને... પ્રણામ તો તમને પણ કરવા પડે દિવાકર ખત્રી." અને ખત્રી ફરી એક વાર ખંધુ હસ્યો હતો.

ટૂંકમાં, હમણાં સુધી બધું જ ખત્રીના ધાર્યા પ્રમાણે અને ગોઠવ્યા પ્રમાણે જ ચાલતું હતું. એને જ્યારથી તથાગત અને જસ્મીનના આ પ્રણયની ખબર પડી હતી તે ક્ષણથી એણે જસ્મીનને મહોરું બનાવીને તથાગતને ઉડાડવાનો નિર્ણય કર્યો હતો અને અત્યાર સુધીની એની બધી ચાલ એના ધાર્યા પ્રમાણે ચાલતી આવી હતી.

ફોન મૂક્યા પછી ખુશખુશાલ દિવાકરે રેફ્રિજરેટર પાસે જઈને એક પેગ બનાવ્યો અને ટી.વી. ચાલુ કરીને નિરાંતે સ્કોચ વ્હીસ્કીની ચૂસકી ભરવા લાગ્યો.

*

વહેલી સવારે ચાર વાગ્યે જ્યારે સૈફુદ્દીન શેખ એમના પોતાના ઘરમાં દાખલ થયા ત્યારે એમને તો વિશ્વાસ નહોતો જ, પરંતુ એમના પત્ની અને બાળકો પણ એમને જોઈને આંખ પર વિશ્વાસ કરી શક્યા નહીં. વધેલી દાઢી, ઉજાગરાથી લાલ આંખો અને આટલા દિવસ સતત માનસિક તાણ અને ત્રાસમાં રહીને સૈફુદ્દીના ચહેરા પર થોથર બાઝી ગયા હતા. સતત હસતો રહેતો આ

માણસ સાક્ષાત્ મોતને જોઈને આવ્યો હતો અને એ વાતનો આતંક એની આંખોમાં એના ચહેરા પર દેખાતો હતો.

જસ્મીનની અમ્મી દોડીને એને વળગી પડી, કબીર એમના પગે લપેટાઈ ગયો... સુહાના, નતાશા અને જસ્મીન પણ પિતાને ભેટી પડી. પરિવારનું આલિંગન પામીને જાણે સૈફુદ્દીનના જીવમાં જીવ આવ્યો.

"મને જ્યારે એ અવાવરું મકાનમાંથી બહાર કાઢ્યો ત્યારે લાગ્યું કે હવે અને મોત વચ્ચે થોડી મિનિટો બાકી રહી છે, પણ ગાડીમાં બેસાડીને ન્યૂયોર્કના પરિચિત રસ્તાઓ ઉપર થઈને અહીં સુધી આવ્યો ત્યારે જાત ઉપર વિશ્વાસ નહોતો આવતો."

"ડેડી, તથાગતે..." જસ્મીન હજી કહેવા જાય એ પહેલાં સૈફુદ્દીને એની વાત કાપી નાખી.

"જાણું છું, કહ્યું મને આ લોકોએ." પછી એમણે ખૂબ ગંભીરતાથી જસ્મીનને કહ્યું, "મને લાગે છે એ છોકરાએ બહુ મોટું જોખમ લીધું છે."

"હા ડેડી, એ આવતી કાલે સવારે આ લોકોને..." એણે તૈયાર થઈને ઊભેલા કમાન્ડર, બશીર અને મોહસીન તરફ જોયું.

"કહી દેજે એને કે કોઈ ચાલાકી ના કરે. બાકી તારા બાપને અને તને બંનેને ઉઠાવીને લઈ જઈશું... અને પાછા આવવાની હાલતમાં જ નહીં રાખીએ." કમાન્ડરે રૂઆબ જાળવવાનો પ્રયત્ન કર્યો, પણ એના મનમાં એ જાણતો હતો કે જસ્મીનની હિંમત અને સૈફુદ્દીન સાથે જે વાત થઈ એ પછી એની પાસે તથાગતની સભામાં જવાનો કોઈ રસ્તો બચ્યો નહોતો. એ અત્યારે તો જાણે સૈફુદ્દીનને છોડીને પોતે ઉપકાર કર્યો હોય એમ વર્તી રહ્યો હતો, પરંતુ એના મનમાં સમજી ગયો હતો કે જસ્મીનની હિંમત સામે હથિયાર નાખ્યા વિના એનો છૂટકો નહોતો.

"હું હજી તમને સલાહ આપું છું કે..." સૈફુદ્દીને ક્ષીણ અવાજે છેલ્લો પ્રયત્ન કરી જોયો.

કમાન્ડરે આગળ વધીને સૈફુદ્દીનની ગિરેબાન પકડી લીધી, "મેં માગી ? મેં સલાહ નથી માગી તારી પાસે... તું તારે ઘરે પહોંચી ગયો છે એની ખેર મનાવ અને અમને અમારું કામ કરવા દે." પછી એણે જોરથી બૂમ પાડીને પોતાની હારનો ગુસ્સો બશીર અને મોહસીન ઉપર ઉતારતો હોય એમ કહ્યું,

"ચાલો હવે...અહીંયાં શું તમાશો જોવા ઊભા છો ?"

મોટી મોટી બેગ્સ લઈને ઘરની બહાર નીકળી રહેલા બશીર અને મોહસીન પણ કમાન્ડરની આ નાલેશી જોઈ રહ્યા હતા. એમના નાનકડાં મગજોમાં હજી કદાચ કમાન્ડર માટેનું માન એટલું બધું હતું કે એ લોકો આને એક ચાલ તરીકે, એક સ્ટ્રેટેજી તરીકે જોઈ રહ્યા હતા. એમને હજીયે એવું નહોતું સમજાયું કે તથાગતની હિંમત અને કુનેહ પાસે એમના કમાન્ડરે હથિયાર નાખવા પડ્યાં હતાં.

બહાર નીકળીને રસ્તા પર ઊભેલા એ ત્રણેય જણાને ક્યાં જવું એની તો ખબર હતી, પણ કમાન્ડરની અંદરની અકળામણ એટલી હદે હતી કે એણે ત્યાં પડેલી બેગને એક લાત મારી. રસ્તા પર થૂંક્યો અને તથાગતના નામે એક ગાળ દીધી.

પછી અચાનક ખ્યાલ આવ્યો હોય એમ બશીરનો ખભ્ભો થાબડ્યો, "મુન્ના, તેં કમાલ કરી !" બશીર નવાઈથી કમાન્ડરનો પલટાયેલો મિજાજ જોઈ રહ્યો, "તેં જુઠ્ઠું બોલીને તથાગતના મગજમાં જે શંકાનો કીડો રોપી દીધો છે એ એક દિવસ મોટું ઝાડ થઈને ઊગશે... જે છોકરી માટે હમણાં જીવ આપવા તૈયાર થયો છે એને જ..." એ ફરી થૂંક્યો.

"એ જુઠ્ઠું નથી." બશીરે નિર્દોષતાથી કહ્યું.

"એટલે ?" કમાન્ડરની આંખો ફાટી ગઈ.

"એટલે... ઝહીરે આ છોકરી પર... દસમી ઓક્ટોબરે રાત્રે..." બશીર સંકોચાઈ ગયો.

"અને આ છોકરી...?" કમાન્ડરનો અવાજ ધ્રૂજી રહ્યો હતો.

"એ... પ્રેગનન્ટ છે..." બશીરનો અવાજ વધુ ધીમો થઈ ગયો, "એ મહેરને ત્યાં ગઈ હતી. ત્રણ વાર. ખાતરી કરવા માટે એના રિપોર્ટ્સની કોપી પણ જોઈ છે મેં." કમાન્ડરે એને ખભેથી પકડી લીધો. મોહસીન બંનેને આશ્ચર્યચકિત થઈને જોઈ રહ્યો હતો.

"પણ બચ્ચું ઝહીરનું જ..." કમાન્ડરે બશીરને હચમચાવી નાખ્યો, "આ.. આ બચ્ચું ઝહીરનું જ છે ?"

"એ તો હું કેવી રીતે કહું ?" બશીર સંકોચાઈને જાણે જમીનમાં ઊતરવા

લાગ્યો. કમાન્ડરની વિકળતા જોઈને બંનેને આ વાત કહ્યાની ભૂલ સમજાઈ હતી અને એમાંય કમાન્ડર જે રીતે ઉશ્કેરાઈને બશીરને પૂછી રહ્યો હતો એ રીતે હવે શું થશે એની કલ્પના બંનેને ધ્રુજાવી ગઈ.

"હું એ છોકરીને પૂછીશ... હમણાં જ..." કમાન્ડરનો અવાજ ભરાઈ આવ્યો હતો. આંખો ભીની થઈ ગઈ હતી. એ ઘડી પહેલાંનો તોછડો, ક્રૂર ચહેરો એક જ ક્ષણમાં એક ઉદાસ, લાગણીશીલ ચહેરામાં ફેરવાઈ ગયો હતો.

"કમાન્ડર... આપણે આવતી કાલ સવારનું ઑપરેશન..." મોહસીને એમને રોકવાનો પ્રયત્ન કર્યો.

"જહન્નમમાં જાય ઑપરેશન... મારા દીકરાનું સંતાન છે એ... મારા ઝહીરનું બીજ... એનું લોહી છે. આ છોકરી એને કંઈ કરે એ પહેલાં હું..." અને બૉમ્બ બનાવવાના સામાનની બેગ ભરરસ્તા પર ખુલ્લી મૂકીને કમાન્ડર પાછો વળીને દોડવા લાગ્યો.

૧૫

"કમાન્ડર કમાન્ડર" બૂમો પાડતો મોહસીન પાછળ દોડ્યો. બૉમ્બ બનાવવાના સામાનની બેગો સાથે રસ્તા પર ઊભેલો બશીર પાછળ જવું કે ઊભા રહેવું એ નક્કી ન કરી શકતા ગૂંચવાયેલી મનઃસ્થિતિમાં શું કરવું એનો નિર્ણય લેવાનો પ્રયત્ન કરવા લાગ્યો.

પાછળ જાણે જીવતો વાઘ પડ્યો હોય એવી ઝડપથી દોડતો કમાન્ડર ફરી એક વાર જસ્મીનના ઘરના દરવાજાની સામે આવીને ઊભો રહી ગયો.

"તમે ?" દરવાજો ખોલીને જસ્મીને એની મોટી મોટી આંખોમાં આશ્ચર્ય છલકાવ્યું, "તમે ફરી પાછા કેમ આવ્યા ?"

પાછળ ઊભેલો બશીર કમાન્ડરને કેવી રીતે રોકવા એ વિચારતો ત્યાં જ ઊભો રહી ગયો.

"બેટા..." કમાન્ડરના ચહેરા પર સાવ જુદા જ ભાવ હતા. જસ્મીન સમજી ન શકી કે પાંચ જ મિનિટમાં એવું શું બની ગયું કે જેનાથી કમાન્ડર

આટલા બદલાઈ ગયા, દરવાજાની બરાબર વચ્ચે જ ઊભેલી જસ્મીનને કમાન્ડરે બાવળેથી પકડી લીધી, "તું... તું પ્રેગનન્ટ છે ?"

"જી ?" જસ્મીનને સમજાયું નહીં કે અચાનક પુછાયેલા આ સવાલનો એણે શું જવાબ આપવો જોઈએ, કમાન્ડરને કેવી રીતે ખબર પડી ? એનું મગજ ચકરાવે ચડી ગયું હતું. એને સોથી પહેલો વિચાર હજી હમણાં જ ઘેર પાછા ફરેલા પિતા અને આઘાતમાંથી માંડમાંડ બહાર આવેલી એની અમ્મીનો આવ્યો. એણે ઈશારાથી કમાન્ડરને ચૂપ રહેવા સમજાવવાનો પ્રયત્ન કર્યો પણ કમાન્ડર તો જાણે બાવરો, બેબાકળો બની ગયો હતો. એને કશું દેખાતું કે સમજાતું ન હતું.

એનો દીકરો ઝહીર એના ઘણા સમજાવ્યા છતાં ૯/૧૧ના ઑપરેશનમાં જાતે જ જોડાયો અને શહીદ થયો. ત્યારથી આજ સુધી કમાન્ડરે મઝહબના કામમાં આવી ગયેલા દીકરાને અલ્લાહની રાહમાં શહીદ માનીને મન વાળ્યું હતું. અલ્લાહની રાહમાં નીકળેલા ઝહીરે લગ્ન કરવાની પહેલેથી જ ના પાડી હતી. એથી ઝહીર એમનું એકનું એક સંતાન હોવા છતાં વંશ ચાલવાની કોઈ શક્યતા નહતી. અને આવા સમયમાં જસ્મીનના મા બનવાના સમાચાર એ અલ્લાહની ફઝલ માનીને કમાન્ડર ગાંડોઘેલો થઈ ગયો હતો.

એણે જસ્મીનને ફરી એકવાર હચમચાવી નાખી, "સાચુ કહે તું પ્રેગનન્ટ છે ને બેટા ?"

પાછળ ઊભેલા જસ્મીનનાં માતા-પિતાએ પણ આ સવાલ સાંભળ્યો.

જસ્મીન માટે જો ધરતી જગ્યા આપે તો સમાઈ જવા જેવી સ્થિતિ ઊભી થઇ ગઈ હતી.

કમાન્ડર જાણે એના અને જસ્મીન સિવાય બીજું કોઈ હાજર જ ના હોય એવી રીતે ઘરમાં પ્રવેશ્યો. એને જસ્મીનનો હાથ હજી બાવડેથી પકડી જ રાખ્યો હતો. એણે લઈ જઈને જસ્મીનને સોફામાં બેસાડી પછી જાણે નમાઝ પઢતો હોય એવી રીતે એના પગ પાસે ઘૂંટણિયે બેસી ગયો.

"તને ખુદાનો વાસ્તો છે બેટા, અલ્લાહની કસમ છે, સાચું બોલ, તું મા બનવાની છે ?"

હજી હમણા જ ઘેર પાછા ફરેલા સૈફુદીનના પાછા ફરવાની ખુશી પરિવાર પૂરેપૂરી મનાવી શકે એ પહેલા તો અહીં એક મોટો બૉમ્બ ફૂટ્યો હતો. સૈફુદીન

અને એની પત્નીના ચહેરા પર આ સવાલથી જાણે કાજળનો લપેડો થઈ ગયો હતો. એ બંને માટે આ સમાચાર મોતથી વધારે દુષ્કર હતા.

"યા અલ્લાહ ! આ સાંભળવા કરતા હું મરી ગયો હોત તો સારું થાત" સૈફુદ્દીને પોતાના બંને કાને હાથ દીધા અને પછી જસ્મીન તરફ આગળ વધ્યો, " જવાબ આપ બેટી ? આ માણસ શું પૂછે છે ?"

"અબ્બુ..."

"જવાબ આપ બેટા, સાચું બોલ..."

હવે જસ્મીન પાસે જવાબ આપ્યા સિવાય બીજો કોઈ રસ્તો નહોતો.

"હા અબ્બુ !"

"લીલ્લાહ!" જસ્મીનની માએ કપાળ કૂટ્યું અને જમીન પર ફસડાઈ પડી, "આ જોવા માટે જ જીવતી હતી, હવે બોલાવી લે મને." એ ચીસ પાડીને રડવા લાગી. સૈફુદ્દીન જસ્મીન પાસેથી એની પાસે ગયો અને એ પણ જમીન પર બેસીને આંખોમાં આંસુ સાથે પત્નીને આશ્વાસન આપવા લાગ્યો.

"એમાં જસ્મીનનો વાંક નથી. વાંક મારા દીકરાનો છે. તમારી દીકરી નિર્દોષ હતી" કમાન્ડરે જસ્મીનનો પક્ષ લીધો, "તમારી દીકરી પર મારા દીકરાએ બળાત્કાર કરેલો."

બશીર ત્યાં ઊભો ઊભો ધ્રૂજતો હતો હવે આ કુટુંબનુ શું થશે એ વિચારે એને ખરેખર ગભરામણ થઈ ગઈ.

"જસ્મીન..." એની મા ફરી એકવાર કપાળ કૂટીને રડવા લાગી, "આ ઘરનું શું થવા બેઠું છે."

"અમે તમને અમારા ઘરમાં આશરો આપેલો, મહેમાન ગણેલા... નમક ખાધું છે તમે આ ઘરનું..." સૈફુદ્દીનનો અવાજ ધ્રૂજતો હતો પછી અચાનક જ એનો અવાજ ઊંચો થઈ ગયો, "જેવું નાપાક લોહી છે તારું એવું જ હોય ને તારુ સંતાન પણ..." સૈફુદ્દીનને કમાન્ડરને કહ્યું

"ખામોશ..." કમાન્ડરે ગળું ફાટી જાય એવા અવાજે ચીસ પાડી, "મઝહબને માટે જાન આપી છે મારા દીકરાએ, ખબરદાર જો એના ખૂનને નાપાક કહ્યું છે. તો અલ્લાહની રાહમાં શહીદ થયો છે મારો એકનો એક દીકરો!" પછી એમણે જસ્મીનના ગાલ પર વહાલથી પોતાના બે હાથ મૂક્યા,

" બેટા તેં તો મારા ઝહીરને ફરી એકવાર જીવતો કરી દીધો. ઝહીરનું ખૂન તારી કોખમાં છે. તારા તો કદ્દમ ચૂમું તોય ઓછુંછે." કમાન્ડરની આંખોમાંથી પાણી વહી રહ્યાં હતાં.

આ એ જ માણસ હતો જે આ ઘરના લોકો સાથે કૂતરાથી પણ બદત્તર વ્યવહાર કરી ચૂકેલો, જેના ચહેરા પર સતત કરડાકી અને દમામ રહેતો હતો. આ એ જ માણસ હતો જે બીજાને ડરાવવા સિવાય કશું કરી જ નહોતો શકતો... એ માણસ અત્યારે સાવ મીણની જેમ પીગળીને વહી રહ્યો હતો.

જસ્મીનનાં માતા-પિતા જસ્મીન અને જસ્મીનના ભાઈ-બહેન સાવ ચૂપચાપ અને ડઘાયેલી હાલતમાં આ પલટાયેલો તખતો જોઈ રહ્યા હતા. અને હવે શું થશે એની કલ્પનામાં ભયથી ધ્રૂજી રહ્યાં હતાં.

થોડી ક્ષણો એમ જ સોપો પડી રહેલા ઘરમાં આટલા બધા લોકો હાજર હોવા છતાં જાણે કોઈ નથી એવું સ્તબ્ધ વાતાવરણ થઈ ગયું. પછી અચાનક જાણે સૈફુદ્દીનને સૂઝ્યું હોય એમ એ ઊભો થયો. કમાન્ડર તરફ ધસ્યો અને એનું બાવડું પકડીને એણે ઊભો કર્યો, "ચાલ નીકળ અહીંથી. હું મારા દીકરીને કૂખે કોઈ દિવસ એક વધુ આતંકવાદીને જન્મવા નહીં દઉં. જે માણસે આટલા લોકોની હત્યા કરી છે એના લોહીને જન્મ આપીને હું વધુ નિર્દોષ લોકોની હત્યા થાય એવું હું નહીં થવા દઉં. નીકળ અહીંથી..." એણે કમાન્ડરને દરવાજા તરફ ધક્કો માર્યો

સૌ ડરી ગયા. કમાન્ડરના શર્ટના ગર્ડલમાં ખોસેલી રિવોલ્વર સ્પષ્ટ દેખાતી હતી. સૌને લાગ્યું કે હવે કમાન્ડર સૈફુદ્દીનને નહીં છોડે પરંતુ સૌના આશ્ચર્ય વચ્ચે કમાન્ડર ફરી એકવાર ત્યાં જ ઘૂંટણિયે બેસી ગયો અને સૈફુદ્દીનને કરગરવા લાગ્યો. "આ મારા એકના એક દીકરાની આખરી નિશાની છે..."

"તો ?" સૈફુદ્દીનનું મગજ ફાટફાટ થતું હતું, "મારી દીકરી ઉપર બળાત્કાર થયો છે, આ એના પર ગુજારાયેલા અત્યાચારની, મહેમાન થઈ ને આવેલા માણસે કરેલી બેઈમાનીની અને પાપની નિશાની છે."

"ખુદાને ખાતર એવું ના બોલો."

"હું આજે જ મારી દીકરીની કોખમાંથી આ પાપની નિશાની બહાર ફેંકાવડાવી દઈશ." સૈફુદ્દીનનો ચહેરો લાલ લાલ થઈ ગયો હતો, "હું ક્યારેય એ પાપની નિશાનીને ધરતી પર નહીં આવવા દઉં."

હવે કમાન્ડરનો ચહેરો બદલાયો. એ પોતાની જગ્યાએથી ઊભો થયો અને ધીમા પણ મક્કમ પગલે સૈફુદ્દીનની નજીક આવ્યો, "જ્યાં સુધી વિનંતી કરું છું ત્યાં સુધી માની જાવ. બાકી મને આવડે છે શું કરવું તે."

"શું કરી લેશો ?" જસ્મીન સિંહણની જેમ આગળ આવી અને કમાન્ડર અને પિતાની વચ્ચે ઊભી રહી ગઈ, "મારે જ નથી જોઈતું આ સંતાન. જેટલી વાર એનો વિચાર કરું છું એટલી વાર મને એ પીડા, એ તકલીફ એ યાતના યાદ આવે છે. મારું અપમાન અને મારી ઘૂંટાયેલી ચીસો ફરી એકવાર મારી નસોમાં લોહીની સાથે વહેવા માંડે છે... હું જ નહીં જન્મવા દઉં આ સંતાનને. શું કરી લેશો તમે ?" એણે કમાન્ડરની છાતીમાં ધક્કો મારીને એને પાછળ ધકેલ્યો. જસ્મીનની આંખોમાંથી જાણે આગ વરસતી હતી. આ દૂબળી પાતળી, ગૂલછડીની દાંડી જેવી નાજુક છોકરી આવી ખૂંખાર થઈ શકે એવી કમાન્ડરને સ્વપ્નમાં કલ્પના ન હતી.

કોઈ કશું સમજે એ પહેલા વીજળીની ઝડપે કમાન્ડરે રિવોલ્વર ખેંચી કાઢી. જસ્મીનનો હાથ પકડીને પાછળની તરફ મરોડ્યો અને એને પોતાની તરફ ખેંચી લીધી. જસ્મીનને પોતાની આગળ ધરીને રિવોલ્વર એના લમણે તાકીને કમાન્ડરે જોરથી બૂમ પાડી, "શું કરી લઈશ ?" કમાન્ડરે આખા ઘરના સભ્યો પર એક નજર નાંખી, "આનું લમણું ઉડાવી દઈશ" જસ્મીન હસી પડી. એટલે કમાન્ડરને અચાનક જ ખ્યાલ આવ્યો હશે, એટલે એણે વાત ફેરવી કાઢી, "આને લઈ જઈશ..."

બશીર અહીં પલટાયેલી બાજી જોઈને સાવધ થઈ ગયો. એણે પોતાની રિવોલ્વર પર હાથ મૂક્યો આવનારી પરિસ્થિતિ માટે જાતને તૈયાર કરીને એ શું થાય છે એ જોતો રહ્યો.

"ખુદાને ખાતર એને છોડી દો" જસ્મીનની માએ રડતાં રડતાં કહ્યું, "મારી ફૂલ જેવી દીકરી પર બહુ અત્યાચાર થયા છે. હવે ખુદાને ખાતર એને છોડી દો, રહેમ કરો."

"મને આ સંતાન જોઈએ છે કોઈ પણ ભોગે." કમાન્ડર બરાડ્યો.

"એ હું થવા નહીં દઉં" સૈફુદ્દીને એનાથી મોટા અવાજે બૂમ પાડી સુહાના, કબીર અને નતાશા આ બધું જોઈ રહ્યાં હતાં. પવનમાં પાંદડું હાલે એમ ધ્રૂજતા એમ ત્રણે બાળકોને કોઈ રીતે સમજાતું ન હતું. કે હવે શું થશે.

બશીર આવનારી પરિસ્થિતિ માટે જાતને તૈયાર કરીને રાહ જોતો ઊભો હતો.

✳

"મજા આવી ગઈ" જસ્મીનના ઘરમાં છુપાવેલા ક્લોઝ સર્કિટ કૅમેરામાં બધું જ જોઈ રહેલા દિવાકર ખત્રીને તો જાણે કોઈ સિનેમા જોતા હોય એવી મજા પડતી હતી, "બરાબરનો ખેલ જામ્યો છે !"

મૂળ જસ્મીન સાથેનાં લાગણીભર્યાં દૃશ્યો કે કદાચ શારીરિક નિકટતાનાં દૃશ્યો મળી જાય તો તથાગતને બ્લેકમેલ થઈ શકે એવા ઉદ્દેશ્યથી જસ્મીનના ઘરમાં ઇલેક્ટ્રિસિટી ચેક કરવાના બહાને છુપાવેલા ક્લોઝ સર્કિટ કૅમેરા ઉપર જે ઝિલાઈ રહેલું હતું તે દિવાકરની કલ્પના બહાર હતું.

એને તો બગાસું ખાવા જતાં પતાસું મોઢામાં આવી જાય એવી સ્થિતિ હતી. એણે ધાર્યું હતું એના કરતાં ઘણો વધારે મસાલો એને આ વીડિયો ક્લિપ્સમાંથી મળી રહ્યો હતો... એ સ્ક્રીન પર ભજવાઈ રહેલા આખાંય દૃશ્યોને મજા લઈ લઈને જોતો હતો. અને હવે એનો આગળ શું ઉપયોગ થઈ શકે એ બાબતે મગજ ચલાવવા લાગ્યો હતો.

"ભગવાન આપણી સાથે છે !" એણે એની સાથે જ આ દૃશ્યો જોઈ રહેલા એના માણસને કહ્યું, " બાકી આપણને આવો મસાલો ક્યાંથી મળે ? કરોડો રૂપિયા આવશે આના." એના મોઢામાં પાણી આવી રહ્યું હતું.

✳

કમાન્ડરે જસ્મીનના લમણે તાકેલી રિવોલ્વર એમ જ રાખીને જસ્મીનનો હાથ ખેંચ્યો, "ચાલ..." જસ્મીને સહેજ વિરોધ કરવાનો પ્રયાસ કર્યો પણ કમાન્ડરના જોર આગળ એ ઘસડાઈ.

"આ છોકરી અહીંથી નહીં જાય." સૈફુદ્દીને ફરી બૂમ પાડી.

"બહુ ડહાપણ કરીશ તો તારી બીજી છોકરીને પણ ઉઠાવી જઈશું." એણે ફરી જસ્મીનને ધક્કો માર્યો, "ચાલ."

✳

બીજી તરફ આ વીડિયો ક્લિપ્સ જોઈ રહેલો દિવાકર નાચી ઊઠ્યો

હતો. એણે ધાર્યું નહોતું એવાં દૃશ્યો જોઈને એનો આનંદ ઊભરાઈ જતો હતો. એણે પોતાનો સેલફોન ઉપાડ્યો.

"શું કરો છો ?" એની સાથેના માણસે એને પૂછ્યું.

"વહાલો થાઉં છું." દિવાકરે માણસ સામે જોઈને આંખ મીચકારી, "તથાગતને કહી દઉંને કે એની જાનેમન જસ્મીન કિડનેપ થઈ રહી છે." એના માણસે એના હાથમાંથી સેલફોન ઝૂંટવી લીધો.

"માફ કરજો, પણ તમારાથી મોટો મૂરખ મેં બીજો નથી જોયો."

"કેમ ?" દિવાકરનો ચહેરો બદલાઈ ગયો.

"અરે, શું કેમ ? તમે એને જેવી આ માહિતી આપો કે તરત તથાગતને ખબર પડી જાય કે તમે જસ્મીનના ઘરમાં ક્લોઝ સર્કિટ લગાડ્યા છે. એ પછી એ તમને છોડે એમ માનો છો ? ઓળખતા નથી એને ?"

"પણ હું તો એના ભલા માટે..."

"એને અત્યારે પોતાનું ભલું બૂરું સમજાતું હોત તો તમારી સાથે બગાડત ?"

"વાત સાચી છે તારી. તો ? શું કરું હું ?" દિવાકર ગૂંચવણમાં પડી ગયો.

"કાંઈ નહીં, ચૂપચાપ બેસો ને જે થાય તે થવા દો."

"પણ પરમ દિવસની સભામાં કંઈ થાય તો આપણી ઈજ્જત જાય." દિવાકરની ચિંતા પોતાના માર્કેટિંગની હતી. અહીં સુધી આવ્યા પછી ફેરો ફોગટ જાય એ એને પોસાય એમ નહોતું. એણે મનોમન બાજી ગોઠવવા માંડી.

"ખરેખર તો આવું કંઈ થાય તો રંગ રહી જાય." પેલા માણસે દિવાકરને નવો જ વિચાર આપ્યો, દીવાકરે એની સામે ચોંકીને જોયું. એને અત્યાર સુધી આ સૂઝ્યું જ નહોતું, પણ હવે એને લાગ્યું કે આ માણસની વાત સાચી હતી. આવી કંઈ ધાંધલ-ધમાલ થાય તો છાપાંઓમાં પબ્લિસિટી અને અમેરિકામાં હો-હા કરી શકાય...

"દોસ્ત, મજા પડી ગઈ ! આ વીડિયો ક્લિપ્સ લઈને હું અમેરિકાની પોલીસ પાસે જાઉં." દીવાકરે નવો વિચાર કહ્યો, "આતંકવાદીઓને પકડાવી

દઉં તો આપણો જયજયકાર થઈ જાય."

"અરે મારા સાહેબ, એમની આખી ટોળકી તમારી પાછળ ફરતી થઈ જશે. દુનિયાના જે ખૂણામાં હશો ત્યાંથી શોધીને તમારું કામ તમામ કરશે..."

"અરે યાર, હું જે કહું એમાં વાંધો પાડે છે ! તો પછી આ વીડિયો ક્લિપ્સનું કરવાનું શું ? આપણે જ બેસીને જોયા કરવાની ?" દિવાકર ચિડાઈ ગયો.

"સાહેબ, આ ક્લિપ લઈને આતંકવાદી ટોળકીનો જ સંપર્ક કરો. વહાલા થવું હોય તો એમને વહાલા થાવ. તથાગતનો કાંટો નીકળી જાય, સભામાં રંગ રહી જાય અને આપણો વાળ પણ વાંકો ના થાય..."

દિવાકર ઊછળીને એના માણસને ભેટી પડ્યો, "મારા કરતાં પણ ખતરનાક ભેજું છે તારું. તને તો હવે મારે ભેગો ને ભેગો જ રાખવો પડશે."

પેલા માણસે પણ લાભ ખાટવાનું છોડ્યું નહીં, "અરે મારા સાહેબ, જો ત્યારે જ સલાહ લીધી હોત મારી તો આ દમ વગરના માણસને ગાદી પર બેસવા જ ના દેત. ધર્મની ગાદી છે આ. મજનુગીરી કરવા માટે આનો ઉપયોગ ના કરાય." પેલો માણસ ગંદું હસ્યો.

*

કમાન્ડર કોઈ પણ ભોગે જસ્મીનને અહીંથી લઈ જવા માગતો હતો. એણે રિવોલ્વર જસ્મીનના લમણે તાકી હતી અને એનો હાથ પકડીને ખેંચી રહ્યો હતો. દરમિયાનમાં કબીરે ચીસ પાડી, "અબ્બુ..." કમાન્ડર સહેજ બેધ્યાન થયો. જસ્મીને એનો લાભ ઉઠાવ્યો. એને ઝટકો મારીને રિવોલ્વર પોતાના હાથમાં લઈ લીધી. કમાન્ડર કંઈ સમજે એ પહેલાં એણે રિવોલ્વર કમાન્ડર પર તાકી, "ત્યાં જ ઊભા રહેજો." જસ્મીન એક એક ડગલું પાછળ ખસવા લાગી.

"છોકરી, મને રિવોલ્વર આપી દે." કમાન્ડર બરાડ્યો.

બશીરે પોતાની રિવોલ્વર ખેંચી અને જસ્મીન સામે તાકી, "હું ગોળી ચલાવી દઈશ."

"વેરી ગુડ." કમાન્ડર ખુશ થઈ ગયો, "મેરા બચ્ચા..." એ આગળ વધવા લાગ્યો.

"એક ડગલું પણ આગળ વધ્યા તો હું ખરેખર ગોળી ચલાવી દઈશ." જસ્મીને બૂમ પાડી, પણ કમાન્ડર સાંભળ્યા વિના આગળ વધતો રહ્યો. જસ્મીનનો હાથ ધ્રૂજી રહ્યો હતો. કમાન્ડરની આંખોમાં ભયાનક ઝનૂન હતું. એના પુત્રના સંતાનને પામી જવાનું ઝનૂન. એના વંશને અકબંધ રાખવાનું ઝનૂન.

બશીરની રિવોલ્વર જસ્મીન પર તકાયેલી હતી, પણ બશીર પ્રમાણમાં થોડો આરામથી ઊભો હતો. કદાચ એ ધારતો હતો કે જસ્મીન ફક્ત બૂમો પાડે છે. એ ગોળી નહીં ચલાવી શકે.

જસ્મીને ફરી ચીસ પાડી, "ડૉન્ટ મૂવ..." પણ કમાન્ડર આગળ વધ્યો રહ્યો. જસ્મીને સૈફુદ્દીન સામે જોયું. એ જ ક્ષણે એને એકસામટા સો વિચારો આવ્યા, તથાગતની સભાનો, નિર્દોષ લોકોની હત્યાનો, પોતાના પિતા પર ગુજારાયેલા અત્યાચારનો, પોતાના ઘરના દુરુપયોગનો, બળાત્કારનો... એના મોઢામાં એક તૂરો-કડવો સ્વાદ ફરી વળ્યો. એણે નિશાન સાધ્યું અને મનોમન અલ્લાહને યાદ કરીને એની માફી માગી. ટ્રીગર ઉપર આંગળી દબાવી અને ગોળી ચલાવી...

"યા અલ્લાહ..." જસ્મીનથી બોલાઈ ગયું.

એની વાતનો પડઘો પાડતો હોય એમ કમાન્ડર ચીખ્યો, "યા અલ્લાહ..." ગોળી કમાન્ડરના કપાળની બરોબર વચોવચ વાગી. ત્રણ-ચાર ફૂટના અંતરથી છોડાયેલી ગોળી એના માથાની આરપાર નીકળી ગઈ. કમાન્ડર ત્યાં જ ઢળી પડ્યો. એની આંખોમાં ગજબની જિજીવિષા હતી. એણે જસ્મીન સામે જોયું. હાથ ઉઠાવ્યા અને જાણે દુઆ માગતો હોય એમ કહ્યું, "ઝહીર... મેરા બચ્ચા..." અને આંખો મીંચી દીધી.

બશીર દોડ્યો. એણે કમાન્ડરનું માથું પોતાના ખોળામાં લીધું અને ફાતેહા પઢવા માંડ્યા. એમનું શરીર સીધું કર્યું. પોતાનો રૂમાલ કાઢીને ત્યાં વહી નીકળેલું લોહી લૂછ્યું, અને જસ્મીન સામે જોયું, "આ... આ શું કર્યું તેં ? તને અમારા જનાબેઆલી જીવતી નહીં રહેવા દે. એમનો સૌથી અગત્યનો અને ખાસોખાસ માણસ મારી નાખ્યો તેં..."

જસ્મીને રિવોલ્વર ફેંકી દીધી અને એ ત્યાં જ ફસડાઈ પડી. એ ધ્રૂજતી હતી. એના હોઠ કાંપતા હતા. એની મોટી મોટી કથ્થઈ આંખો છલકાઈ પડી હતી. સૈફુદ્દીને કબીરની આંખો પર હાથ મૂકી દીધા અને પોતાનાં બાળકોને અંદર જવાનો ઈશારો કર્યો. સુહાના અને કબીરને લઈને નતાશા હળવે હળવે બેડરૂમ તરફ ચાલી ગઈ. બશીર કમાન્ડરનું શબ પોતાના બે હાથમાં ઉપાડવાનો પ્રયાસ કરવા લાગ્યો.

"એને ત્યાં જ રહેવા દે." સૈફુદ્દીને બૂમ પાડીને કહ્યું.

"હું એને અહીંથી લઈ જઈશ."

"હું હમણાં પોલીસ બોલાવીશ અને આ શબ અમેરિકન પોલીસને સોંપીશ." સૈફુદ્દીને નજીક આવીને બશીરને બાવડેથી પકડ્યો, "આ અમેરિકાનો ગુનેગાર છે, મારા દેશનો ગુનેગાર છે."

"તમે કાફિરો ક્યારેય નહીં સમજી શકો અમારી લડાઈને. અમે તમારા માટે લડીએ છીએ અને તમે અમને જ..." બશીરના ચહેરા પર ભારોભાર ઘૃણા અને તિરસ્કાર હતાં...

*

રસ્તા ઉપર ઊભેલો મોહસીન બે મોટી મોટી બેગો સાથે અસમંજસમાં હતો. પેલા બે જણાને ગયે ઘણી વાર થઈ ગઈ હતી. શહેરનો ટ્રાફિક પૂરજોશમાં ચાલુ હતો. બેગની બાજુમાં ઊભેલા મોહસીનને આવતા-જતાં લોકો જોતા હતા. ૯/૧૧ પછી કોઈ પણ શંકાસ્પદ માણસને પૂછપરછ કરવાનો અમેરિકન પોલીસને જાણે અધિકાર હતો. આવતી-જતી કોઈ પણ પેટ્રોલિંગ વેન જો પોતાને જોઈ જાય તો બાર વાગી જાય એ મોહસીન સમજી શકતો હતો અને કદાચ એટલે જ એણે થોડી વાર રાહ જોયા પછી બશીરનો સેલ જોડ્યો...

"કમાન્ડરનો ઈન્તકાલ થઈ ગયો છે." બશીર કમાન્ડરની પાસે બેઠો હતો. એનું બાવડું સૈફુદ્દીનના હાથમાં હતું. એણે ઝટકો મારીને બાવડું છોડાવ્યું અને ફોન ઉપાડ્યો.

"યા અલ્લાહ..." મોહસીનના પગ ધ્રૂજવા લાગ્યા. કમાન્ડર વગર હવે પરમ દિવસ સવારનું ઑપરેશન અને આ બે બેગ સાથે ન્યૂયોર્ક શહેરમાં પોતાની વ્યવસ્થા કરવી અઘરી હતી. ખરું પૂછો તો પહેલા જ દિવસથી

મોહસીનની મરવાની તૈયારી નહોતી... આજે જે કંઈ થયું એ પછી સૈફુદ્દીનના ઘરમાં પડેલું કમાન્ડરનું શબ અને રસ્તા પર પડેલી બૉમ્બ બનાવવાના સામાનની બે બેગ પોતાને જરૂર ફસાવશે એ મોહસીનને સમજાઈ ગયું...

"હું આવું છું, તું ત્યાં જ ઊભો રહેજે." બશીરે કહ્યું.

"હા." મોહસીને જવાબ તો આપ્યો, પણ એની હિંમત તૂટી ગઈ હતી. એણે ફોન ડિસકનેક્ટ કર્યો. પછી એક ક્ષણ વિચાર કર્યો અને પછી પોતાના ફોનમાંથી સીમકાર્ડ કાઢી લીધું. ફોનને જમીન પર પછાડીને ઉપર પગ મૂકીને એના ટુકડા કરી નાખ્યા. સીમકાર્ડને ત્રણ-ચાર વખત વાળીને જમીન પર ઘસી નાખ્યું... પોતાને આ પ્રવૃત્તિ કરતાં કોઈ જોતું તો નથી ને ? એ બરાબર ચકાસીને એણે ચાલવા માંડ્યું... પહેલાં ધીમે ધીમે અને પછી મુઠ્ઠીઓ વાળીને નજીકના મેટ્રો રેલવે સ્ટેશન તરફ દોટ મૂકી. બે મોટી મોટી બેગ બિનવારસી લાશ જેવી ત્યાં જ મુખ્ય રસ્તાની ફૂટપાટ પર પડી પડી એને દોડી જતો જોઈ રહી હતી.

૧૯

"એને ત્યાં જ રહેવા દે." સૈફુદ્દીને બૂમ પાડીને કહ્યું.

"હું એને અહીંથી લઈ જઈશ."

"હું હમણાં પોલીસ બોલાવીશ અને આ શબ અમેરિકન પોલીસને સોંપીશ." સૈફુદ્દીને નજીક આવીને બશીરને બાવડેથી પકડ્યો, "આ અમેરિકાનો ગુનેગાર છે, મારા દેશનો ગુનેગાર છે."

"તમે કાફિરો ક્યારેય નહીં સમજી શકો અમારી લડાઈને. અમે તમારા માટે લડીએ છીએ અને તમે અમને જ..." બશીરના ચહેરા પર ભારોભાર ઘૃણા અને તિરસ્કાર હતાં... એણે ફરી એક વાર કમાન્ડરનું શબ ઊંચકવાનો પ્રયાસ કર્યો. સૈફુદ્દીને ત્યાં જ ફેંકાયેલી બશીરની જ રિવોલ્વર ઉપાડી લીધી અને એની સામે તાકી, "આમ તો આ ખૂન જ નથી. પણ એક ખૂનની સજા અને સાત ખૂનની સજા સરખી જ હોય છે... માટે આ શબને અહીં જ રહેવા દે." બશીર ધીમે રહીને ઊભો થયો. એણે કમાન્ડર સામે જોયું અને કંઈ જ

બોલ્યા વિના ત્યાંથી બહાર નીકળી ગયો.

જસ્મીન અને સૈફુદ્દીન એકબીજા સામે જોઈ રહ્યાં હતાં.

આ બધું જ ચાલતું હતું એ દરમિયાન હતપ્રભ થઈ ગયેલી જસ્મીનની અમ્મીને જાણે અચાનક ભાન આવ્યું હોય એમ એણે મોટેથી રડવા માંડ્યું, "હવે શું થશે ? યા અલ્લાહ..."

"હું..." જસ્મીન અચકાઈ, "તથાગતને ફોન કરું ?"

"એ આવીને શું કરશે બેટા ?"

"આપણને બંનેને જે નહીં સૂઝે એ કદાચ એને સૂઝશે."

"એ પહેલાં પોલીસને ફોન કર." સૈફુદ્દીન હવે સોફામાં ફસડાઈ પડ્યા. કમાન્ડરના શબના માથામાંથી હજીયે ધીમે ધીમે લોહી વહી રહ્યું હતું. ત્યાં એક નાનકડું વર્તુળ રચાયું હતું. બંને જણા એ શબ તરફ જોઈ રહ્યાં હતાં. થોડોક ભય, થોડીક જુગુપ્સા અને થોડાક તિરસ્કાર સાથે.

"મને લાગે છે હું પહેલાં તથાગતને બોલાવું, એ પછી પોલીસને."

"મારી બુદ્ધિ બહેર મારી ગઈ છે. તારે જે કરવું હોય તે કર." સૈફુદ્દીને હથિયાર નાખી દીધાં. જસ્મીન ફોન તરફ આગળ વધી. એણે લેન્ડલાઇન પરથી તથાગતના એપાર્ટમેન્ટનો નંબર ડાયલ કર્યો.

તથાગત લસ્ત શરીર સાથે સોફામાં બેઠો હતો. એની આંખો બંધ હતી. આ સમયે આવી રીતે ફોનની રિંગ વાગી અને કોણ જાણે કેમ તથાગતને લાગ્યું જ કે કોઈ મુશ્કેલી છે. એણે દોડીને ફોન ઉપાડ્યો.

"હા..."

"તથાગત...કમાન્ડર અમારા ઘરમાં જ મરી ગયો છે." જસ્મીનનો અવાજ ધ્રૂજતો હતો.

"ઓહ ગોડ !" તથાગતનું મગજ પાંચ ગણી ઝડપે કામ કરવા માંડ્યું, "તું કશાને અડતી નહીં." પછી એણે એક શ્વાસ લઈને પૂછ્યું, "અંદર અંદર લડાઈ થઈ ?"

"ના, મેં ગોળી ચલાવી."

"માય ગોડ !" તથાગતના અવાજમાં આશ્વાસન ઊતરી આવ્યું, "હું આવું છું." એણે ફોન મૂક્યો અને ધરમસિંહ સામે જોયું, "આપણે જવું પડશે."

"કંઈ ખાસ ?"

"હા, એક આતંકવાદી જસ્મીનના ઘરમાં મરી ગયો છે."

ધરમસિંહે માત્ર તથાગતની સામે જોયું અને પછી બેગમાં મૂકેલી પોતાની રિવોલ્વર લીધી, પેન્ટના ગર્ડલમાં ખોસી. શર્ટ ઠીકઠાક કર્યું અને ધીમેથી તથાગતને કહ્યું, "ચાલો."

"ધરમ, ઘણા સવાલો ઊભા થશે."

"આપણી પાસે બધાના જવાબો છે." ધરમસિંહે તથાગતની સામે જોયું, એ નજરમાં એટલો બધો સધિયારો અને વિશ્વાસ હતો કે તથાગતને એને ભેટી પડવાનું મન થયું, ધરમસિંહે ધીમેથી ઉમેર્યું, "જો આપણે જવાબો આપવા હોય તો."

તથાગત દરવાજાનો લેચ ખેંચીને લિફ્ટ પાસે આવ્યો. એના મનમાં સડસડાટ વિચારો ચાલી રહ્યા હતા. હવે પછી શું અને કઈ રીતે કરવું એની બાજી ફટાફટ ગોઠવાતી જતી હતી. કમાન્ડરના મૃત્યુ પછી આવતી કાલ સવારની સભા હવે વધુ ગૂંચવણભરી પરિસ્થિતિમાં મુકાશે એ પણ એને સમજાયું હતું.

"ધરમ, ઘણા મોરચે લડવું પડશે."

"મને સાત કોઠા ભેદીને અંદર જતાં આવડે છે. મારા બહાર નીકળવાની વ્યવસ્થા તમે કરી દેશો એવો ભરોસો છે મને ભાઈ."

"આટલો વિશ્વાસ તને કેમ છે ધરમ ? કયા ભરોસે તારો જીવ જોખમમાં મૂકવા તૈયાર થયો છે તું ?" તથાગત એકદમ લાગણીવશ થઈ ગયો. એણે ધરમનો હાથ પકડી લીધો. ત્યાં જ લિફ્ટ આવી અને દરવાજો ખૂલ્યો. ધરમ લિફ્ટમાં દાખલ થયો, પાછળ તથાગત. બંને જણા ગ્રાઉન્ડ ફ્લોર તરફ જવા લાગ્યા.

ધરમ ખાસ્સી વાર ચૂપ રહ્યો અને લિફ્ટની ફર્શ તરફ જોતો રહ્યો. પછી તેણે ધીમેથી નજર ઉઠાવી અને તથાગતની આંખોમાં આંખો પરોવી.

"તમે શું માનો છો, મહારાજશ્રી જેવા વિચક્ષણ માણસ દિવાકરને નહોતા ઓળખતા ? એ નહીં જાણતા હોય એના કાવાદાવા... એમને કલ્પના નહીં હોય કે એ તમને કેટલું નુકસાન કરશે ? એમણે મારી પાસેથી વચન લીધું હતું."

"શાનું વચન ?" તથાગતને આજે પોતાના પિતા વિશે એક નવી જ માહિતી મળી હતી. એવી માહિતી, જેની એણે કલ્પના પણ નહોતી કરી. જે પિતાને એ સાવ ભોળા, અણસમજુ માનતો હતો, ધર્મ સિવાયની કોઈ બાબતમાં પિતાને રસ હોઈ શકે એ આખી વાત જ તથાગત માટે કલ્પનાની બહાર હતી, "કેવું વચન ?" એણે ફરી પૂછ્યું.

"મહારાજશ્રીએ એક દિવસ મને કહેલું - ધરમ, આ દિવાકર બહુ શુદ્ધ માણસ નથી. તથાગત જ્યારે ગાદી પર બેસે ત્યારે ઢાલ બનીને એની રક્ષા કરજે."

"એટલે ? તું મહારાજશ્રીને આપેલા વચન ખાતર..." તથાગતને નવાઈ લાગી. આજના જમાનામાં પણ આવા માણસો જીવે છે ?

"આ ગાદીના પાયામાં મારા પ્રાણ છે. હું આશ્રમની બુનિયાદને મજબૂત રાખવા કંઈ પણ છોડી શકું... મારા પ્રાણ પણ." ધરમસિંહની આંખોમાં એ જ ઝનૂન હતું, જે તથાગતે કમાન્ડર સાથે દલીલ કરતી વખતે એની આંખોમાં જોયું હતું.

તથાગતને વિચાર આવ્યો, "ધર્મને અફીણ બનાવીને ક્યાં સુધી આમ માણસોને ઘેનમાં રાખવાના ? ક્યાં સુધી ધર્મના નામે આ જ રીતે જિંદગીઓના ભોગ લેવાના ? આ કયો ધર્મ છે, જેની સંસ્થાપના માટે આટઆટલી જિંદગીઓ દાવ પર લાગી છે - રોજેરોજ લાગી રહી છે. સાથે જ એને વિચાર આવ્યો, હું પણ આનો એક ભાગ છું. મને લાગે છે મારે આમાંથી મુક્ત થવું જોઈએ..."

"શું વિચારમાં પડી ગયા ભાઈ ?" ધરમસિંહ એમની સામે જોઈ રહ્યો હતો.

"મને એક વાત કહે, જો તારો ઈશ્વર સર્વશક્તિમાન છે તો એ માણસને અપરાધ કે પાપ કરતો કેમ નથી રોકતો? એને માટે તો બહુ સરળ છે. દ્રૌપદીને રાજ્યસભા સુધી લઈ જવાની જરૂર શી? એ તો દુઃશાસનને દ્રૌપદીને અડતાં પહેલાં જ બાળીને ભસ્મ કરી શકે...એ લડતા-ઝઘડતા માણસોને, યુદ્ધ માટે શસ્ત્રો બનાવતા ભયાનક લોકોને કેમ નથી અટકાવતો? એના નામે ચાલતાં આવાં કેટલાંય ધતિંગોને કેમ નથી રોકી શકતો?" તથાગતનો અવાજ બદલાઈ ગયો હતો. એની નજર સામે ૯/૧૧ના સમયે જોયેલાં કેટલાંય દૃશ્યો તરવરી રહ્યાં હતાં.

"કદાચ આવતી કાલની સભામાં પણ આવાં જ દૃશ્યો ઊભાં થશે..." એને વિચાર આવ્યો.

"મહારાજશ્રી કહેતા કે દુઃખ મેં સુમીરન સબ કરે, સુખ મેં કરે ન કોઈ... જો સુખ મેં સુમીરન કરે તો દુઃખ કાહે કો હોયે..."

"એટલે? ઈશ્વર પોતાને યાદ કરાવવા માટે દુઃખ આપે છે? આ તો મૂર્ખ જેવી વાત છે. સ્વર્ણમૃગ હોય કે રામની અંગૂઠી... ઈન્દ્રપ્રસ્થની રાજસભા હોય કે અશ્વત્થામાનું મૃત્યુ - માયામાં ફસાવીને માણસને દુનિયાની વાસ્તવિકતાઓથી દૂર લઈ જવાનું નામ ધર્મ છે? ધર્મ એટલે મહાવીરની જેમ વસ્ત્રોનો ત્યાગ? કે બુદ્ધની જેમ સંસારત્યાગ? કે રામની જેમ પત્નીનો ત્યાગ? શું ત્યાગ જ ધર્મ છે? સમાજ ધર્મ માટે છે કે ધર્મ સમાજ માટે?" તથાગત હજીયે બોલી રહ્યો હતો. લિફ્ટ ઝટકાથી ગ્રાઉન્ડ ફ્લોર પર ઊભી રહી. બંને જણા સડસડાટ જસ્મીનના ઘર તરફ દોડવા લાગ્યા.

બંને જણા જસ્મીનના ફ્લૅટ સામે ઊભા હતા, ડોરબેલ વગાડી... દરવાજો ખૂલ્યો.

જસ્મીને તથાગત તરફ જોયું અને એને ભેટીને રડવા લાગી.

"રડ નહીં, હું છું ને... બધું ઠેકાણે પડી જશે." તથાગતે હળવેથી કહ્યું અને એને પંપાળી.

સૈફુદ્દીન આગળ વધ્યો. એણે તથાગતનો હાથ પકડ્યો, "મને માફ કરજે બેટા, ધર્મમાં અંધ હું માણસને ના ઓળખી શક્યો."

તથાગત હસી પડ્યો, “તમે હજીયે ક્યાં ઓળખ્યો છે મને? એકબીજાને ઓળખવાનો દાવો કરતા આપણે ખરેખર ઓળખીએ છીએ એકબીજાને?” સૈફુદ્દીન એની સામે જોઈ રહ્યો, “જો એમ જ હોત તો તમે ના ઓળખ્યા હોત ઝહીરને અને એની સાથે આવનારા માણસોને? ભૂલી જાવ એ બધું.” તથાગતે સૈફુદ્દીનના ખભે હાથ મૂક્યો અને પછી આગળ વધ્યો.

ગોળ ફરીને એણે કમાન્ડરનું શબ જોયું.

“પોલીસને ફોન કરી દો.” એણે જસ્મીન સામે જોઈને કહ્યું અને પછી ધીમેથી પૂછ્યું, “એ રિવોલ્વર ક્યાં છે, જેનાથી ખૂન થયું?”

જસ્મીને ધ્રૂજતી આંગળી જમીન પર પડેલી રિવોલ્વર તરફ ચીંધી.

તથાગતે ખિસ્સામાંથી રૂમાલ કાઢીને રિવોલ્વર ઉઠાવી, ટેબલ પર મૂકી. ત્યાં જ એની નજર સોફા પાસે પડેલી બશીરની રિવોલ્વર તરફ ગઈ, જે સૈફુદ્દીને સોફામાં પડતી વખતે ફેંકી હતી. એણે પ્રશ્નાર્થભરી નજરે જસ્મીન તરફ જોયું.

“બશીર... એના સાથીની રિવોલ્વર છે.”

“કદાચ આપણું કામ થઈ ગયું...”

તથાગત બોલે તે પહેલાં ધરમસિંહ બોલ્યો, “બે રિવોલ્વર અને એક શબ... આપણે સાબિત કરી શકીશું કે એ લોકો અંદરોઅંદર લડીને મર્યા છે.”

“પણ એવું આપણે શા માટે કહેવું છે?” તથાગતે પૂછ્યું.

કોઈ કંઈ જવાબ આપે તે પહેલાં ડોરબેલ વાગી. બહાર ભસતાં કૂતરાંઓનો અવાજ કાન ફાડી નાખે એવો હતો.

જસ્મીને તથાગત સામે જોયું. એ બારણું ખોલવા જાય એ પહેલાં ફરી ડોરબેલ વાગી... અને વાગતી જ રહી.

*

બારણું ખૂલ્યું કે તરત જ બે પૂંછડી કાપેલા ડોબરમેન કૂતરા લઈને અમેરિકન પોલીસના ત્રણ ઑફિસર દાખલ થયા.

ત્રીજા ઑફિસરે બશીરને બાવડામાંથી પકડ્યો હતો અને બશીરના બન્ને હાથ પાછળ લઈને હેન્ડકફમાં હથકડી લગાવેલી હતી.

બશીરને જોઈને જસ્મીન ચમકી.

"આ.... આ માણસને હું ઓળખું છું." એણે અંગ્રેજીમાં ઑફિસરને કહ્યું.

"મને ખ્યાલ છે." ઑફિસરે જવાબ આપ્યો અને બશીરને આગળ ધકેલ્યો, "આની પાસેથી અમને બૉમ્બ બનાવવાના સામાનની બે બેગ મળી છે, અને એના સાથીનું સીમકાર્ડ પણ બેગની પાસે જ પડેલું મળ્યું છે."

"તમને અહીંનું સરનામું કોણે આપ્યું ?" તથાગતે પૂછ્યું.

"આ કૂતરાઓએ" ઑફિસરે હસીને કહ્યું, "કો-ઓપરેટ કરશો અને સાચું બોલશો તો અમેરિકન પોલીસ તમારી દોસ્ત છે. પણ સહેજ પણ વાત મીસ કરવાનો પ્રયત્ન કર્યો કે અમને ગેરમાર્ગે દોરવાનો પ્રયાસ કર્યો તો અમેરિકન પોલીસથી ખરાબ દુશ્મન બીજો કોઈ નથી."

"જાણું છું ઑફિસર, હું તો તમને સામેથી ફોન કરવાની હતી." જસ્મીને કહ્યું, અને એમને અંદર આવવા ઈશારો કર્યો, ઑફિસરે દાખલ થતાંની સાથે જ લિવિંગરૂમમાં પડેલું કમાન્ડરનું શબ જોયું. સૈફુદ્દીન, ધરમ અને જસ્મીનની અમ્મી જાણે પૂતળાં થઈ ગયાં હોય એમ ઊભાં હતાં.

"આ કોણ છે ?" બશીરની બાજુમાં ઊભેલા ઑફિસરે એને ફરી ગોદો માર્યો. બશીર ચૂપ ઊભો હતો. કમાન્ડરે એના હેન્ડકફ પકડીને એને વળ આપ્યો, બશીરથી ચીસ પડાઈ ગઈ.... પણ એ કંઈ બોલ્યો નહીં. કમાન્ડરે બશીરનો કોલર પકડી એને નીચો વાળ્યો અને એની પીઠ ઉપર પોતાનું ઘૂંટણ મૂકીને દબાવ્યું, "આ.... આ...... આ....." બશીરથી ફરી એકવાર ચીસ પડાઈ ગઈ.

"કમઓન ! તું નહીં કહે એટલે અમને ખબર નહીં પડે એવું તો નથી જ. અમને ખબર પડશે જ, એના કરતાં સીધી રીતે કહી દે. અમે તારી મદદ કરીશું." ઑફિસરે ઘૂંટણ સહેજ વધારે દબાવ્યું. બીજા ઑફિસરના હાથમાં પકડાયેલા કૂતરા જાણે છૂટવા માટે ઉતાવળા થઈ ગયા હતા. એ ઑફિસર એને માંડમાંડ પકડી રાખતો હતો. બન્ને કૂતરા વારંવાર આગલા બે પગ ઉપર ઊભા થઈ જતા હતા.

"ક.....કમાન્ડર" માંડ વીસ વરસનો બશીર આનાથી વધુ પીડા સહી શકે એમ નહોતો.

"કોના કમાન્ડર ? કેવા કમાન્ડર ?" ઑફિસરે પૂછ્યું અને ઘૂંટણ સહેજ વધારે દબાવ્યું.

"આ એક આતંકવાદી ટોળકી છે. મારા માનવા પ્રમાણે એનાં મૂળ પાકિસ્તાનમાં છે. એ લોકો અહીંયાં બૉમ્બ બ્લાસ્ટ કરવા આવ્યા હતા અને આ એ ગ્રૂપનો કમાન્ડર છે." તથાગતે ઑફિસરને માહિતી આપતાં ઉમેર્યું, "પ્લીઝ... આને છોડી દો."

"આના ઉપર તો હજી થર્ડ ડિગ્રી કરીશું" ઑફિસરે ઘૂંટણથી જોરદાર લાત મારી અને બશીરને છોડી દીધો, "અમેરિકન પોલીસના નાક નીચે આ લોકોએ ૯/૧૧ ઉડાડ્યું છે. તમને શું લાગે છે ? અમારે માટે એ નામોશી જીવનભર ભુલાય એવી નથી. મહાસત્તા કહેવાતો આ દેશ દુનિયાભરમાં હાંસીપાત્ર બન્યો છે." ઑફિસરે બશીરના કાનની નીચે એક લગાવી, "આવા લોકોને લીધે."

"સ્ટોપ ઈટ" તથાગતે બૂમ પાડી, "તમને આવી રીતે કોઈના પર હાથ ઉપાડવાનો અધિકાર નથી ઑફિસર !" તથાગતનો ઊંચો અવાજ સાંભળીને કૂતરા વધારે જોરથી ભસવા લાગ્યા.

"ઓ કમઓન ! મને કાયદો શીખવાડવાનો પ્રયત્ન ના કરશો. મને મારું કામ અને મારા દેશના કાયદા બન્ને ખબર છે." ઑફિસરે તથાગતને કહ્યું, કૂતરાને સહેજ પંપાળ્યા. અને પોતાની સાથે આવેલા બે બીજા ઑફિસરને સૂચના આપી. "ડેડબોડી વેનને ફોન કરો, ફોરેન્સિક એક્સપર્ટને બોલાવો અને કાર્યવાહી શરૂ કરો." પછી તથાગત સામે જોઈને ઉમેર્યું, "હત્યામાં વપરાયેલું હથિયાર કે બીજી કોઈ સાબિતી હોય તો અમને આપી દો."

"યસ ઑફિસર" ધરમ જાણે ઊંઘમાંથી જાગ્યો હોય એમ ચર્ચામાં કૂદ્યો. તથાગત કંઈ સમજે તે પહેલાં ધરમે આખી વાત કહેવા માંડી, "મને લાગે છે કે આ બે જણા વચ્ચે અંદર અંદર ઝઘડો થયો હોવો જોઈએ અને બન્ને જણાએ એકબીજા સામે રિવોલ્વર તાકી હશે. બેમાંથી એકે પહેલાં ગોળી છોડી હશે..." પછી બશીર સામે જોયું અને નાનું સ્મિત કર્યું, "સ્વાભાવિક છે કે આણે જ ગોળી છોડી હશે."

"આ.... આ આ કોણ છે" ઑફિસરે પૂછ્યું, "અને અહીં શું કરે છે ?"

"મારું નામ ધરમસિંહ ચૌહાણ છે. આ તથાગત..." એણે તથાગતની સામે હાથ લાંબો કર્યો આજે કદાચ પહેલીવાર ધરમસિંહ તથાગતનું નામ બોલ્યો હતો. તથાગતને નવાઈ લાગી એની સ્વસ્થતા જોઈને, એનો ભાવ વગરનો ચહેરો જોઈને અને એણે બાજી પલટવાના કરેલા મરણિયા પ્રયાસને જોઈને, "આ તથાગત મારા ગુરુ છે. તમે એના ફોટા તો જોયા જ હશે."

"યસ !" તેઓમાંના એક ઑફિસરે કહ્યું. એનો ચહેરો ચમકી ઊઠ્યો, "હું ક્યારનોય વિચારતો હતો કે આ માણસ કોણ છે, મેં એને ક્યાંક જોયો છે પણ હવે મને સમજાયું કે મેં એને ટીવી ઉપર અને અખબારોમાં જોયો છે." એ તથાગત તરફ આગળ વધ્યો અને એણે એનો હાથ પકડીને હેન્ડસેઈક કર્યા, "નાઈસ ટુ મીટ યુ."

"સેમ હીઅર" તથાગતે સ્મિત કરીને કહ્યું, "આ લોકો કદાચ મારી સભામાં બૉમ્બ બ્લાસ્ટ કરવા માંગતા હતા." પછી એણે બશીર સામે જોયું. એક ક્ષણ ઊંડો શ્વાસ લીધો અને પછી જસ્મીનની આંખોમાં જોઈને સત્ય કહેવા માંડ્યું, "આ ત્રણે જણા અહીંયાં રહેતા હતા ઑફિસર."

"જાણું છું" ઑફિસરે જવાબ આપ્યો, "લાઈક એ ગુડ સિટિઝન-એક સારા નાગરિકની જેમ મિસ્ટર સૈફુદ્દીન શેખે અમારી પૂરેપૂરી મદદ કરી છે."

"તો એ લોકો પૂરેપૂરી માહિતી સાથે આવ્યા છે" તથાગતને વિચાર આવ્યો અને અમેરિકન પોલીસની કાર્યક્ષમતા જોઈને સુખદ આશ્ચર્ય પણ થયું, "આ લોકોએ આ કુટુંબને ખૂબ હેરાન કર્યું છે. આ છોકરીના પિતાને...."

"હું બધું જાણું છું મિસ્ટર, હવે પોલીસને એનું કામ કરવા દો." ઑફિસરે ફરી એકવાર બશીરને ગોદો માર્યો, "આ માણસે અમને બધું જ કહ્યું છે."

"હવે શું થશે ?" જસ્મીનના ચહેરા પર એક સવાલ હતો. સૈફુદ્દીનનો ચહેરો સાવ ઝાંખો પડી ગયો હતો. ધરમસિંહનું મગજ હવે આગળ કયાં પ્યાદાં કેમ ગોઠવવાં એ દિશામાં દોડવા લાગ્યું હતું. પણ એક તથાગત અત્યંત સ્વસ્થ હતો. એણે સફેદ ઝભ્ભાની બાંય કોણી સુધી વાળી હતી. ચોળાયેલો ઝભ્ભો અને નીચે ડેનિમ, વિખરાયેલા વાળ અને ઉજાગરાવાળી આંખો સાથે

પણ તથાગત અત્યંત વહાલસોયો અને હૃદય થડકારો ચૂકી જાય એટલો હેન્ડસમ દેખાતો હતો.

"તમે બધા અંદરના રૂમમાં જઈને બેસો અથવા રિલેક્સ થાવ. અમે અમારું કામ કરીશું." ઑફિસરે આ કહ્યું ત્યાં સુધીમાં તો લગભગ બધાના કાન કૂતરા ભસવાના અવાજથી દુ:ખવા આવી ગયા હતા.

બે ઑફિસર્સ સાથે લાવેલી મેઝરટેપથી કમાન્ડરના શબની લંબાઈ વગેરે માપવા લાગ્યા. લોહી અને ઓરડામાં પડેલી બીજી વસ્તુઓની નોંધ કરવા લાગ્યા, દરમિયાનમાં ફોરેન્સિક ટીમ આવી પહોંચી અને જસ્મીનનો ફ્લૅટ જાણે માણસોથી ઊભરાવા લાગ્યો.

આ બધી પ્રવૃત્તિઓ અને ચહલપહલની વચ્ચે તથાગત સરકીને જસ્મીન પાસે પહોંચ્યો. પોતાના હાથ એના ખભાની આસપાસ લપેટીને એને નજીક લીધી. સહેજ પંપાળી અને ધીમેથી પણ આત્મવિશ્વાસથી સભર અવાજે કહ્યું, "જરાય ચિંતા ના કરતી, હું છું જ !" જસ્મીને તથાગતની આંખોમાં જોયું, "હું જાણું છું તું મા બનવાની છે. હું બહુ ખુશ છું જસ્મીન, આઈ એમ વેરી હેપ્પી."

"પણ આ તારું સંતાન...." જસ્મીનનો અવાજ તરડાઈ ગયો.

"મારે માટે આ તારું સંતાન છે એ અગત્યનું છે. આ તારા લોહીમાંસમાંથી ઘડાશે અને તારા ઉદરમાં આકાર લેશે.... તારા શ્વાસથી શ્વસશે અને તારી અંદર વધશે." તથાગતે જસ્મીનના માથા પર એક હળવું ચુંબન કર્યું, "તારો ભાગ હશે આ, મારે માટે એ જ અગત્યનું છે જસ્મીન !"

જસ્મીન કશું જ બોલી શકી નહીં. એનું ગળું ભરાઈ આવ્યું. એણે હળવેથી તથાગતના ખભે માથું ઢાળી દીધું, "તથાગત..."

*

દિવાકર આઘોપાછો થતો હતો એને એ નહોતું સમજાતું કે હવે આટલા જબરજસ્ત ફૂટેજને આતંકવાદી ગ્રૂપ સુધી કઈ રીતે પહોંચાડવા, એમનો સંપર્ક કઈ રીતે થઈ શકે. એનું મગજ કોઈ રીતે એનો જવાબ નહોતું શોધી શકતું. એવામાં એના ફ્લૅટની ડોરબેલ વાગી

"અત્યારે ? કોણ હશે ?" એણે કહ્યું અને પછી ક્લોઝસર્કિટ કૅમેરા ચાલુ કર્યા. એક અજાણ્યા માણસનો ચહેરો દેખાયો.

"યસ !" દિવાકરે પૂછ્યું.

"મને ઉપર આવવા દો, આપણી મીટિંગ બહુ જરૂરી છે." પેલા માણસે કહ્યું.

"પોલીસ ?"

"ના." પેલા માણસના ચહેરા પર સ્મિત આવ્યું, "દોસ્ત."

"નામ ?"

"અબ્દુલ" પેલા માણસના ચહેરા પર સ્મિત અકબંધ હતું, "તમને યાદ હોય તો તમારા માણસને અહીંથી હું જ લઈ ગયો હતો."

"ડ્રાઈવર..." દિવાકરની આંખો ચમકી.

"ના ઑપરેશન બૉમ્બ બ્લાસ્ટનો એક ભાગ... તમે મને જાસૂસ કહી શકો છો."

"કામ બોલો." દિવાકરે જરા કડક થઈને પૂછ્યું.

"અહીંથી" પેલા માણસના ચહેરા પર આશ્ચર્ય ફેલાયું, પછી એણે આજુબાજુ જોયું. એક ક્ષણ અટક્યો અને ધીમેથી કહ્યું, "હું તમારી પાસે જે છે તે માલ લેવા આવ્યો છું."

"માલ ? અમે વેપારી નથી" દિવાકરે કહ્યું અને ખંધુ હસ્યો, "મૂર્ખ માને છે મને ?"

"હજી તો નથી માનતો પણ જો મને ઉપર નહીં આવવા દો તો સો ટકા માની લઈશ... મને ખબર છે કે તમારી પાસે જસ્મીનના ઘરમાં ભજવાતા નાટકની..." દિવાકર ચોંક્યો. એણે ધ્યાનથી પેલા માણસની સામે જોયું, પેલા માણસે કૅમેરામાં જોઈને એક આંખ મીંચકારી અને પછી દિવાકરને કહ્યું, "આવી જાઉં ?"

"આવી જાવ" દિવાકરે કહ્યું અને સ્વિચ પરથી હાથ લઈ લીધો. મોનિટર પર પેલા માણસનો ચહેરો દેખાતો બંધ થઈ ગયો. દિવાકરે એના માણસ

સામે જોયું, "એ ઉપર આવે છે."

"આવવા દો ... પણ તમે હમણાં કંઈ નહીં બોલતા. એને જ બોલવા દો."

"કેમ ?" દીવાકરે પૂછ્યું. એ માણસે દિવાકર સામે એવી રીતે જોયું કે જાણે દીવાકર મૂર્ખ હોય. પછી તે હસ્યો અને કહ્યું, "એ કેટલું જાણે છે એ પહેલાં સમજી લો. પછી આગળ વધજો."

ત્યાં જ ફરીવાર ફ્લૅટની ડોરબેલ રણકી ઊઠી.

૧૭

દીવાકરના ફ્લૅટની ડોરબેલ રણકી ઊઠી. દીવાકરે ઊઠીને દરવાજો ખોલ્યો. જીન્સ અને ભૂરા રંગના ઓપન કોલરના ટી-શર્ટમાં એક સુદઢ શરીર ધરાવતો અને ચહેરાથી જ ખંધો લાગતો માણસ જાણે દીવાકરને વર્ષોથી ઓળખતો હોય એમ ફ્લૅટમાં દાખલ થયો.

સીધો અંદર જઈને સોફા પર બેસી ગયો.

"બોલો સાહેબ, શું કિંમત લેશો ?"

"કિંમત ? શાની કિંમત ? શાની વાત કરો છો તમે ?"

"અરે સાહેબ, છાશ લેવા જવું ને દોણી શું સંતાડવી ? ચાલો ને, ધંધો કરવા આવ્યો છું. ફટાફટ ધંધો કરી લઈએ. હમણાં અડધો જ કલાકમાં મારા બોસને ખબર પડી જશે અને જેવી ખબર પડશે એવી તરત તમારી ઇચ્છા હોય કે ના હોય, આ માલ તમારે સોંપી જ દેવો પડશે."

"કયા માલની વાત કરો છો અને શું બોલો છો ?" એના માણસના કહ્યા

મુજબ દીવાકર હજી અજાણ્યો બની રહ્યો હતો.

અબ્દુલ હસી પડ્યો, "હોશિયાર છો. છાશ ફૂંકી ફૂંકીને પીવા માગો છો, ખરું ? ચાલો ભાઈ, તમારી પાસે જસ્મીનના ઘરે રેકોર્ડ કરેલાં જેટલાં દશ્યો છે એ બધાં અમને સોંપી દેવાનાં... એની કિંમત બોલો."

"તમને શું કામમાં આવશે ?" ક્યારનો ચૂપ રહીને આ બંને જણની રમત જોતો દીવાકરનો માણસ બોલ્યો.

"અમને ? અમને તો જે કામમાં આવે તે, પણ તમને તો કોઈ કામમાં નહીં આવે."

"અમે પોલીસને આપી શકીએ..."

અબ્દુલ ફરી એક વાર હસી પડ્યો - ખડખડાટ, "પોલીસને ? આપી જુઓ... એ પછી પૈસા તો શું, કશુંયે લેવા જીવતા નહીં બચો. તમને અમારા નેટવર્કની ખબર નથી સાહેબ, તમે શ્વાસ લોને તોય અમારે ત્યાં ખબર પડી જાય..." એ હજીય હસી રહ્યો હતો, "અને અમેરિકન પોલીસમાં લાંચિયા ઑફિસર નથી એવું માનવાનું કોઈ કારણ નથી તમારી પાસે. અમે જો વર્લ્ડ ટ્રેડ સેન્ટર ધોળા દિવસે એમના નાક નીચે ઉડાવી શકીએ તો બીજું શું ના કરી શકીએ એ તમે કહો..." એ ઊભો થયો, દીવાકરની નજીક ગયો, એના ખભે હાથ મૂક્યો, ખભો થપથપાવ્યો, "સારા પૈસા અપાવીશ."

"કેટલા ?"

"ડૉલરમાં.... બોલો..."

"વીસ લાખ ડૉલર..." દીવાકરે હેસિયત પ્રમાણે મોઢું ખોલ્યું.

અબ્દુલ ફરી હસવા લાગ્યો, "બસ ?"

"ત્રીસ લાખ..." દીવાકરને લાગ્યું કે એણે ઓછા પૈસા માગ્યા છે.

"હું તમને પચાસ લાખ ડૉલર અપાવીશ..."

દીવાકર કશું બોલવા જાય એ પહેલાં એના માણસે દીવાકરના ખભે હાથ મૂક્યો. દીવાકરને સહેજ ખસેડ્યો અને પોતે આગળ આવ્યો, "પૈસાબૈસા તો ઠીક છે, અમારે તમારા બોસને મળવું છે."

દીવાકરે ચોંકીને એની સામે જોયું. પોતે ગમે તેટલું વિચારત, પણ એને આ માગણી મૂકવાનો વિચાર ક્યારેય ના આવત.

અબ્દુલ ફરી હસવા લાગ્યો, "અમારા બોસ, અમારા વઝીર-એ આઝમ-જનાબે આલી અમને વરસમાં એક વાર મળેછે, એમાંય અંગત રીતે તો નહીં જ. તો તમને કેવી રીતે મેળવું? તમે પૈસા લો, માલ ડિલિવર કરો અને વાતછોડો..."

"એ નહીં બને. અમારે તમારા બોસને મળવું પડશે. માલ તો અમે એમના જ હાથમાં આપીશું."

"આ ફાલતુ જેવી જીદ છે. અમે કોઈ પણ હિસાબે આ શૂટિંગ તો મેળવી જ લઈશું. પૈસા મળે છે તે લઈને ચાલતી પકડો." અત્યાર સુધી હસી રહેલા અબ્દુલનો અવાજ અચાનક બદલાઈ ગયો.

"જુઓ ભાઈ, તમે જેટલી દાદાગીરી કરો છો એટલી અમે કરી જ શકીએ છીએ... બહુ બહુ તો અમે મરી જઈશું, પણ એથી કંઈ આ શૂટિંગ તમારા હાથમાં નહીં આવે. ઊલટાનું જો મરવાનું જ હોય તો અમેરિકન પોલીસને સોંપીને ના મરીએ ?" હવે હસવાનો વારો દીવાકરના માણસનો હતો...

અબ્દુલને આવા પ્રહારની આશા નહોતી. એ ફરી સોફામાં બેસી ગયો, "એટલે તમારે મળવું જ છે એમ ને ?"

"બિલકુલ." હવે દીવાકરને જોર આવ્યું હતું, "તમે જે સભામાં બૉમ્બબ્લાસ્ટ કરાવવા માગતા હતા..."

"મને લાગે છે હવે એ પ્લાન ફ્લોપ થઈ જશે."

"કંઈ ફ્લોપ નહીં થાય, અમારી જોડે હાથ મિલાવો, ભલભલા પ્લાન સફળ થઈ જશે."

"એટલે ?" અબ્દુલની આંખો આશ્ચર્યથી પહોળી થઈ ગઈ. પોતે જે સમજ્યો હતો એ જો સાચું હોય તો આ દીવાકર જ પોતાની જ સભામાં પોતાના જ માણસો મરાવવા તૈયાર થયો હતો, "યાર, કમીના તો અમે પણ છીએ, પણ આટલા બધા નહીં. તું તારા જ ભાઈઓની કતલ કરાવીશ ?"

"કેમ ? તમે જે વર્લ્ડ ટ્રેડ સેન્ટર ઉડાડ્યું એમાં કોઈ મુસલમાન નહોતો ? જેહાદના નામે તમે જે નવલોહિયા યુવાનોનો જીવ લો છો એ તમારું લોહી નથી હોતા ? કાશ્મીર અને ભારતનાં બીજાં રાજ્યોના ગરીબ મુસલમાનના દીકરાઓને તમે ધર્મના નામે જે અફીણ પીવડાવીને મોતના મોઢામાં ધકેલો છો એ કોણ હોય છે ?"

"એ બધું..."

"આપણે બંને ચૂપ રહીએ એમાં જ આપણી ભલાઈ છે." દીવાકર શેતાન હતો એ સાચું, પણ કમ-સે-કમ પોતાની શેતાનિયતની બાબતમાં ઈમાનદાર હતો એવું એની જોડે ઊભેલા એના માણસને લાગ્યું. દીવાકરની વાત ખોટી નહોતી.

એક દિવસ તથાગતે પોતાના ભાષણમાં કહ્યું હતું, "માણસ માણસ હોય છે, દરેકના લોહીનો રંગ લાલ અને દરેકના હૃદયના ધબકારા એક જેવા હોય છે. દરેકને બે હાથ, બે પગ અને એક મગજ હોય છે. જન્મે છે ત્યારે કોઈના ચહેરા પર એના ધર્મનો સિક્કો નથી હોતો. એ તો આપણે મારીએ છીએ. બાળક જન્મે પછી... એ તો કોરી સ્લેટ જેવી બે હથેળીઓ લઈને જન્મે છે. આપણે લખીએ છીએ એમાં ધર્મના નામે વેર-ઝેર, દુશ્મનાવટ અને ધર્મના નામે થતા નર્યા ઢોંગ અને અત્યાચારો..."

વર્લ્ડ ટ્રેડ સેન્ટર તૂટ્યું ત્યારે જોયેલાં દૃશ્યો એની આંખ સામે તરવરી રહ્યાં. ત્યાં લાગેલી ભીષણ આગ, દોડતા-ભાગતા માણસો, ચીસાચીસ, બૂમાબૂમ અને પછી કેટલાંય કુટુંબોએ ખોયેલાં સ્વજનો... એ પછીના દિવસોમાં ટી.વી. પર દેખાયેલા ચાર દૂધમલ નવલોહિયા યુવાનોના ચહેરા, જે વિમાન ઉડાડી શકતા હતા, એન્જિનિયર હતા, ચાર ભાષા બોલી શકતા હતા અને બીજું ઘણું કરી શકતા હતો, જે દેશના વિકાસમાં કામ આવી શક્યું હોત. પણ ના...

એમણે તો એમની બુદ્ધિ અને શક્તિનો ઉપયોગ વિધ્વંસની દિશામાં કર્યો !

પેલા માણસને વિચાર આવ્યો કે પોતે શું કરી રહ્યો હતો ? દીવાકરનો સાથ આપી રહ્યો હતો ? દીવાકર તો પોતાના જ માણસોને મરાવવા તૈયાર થઈ ગયો હતો. સભામાં હાજર કેટલાય વૃદ્ધો, સ્ત્રી-પુરુષો અને બાળકોની ચીસાચીસ એના કાનમાં ગૂંજવા લાગી. એણે કાન ઉપર હાથ દાબી દીધા.

"બંધ કરો, આપણે આ શૂટિંગનાં દૃશ્ય વેચવાની વાત હતી, બૉમ્બ બ્લાસ્ટમાં ભાગ લેવાની નહીં."

"તું ચૂપ રહે. અને હું જે કરું તો જોયા કર."

"એવું તો નહીં થઈ શકે."

"અચ્છા ! અચાનક સાધુ બનવાની ઇચ્છા થઈ ગઈ કે શું ?"

"તમે ભૂલી જાવ છો કે જસ્મીનના ઘરમાં કૅમેરા મૂકવાથી શરૂ કરીને જીવના જોખમે વાયરિંગ કરાવવાનું કામ મેં કર્યું હતું. અહીંથી બધા સમાચાર હું આપતો હતો. જસ્મીનને ઇ-મેઇલ પર મેં જ..."

"પાંચ લાખ ડૉલર તું લઈ લેજે, બીજું શું ? તારી તો લાઈફ બની જશે."

"તમને એમને સી.ડી. આપો અને વાત પૂરી કરો." પેલા માણસે ભાર દઈને કહ્યું, "આ બૉમ્બબ્લાસ્ટ કરાવવાની વાતમાં હું તમારી સાથે નથી."

"તો કાંઈ નહીં, મારી સાથે તો આમનું આખું નેટવર્ક છે." દીવાકર નફ્ફટ અને ખંધુ હસ્યો. અબ્દુલ ખૂબ નિરાંતે આ બે જણા વચ્ચે પડેલી તિરાડ જોઈ રહ્યો હતો. એણે હળવેથી બળતામાં ઘી હોમ્યું, "હા, હા, તમે અમારું કામ કરતા હો તો કદાચ વધારે પૈસા પણ મળે."

"એમ ?" દીવાકરની દાઢ સળકી, "તો ચાલો, આપણે તમારા બોસને મળી લઈએ અને આવતી કાલનો પ્લાન નક્કી કરી લઈએ."

"તો તમે નહીં માનો..."

"એ... તું કોણ છે ? તું મને કેવી રીતે પૂછી શકે ? તારે સાથે રહેવું હોય તો રહે અને બાકી ફૂટ અહીંથી..." દીવાકરે અબ્દુલ સામે જોઈને કહ્યું, "ચાલો." અબ્દુલ ઊભો થઈને ચાલવા લાગ્યો. પેલા માણસે ગર્ડલમાં ખોસેલી રિવોલ્વર કાઢી, દીવાકરને બોચીમાંથી પકડીને એના લમણા પર તાકી, "હું કોણ છું ? હું સમજાવું તમને, હું કોણ છું..."

"છોડી દે મને." દીવાકરે બૂમ પાડી. સામે પક્ષે અબ્દુલ અદબ વાળીને ઊભો હતો, "મને છોડાવ..." દીવાકરે અબ્દુલને કહ્યું.

"આ તમારો ઈન્ટરનલ મામલો છે, હું એમાં કંઈ નહીં કરી શકું." અબ્દુલ હજુ પણ અદબ વાળીને ઊભો હતો. એના ચહેરા પર સ્મિત આવી ગયું હતું.

"હું મરી જઈશ તો પેલું શૂટિંગ તમને નહીં મળે." દીવાકરે અબ્દુલને કહ્યું.

અબ્દુલ હસી પડ્યો, "કંઈ વાંધો નહીં, તમે મરી જશો પછી અમારે એનું કામેય શું છે ?" અને એ ઊંધો ફરીને ચાલવા લાગ્યો. દીવાકરને લમણે રિવોલ્વર તાકીને ઊભેલો એ માણસ હસ્યો અને સહેજ બેધ્યાન થયો. દીવાકરે એનું હસવું સાંભળ્યું કે પગની આંટી મારીને એને પાડી દીધો. એના હાથ ઉપર પગ મૂકીને એના હાથમાંથી રિવોલ્વર લઈ લીધી. અબ્દુલ કંઈ સમજે એ પહેલાં દીવાકરે રિવોલ્વરમાંથી ધડાકા કર્યા. પેલા માણસના એક હાથ અને છાતીમાં વારાફરતી બે ગોળી ઉતારી દીધી. પેલો માણસ ચીસ પાડીને શાંત થઈ ગયો. દીવાકરે રિવોલ્વર સફારીના કોટના ખિસ્સામાં મૂકી અને જાણે કશુંયે ના બન્યું હોય એટલી ઠંડકથી

અબ્દુલ સામે જોઈને કહ્યું, "ચાલો, ક્યાં જવાનું છે?"

અબ્દુલ ભયાનક ચોંક્યો હતો. પણ એણે જાતને સંભાળી લીધી. ખિસ્સામાંથી મોબાઈલ કાઢ્યો અને દૂર જઈને કોઈક સાથે વાત કરવા લાગ્યો. વાત કરતાં કરતાં પણ એની નજર ત્યાં પડેલી લાશ તરફ હતી.

*

એક આર્મીનો યુનિફોર્મ પહેરેલા છ ફૂટ બે ઇંચ ઊંચા ગોરા-પઠાણી લાગતા માણસ સાથે દીવાકર એક ગરાજ જેવી જગ્યામાં બેઠો હતો. લાકડાની ખુરશીઓ અને આસપાસ એ.કે.-૪૭ લઈને ઊભેલા ચાર માણસો, પણ દીવાકરના પેટનું પાણીયે હાલતું નહોતું. એનું એ જ નફ્ફટ ખંધુ હાસ્ય હજુ અકબંધ હતું...

"ભલે સાહેબ, બધી વ્યવસ્થા થઈ જશે." એણે પેલા પઠાણ સાથે હાથ મિલાવ્યા. પઠાણનો ચહેરો પથ્થર જેવો જડ અને સ્મિતવિહીન હતો. દીવાકરની પાછળ ઊભેલો અબ્દુલ આ આખીય પરિસ્થિતિને જોઈને સમજી શકતો હતો કે હજી એના ચીફને દીવાકર પર ભરોસો નહોતો...

"કાલે અમારા ચાર માણસ તમારી સભામાં દાખલ થશે. તમે એમને અંદર લઈ જશો. સ્ટેજ સુધી તમારી સાથે જશે એ લોકો."

"બિલકુલ, તમે બેફિકર થઈ જાવ." દીવાકર હેં... હેં... હેં... કરતો હસી રહ્યો હતો, "મારા ફ્લૅટમાં પડેલા માણસની લાશ ખસેડવાની અને કાલે સભામાં એક લાશ ઢાળવાની જવાબદારી તમારી. બાકી બધું તમે મારા પર છોડી દો." દીવાકરે કહ્યું અને ઊભો થઈ ગયો. પછી અબ્દુલ તરફ ફરીને બોલ્યો, "ચાલો ભાઈ, આંખે પાટા બાંધીને લાવ્યા છો એટલે પાછો મૂકવા પણ તમારે જ આવવું પડશે."

દીવાકર ત્યાંથી નીકળ્યો એ પછી પઠાણના ચહેરા પર સ્મિત આવ્યું, એમ વિચારીને કે આટલી બધી ઊથલપાથલ પછી પણ એનો પ્લાન સફળ થયો. એણે ખુદાનો શુક્રગુજાર કર્યો.

અને આવતી કાલે સવારની સભામાં તથાગતનું ઉટપટાંગ ભાષણ એની જિંદગીનું છેલ્લું વ્યાખ્યાન હશે એ વિચારે દીવાકરને જાણે બત્રીસ કોઠે દીવા થઈ ગયા.

*

ફોરેન્સિક ટીમ અને ડોગ સ્ક્વૉર્ડ સાથે આવેલા ઑફિસર્સ પોતાનું કામ કરી રહ્યા હતા. ફ્લૅટની ઝીણામાં ઝીણી વિગતોની નોંધ થઈ રહી હતી. સૈફુદ્દીનનો નાનકડો ફ્લૅટ માણસોથી ઊભરાવા લાગ્યો હતો. કૂતરાં સતત કાન ફાડી નાખે એવા અવાજે ભસતાં હતાં. એ બધાની વચ્ચે જસ્મીન અને તથાગત જાણે સાવ એકલાં હોય એમ એકબીજાની નજીક આવી ગયાં હતાં.

અંગ્રેજી જાણતા અમેરિકન ઑફિસર્સને અહીં ચાલતી વાતો સાથે બહુ નિસ્બત નહોતી, પણ સૈફુદ્દીન અને જસ્મીનની મા હતુપ્રભ થઈને તથાગતને જોઈ રહ્યાં હતાં. એમને માટે તથાગત જે કંઈ બોલ્યો કે બોલતો હતો તે સાચું છે એમ માનવું સહેલું નહોતું !

ધરમસિંહ તથાગતની નજીક ઊભો હતો. એ પણ એની અને જસ્મીન વચ્ચે થઈ ગયેલી વાતચીતનો મૂક સાક્ષી હતો. આંખોમાં શ્રદ્ધા અને અહોભાવ સાથે એ બંનેની વાત સાંભળી રહ્યો હતો.

"મારે માટે આ તારું સંતાન છે એ અગત્યનું છે. આ તારા લોહીમાંસમાંથી ઘડાશે અને તારા ઉદરમાં આકાર લેશે... તારા શ્વાસથી શ્વસશે અને તારી અંદર વધશે." તથાગતે જસ્મીનના માથા પર એક હળવું ચુંબન કર્યું, "એ તારો ભાગ હશે, મારે માટે એ જ અગત્યનું છે જસ્મીન !"

જસ્મીન કશું જ બોલી શકી નહીં. એનું ગળું ભરાઈ આવ્યું. એણે હળવેથી તથાગતના ખભે માથું ઢાળી દીધું, " તથાગત..."

"હા જસ્મીન, હું બાળકનો પિતા છું."

"પણ તું નથી."

"એ વાત કોણ જાણે છે ?"

"હું જાણું છું તથાગત, અને છેતરપિંડી..."

"છેતરપિંડી ? આ સંતાન છે, માણસનું સંતાન છે અને તારા શરીરની અંદર આકાર લઈને જન્મ લેશે." તથાગતના હાથ જસ્મીનના વાળમાં ફરી રહ્યા, "એનાથી વધારે સાચું શું છે ?"

"આ એક એવા માણસનું સંતાન છે, જેણે..."

"હિરણ્યકશ્યપુને ઘેર પ્રહ્લાદ... અને એક જ માનાં સંતાનો રાવણ અને વિભીષણ..."

"આ બધું સાંભળવામાં સારું લાગે છે. આ મુસલમાનનું સંતાન છે. બળાત્કારથી જન્મેલું. તું સમજી શકે છે ? હું જેટલી વાર એની સામે જોઈશ એટલી વાર મને બળાત્કારની એ પળ અને ઘૃણાથી ભરાઈ જતો એ માણસનો ચહેરો યાદ આવશે." જસ્મીન ધ્રૂસકે ધ્રૂસકે રડી પડી, "મારે નથી જોઈતું આ સંતાન, હું આ બાળકને જન્મ નહીં આપી શકું તથાગત."

"તથાગત..." સૈફુદ્દીન તથાગતની નજીક આવ્યા, "હું પણ માનું છું કે ગંદા લોહીમાંથી..."

"બસ ડેડી, લોહી, જન્મ અને ધર્મના નામે બધું વેરણછેરણ થઈ ગયું. બહુ નુકસાન થઈ ચૂક્યું છે આજ સુધી. લોહી ક્યારેય ગંદું કે ચોખ્ખું નથી હોતું. એ તો લાલ જ હોય છે. નસોમાં જ વહે છે અને જીવન આગળ લઈ જવાનું જ કામ કરે છે." તથાગતે જસ્મીન સામે જોયું. હળવેથી એના ગાલ પર સરકી આવેલાં આંસુ લૂછ્યાં. એને પોતાની નજીક લીધી અને ધીમે ધીમે એની પીઠ પર હાથ ફેરવવા લાગ્યો, "આ માણસનું સંતાન છે. આમાં માણસનું લોહી છે... હું ઉછેરીશ એને, અને એક માણસ બનાવીશ. કોઈ ધર્મ, કોઈ મઝહબ કે કોઈ બીજા લેબલ ચોટાડ્યા વિનાનો માણસ. ગંદા કે ચોખ્ખા લોહીના વિભાગ પાડ્યા વિનાનો માણસ." એ જસ્મીન સામે જોઈ રહ્યો. એની આંખોમાં આંખો પરોવી, "મને આમાં તારા સહકારની જરૂર છે. મને વચન આપ જસ્મીન કે આજ પછી ક્યારેય તું આ બાળકના ગર્ભધારણનું રહસ્ય કોઈને નહીં કહે."

"પણ તથાગત..." સૈફુદ્દીન કશું બોલવા ગયા, પણ તથાગતે હાથ ઊંચો કરીને એમને રોકી દીધા.

"ડેડી તમે, અમ્મી, જસ્મીન, ધરમસિંહ - આ ચાર માણસ અને પાંચમો હું. પોતપોતાના ઈશ્વરને, ધર્મને, ખુદાને, સચ્ચાઈને, કુદરતને કે જેને માનતા હોઈએ એને માથે રાખીને આજે એક કસમ ખાઈએ - આજે થયેલી બધી જ વાતો આ ઘરની ચાર દીવાલમાંથી ક્યારેય બહાર નહીં જાય."

સૌ જાણે હતપ્રભ થઈને તથાગત સામે જોઈ રહ્યા હતા. ધરમસિંહની આંખો છલકાઈ આવી હતી. એણે આગળ વધીને તથાગતનો હાથ પકડી લીધો, "ભાઈ !"

"હું પ્રેમમાં નથી માનતો અને માનું છું કે પ્રેમ જેટલી વાહિયાત બીજી વાત છે ધર્મ. આજ સુધી દુનિયાનાં જેટલાં યુદ્ધો થયાં એમાંનાં બધાં આ બે જ

કારણે થયાં છે. જે દિવસે આ કહેવાતો પ્રેમ અને આંધળા થઈને માનવામાં આવતો ધર્મ જગતમાંથી નષ્ટ થશે એ દિવસે માણસજાત એકબીજાની સાથે સુખથી રહી શકશે. જો સાચે જ 'પ્રેમ' પ્રેમ હોય તો પછી શા માટે એને માટે યુદ્ધો થાય છે ? કોઈને પામી લેવું કે કોઈને જીતી લેવું એ પ્રેમ છે ? કોઈને ગુલામ બનાવી લેવા એ પ્રેમ છે ? કે પછી ધર્મના નામે આપણા જેવા જ દેખાતા અને આપણી જેમ જ જીવતા કોઈના પિતા, કોઈના પુત્ર, કોઈના ભાઈનો જીવ લઈ લેવો, કોઈની બહેન, કોઈની મા કોઈની દીકરીની આબરૂ લૂંટી લેવી... એના શરીરને ચૂંથીને એને સજા કર્યાનો સંતોષ પામવો એ ધર્મ છે ! કહો ? શું છે ધર્મ, શું છે પ્રેમ ?"

તથાગતની અસ્ખલિત વહી રહેલી વાણીમાં જાણે સૌ મંત્રમુગ્ધ થઈ ગયા હતા. ખાસ કરીને જસ્મીનની અમ્મી આશ્ચર્યચકિત થઈને તથાગતની સામે જોઈ રહી હતી.

"બેટા, જસ્મીનને તો જે વિચારો આવશે અને જે થશે તે જોયું જશે. પણ જ્યારે આ સંતાન મોટું થશે અને એના ચહેરામાં તને એ નાપાક ઝહીરનો ચહેરો દેખાશે ત્યારે શું કરીશ તું ?"

તથાગત હસી પડ્યો. એના સોહામણા ચહેરા પર સ્મિત વહાલસોયું લાગતું હતું. એના વાળ વિખરાયેલા હતા. સફેદ ઝબ્બો અને ડેનિમ પહેરીને ઊભેલો તથાગત એના હસતા ચહેરે અને નિર્દોષ આંખે જસ્મીનની અમ્મી સામે જોઈ રહ્યો.

"મેં ક્યાં જોયો છે ઝહીરને ? હું તો મારા સંતાનને જોઈશ..." અને પછી એણે જસ્મીનના ગાલ પર હાથ ફેરવ્યો, "એનો ચહેરો એનો પોતાનો હશે, એનું નામ એનું પોતાનું હશે. એનું અસ્તિત્વ સાવ આગવું અને પોતીકું હશે. હું શું કામ એનામાં ભૂતકાળ શોધું અમ્મી ? એ તો ભવિષ્ય હશે મારા દેશનું અને મારા જીવનનું."

"પણ ભાઈ..." ધરમસિંહે ધીમા અને ડરેલા અવાજે પૂછ્યું, "માઈ જાણશે તો ?"

"માઈ શું જાણશે ? જે આપણે કહીશું તે..."

"એટલે આપણે માઈ સાથે જુઠ્ઠું બોલીશું, ભાઈ ?"

"જુઠ્ઠું કોને કહેવાય ધરમ ? જે સાચું નથી તે... જે ઉપજાવી કાઢેલું છે

તે. જે જાતને ગુનામાંથી બચાવવા માટે કે કોઈને નુકસાન કરવા માટે બોલાય તે... આ તો એક જીવન બચાવવાનો પ્રયાસ છે ! એક લાગણીના તૂટતા તંતુને સાંધવાનો પ્રયત્ન છે. કંઈ કેટલુંય વિખરાતું સમેટીને તૂટી ગયેલી ઇમારત ફરી ચણવાની શરૂઆત છે. આમાં વળી જુઠ્ઠું શું છે ?" એણે ફરી જસ્મીન સામે જોયું. ફરી એક વાર વહાલસોયું સ્મિત કર્યું, "માઈ તો ખુશ થઈ જશે. એને તો વારસ જોઈએ છે..."

"પણ જસ્મીન મુસલમાન..."

"તો ?" તથાગતે ધરમસિંહ સામે વીંધી નાખે એવી નજરે જોયું, "એણે ક્યાં જન્મવું એ એણે નક્કી કરવાનું હતું ? આમ તો તમે ઈશ્વરમાં માનો છો, માનો છો કે બધું એ જ કરે છે. એમ પણ માનો છો કો એની ઇચ્છા વિના પાંદડુંય હાલતું નથી અને હવે જસ્મીન મુસલમાન અને હું હિન્દુ છું એ માટે અમે જવાબદાર છીએ, ખરું ? આ તમારો ધર્મ છે ?"

ધરમસિંહ એક પણ અક્ષર બોલ્યા વિના એની સામે જોઈ રહ્યો. એને ગળે તથાગતની વાત ઊતરતી હતી, પણ એના સદીઓ જૂના સંસ્કાર અને રૂઢિગત માન્યતાઓ એને આ વાત સ્વીકારતાં રોકતા હતા.

એની નજર સામે માઈનો ચહેરો આવતો હતો અને જુઠ્ઠાણું તો જુઠ્ઠાણું જ છે એવું એનો આત્મા કહેતો હતો.

"જે શ્રીકૃષ્ણની તમે પૂજા કરો છો એણે પણ સ્વધર્મની વાત કરી છે. ગીતામાં કહ્યું છે કે જે બુદ્ધિમાંથી ઉદ્ભવે તે ધર્મ, તમારું મન સ્વીકારે તે ધર્મ, તમારો આત્મા માને તો સાચો ધર્મ... અને મને એમ લાગે છે કે હું જરાય જુઠ્ઠું નથી બોલતો. જસ્મીનના ઉદરમાં પાંગરી રહેલું આ સંતાન મારા શરીરમાંથી નહીં જન્મ્યું હોય, કદાચ. પણ આ મારા મનનું સંતાન છે."

જસ્મીન તથાગતને વળગીને એટલા જોરથી રડવા લાગી કે ત્યાં કામ કરી રહેલા ઑફિસર્સ પણ ચોંકીને જસ્મીન તરફ જોવા લાગ્યા.

"શું થયું ?" એમાંના એક ઑફિસર્સે પૂછ્યું.

"કંઈ નહીં." તથાગતે સ્મિત કર્યું, "થોડી લાગણીવશ થઈ ગઈ છે, મા બનવાની છે ને ?" તથાગતે જસ્મીનના વાળમાં હાથ ફેરવ્યો.

"ઓહ ! એનું ધ્યાન રાખજો." ઑફિસરે તથાગતને કહ્યું, પછી પૂછ્યું, "પ્રથમ બાળક છે ?"

"હા." તથાગતના ચહેરા પર ફરી એ જ શાંત-સ્વસ્થ-વહાલસોયું સ્મિત હતું, "અને છેલ્લું પણ."

જસ્મીન ફરી એક વાર ધ્રૂસકે ધ્રૂસકે રડવા લાગી. ધરમસિંહ વાંકો વળીને તથાગતના ચરણમાં પડી ગયો. જસ્મીનની અમ્મી પણ સૈફુદ્દીનને વળગીને રડી પડી...

તથાગતે ધરમસિંહને ઊભો કર્યો. જસ્મીનને સહેજ અળગી કરી અને પોતાના બંને હાથ ધરમસિંહના બંને ખભે મૂકીને એની આંખોમાં આંખો પરોવી, "ધરમ, કાલે હું ના રહું..."

"ભાઈ.... આવું નહીં બોલો." ધરમસિંહે તથાગતના મોઢા પર હાથ મૂકી દીધો.

"ધરમ, મારી વાત પૂરેપૂરી સાંભળી લે, કાલે હું ના રહું તો જસ્મીનને માઈ પાસે લઈ જઈને એનો હાથ માઈના હાથમાં સોંપવાની જવાબદારી તારી."

"તમારી પહેલાં તો હું મરી જઈશ, ભાઈ."

"તો હું લઈ જઈશ જસ્મીનને..." તથાગત હસી પડ્યો, "પણ જો હું ના રહું તો આ કામ તારે કરવાનું છે."

"ભાઈ..." ધરમની આંખોમાંથી ગંગા-જમના વહેતી હતી. જસ્મીન પણ હીબકાં ભરી ભરીને રડી રહી હતી. એક તથાગત જ શાંત, સ્વસ્થ અને સંપૂર્ણપણે પોતાની જાતના કાબૂમાં હતો.

"આવતી કાલ સવારની સભા ઘણીબધી વાતોનો નિર્ણય કરશે ધરમ, અને કાલની સભા થશે... જરૂર થશે..." તથાગતે કહ્યું અને જસ્મીનના લિવિંગરૂમની મોટી મોટી સ્લાઇડિંગ વિન્ડોમાંથી દૂર આકાશ તરફ તાકી રહ્યો.

*

દીવાકર પોતાના ફ્લૅટમાં બેઠેલા ચાર જણાને સભામાં દાખલ થવાના ગેટ... અને સભાની સિટિંગ અરેન્જમેન્ટ સમજાવી રહ્યો હતો. ચાર જણામાંથી બે જણા વીઆઈપી ગેટમાંથી દાખલ થવાના હતા અને બીજા બે જણા જુદા જુદા ગેટમાંથી દાખલ થઈને મુખ્ય સ્ટેજ તરફ પહોંચવાના હતા. એમાંના ત્રણ પાસે પૂરેપૂરાં હથિયાર અને બબ્બે હેન્ડ ગ્રેનેડ રહેવાના હતા. જ્યારે એક

જીવતો બૉમ્બ- લાઇવ બૉમ્બ બનીને સ્ટેજ પાસે જઈને આત્મવિલોપન વહોરી લેવાનો હતો.

દીવાકર અને એ ચાર જણા મળીને ચેસની બાજી બિછાવી રહ્યા હતા. તો બીજી તરફ પોતાની પથારીમાં સૂતેલો તથાગત લગભગ તંદ્રામાં હતો. આવતી કાલે સવારે સભામાં જે થવાનું હતું... એની જાણે આછી ઝલક હતી એના મનમાં !

જસ્મીન અને માઈના ચહેરા એકબીજામાં સેળભેળ થતાં, વળી છૂટા પડતા અને વળી એકબીજામાં મળીને કોઈ ત્રીજો જ ચહેરો રચતા હોય એવા સ્વપ્નમાં થોડો ઊંઘતો અને થોડો જાગતો તથાગત સૂર્યોદયની રાહ જોઈ રહ્યો હતો.

૧૮

સવારે જ્યારે તથાગત ઊભો થઈને સભામાં જવાની તૈયારી કરી રહ્યો હતો ત્યારે એણે અરીસામાં જોયું. થોડી ક્ષણો સુધી એ પોતાનો ચહેરો અરીસામાં જોતો રહ્યો, "જોઈ લે આ ચહેરો. કદાચ તું જ ફરી તારો ચહેરો જોઈ ના શકે એવું બને." એણે કહ્યું અને હસી પડ્યો.

કોણ જાણે કેમ ગઈ કાલે રાતથી તથાગતના આખાય અસ્તિત્વમાં એક ઊથલપાથલ મચી ગઈ હતી. એનું મન, એનો આત્મા, એનું સમગ્ર અસ્તિત્વ રહી રહીને એક જ વાત કહ્યા કરતું હતું, "તથાગત, તારો જીવ જાય તો વાંધો નહીં, પણ કોઈ નિર્દોષનું લોહી ના રેડાય એ જોજે. જે ધર્મમાં તું આજ સુધી માનતો આવ્યો છે અને જે ધર્મનો તેં આજ દિવસ સુધી પ્રચાર કર્યો છે એ ધર્મને જો તું જ ખોટો પાડી દઈશ તો કોઈને કંઈ કહેવાને લાયક નહીં રહે..."

એનું મન એને કહી રહ્યું હતું કે, "જો તારો ધર્મ તું જ સાચો નહીં પાડે તો બાબાને શું મોં બતાવીશ ?" આજે જાણે એના પોતાના માટે જ એક પરીક્ષાની ઘડી આવી ગઈ હતી. એ જે કહેતો રહ્યો હતો એની પરીક્ષા. એ જે

માનતો રહ્યો રહ્યો એની પરીક્ષા. એણે આજ સુધી જે કંઈ કર્યું અને જેને માટે ઝઝૂમ્યો એની પરીક્ષા...

"ભાઈ..." ધરમસિહ તથાગતના ઓરડામાં દાખલ થયો. કોણ જાણે કેમ એ તથાગતને જોઈને ક્ષણભર અટકી ગયો. તથાગતનો ચહેરો, એની આંખો, એનું આખું અસ્તિત્વ જાણે તેજોમય લાગ્યું એને. સફેદ કૂર્તો, નીચે જીન્સ, હમણાં જ નાહીને નીકળ્યો હતો એટલે તગતગતી ત્વચા.

કોઈ પણ યુવાન છોકરીનું દિલ ધડકી જાય એટલો દેખાવડો હતો તથાગત.

"કોણ જાણે કઈ કાચી ક્ષણે આ માણસે આ દુનિયામાં જન્મ લીધો હશે ? જે દિવસથી જન્મ્યો છે, એક પળ પણ નિરાંતે જીવી નથી શક્યો..." ધરમને થોડી દયા અને થોડું વહાલ આવી ગયું. એણે આગળ વધીને તથાગતના ચહેરા પર અનાયાસે જ હાથ ફેરવી દીધો.

"ભાઈ !" એનો અવાજ સહેજ ધ્રૂજ્યો.

"તને ડર લાગે છે ધરમ ?" તથાગતે પૂછ્યું.

"ડર નથી લાગતો, ચિંતા થાય છે ભાઈ."

"ચિંતા ? કઈ વાતની ચિંતા ? મરી જવાની ?" તથાગત હસી પડ્યો. એટલો તો સોહામણો દેખાતો હતો તથાગત કે ધરમની આંખોમાં પાણી આવી ગયાં.

"ભાઈ, મરી જવાની ચિંતા હોત તો ક્યારનોય ભાગી છૂટ્યો હોત. મરવાથી નથી ડરતો હું." ધરમની આંખોમાં આતંકનો ઓળો ફેલાઈ ગયો, "આ લોકો કેટલા જોરાવર હશે, કેટલી તૈયારી સાથે આવશે અને કેટલાના પ્રાણ જશે - બસ, એ વાતે ભય લાગે છે." પછી એણે અદબથી જરા નમીને પણ ખૂબ લાગણીથી કહ્યું, "માઈને ટેલિફોન કરી લો ભાઈ."

તથાગત ફરી ખડખડાટ હસી પડ્યો, "છેલ્લી વાર વાત કરી લઉં, ખરું ?"

"આવું અશુભ શું કામ બોલો છો ભાઈ? તમે સાજાસમા પાછા આવશો... મને શ્રદ્ધા છે. હજી તમારે આ ધર્મની ધજા ઊંચે લઈ જવાની છે."

"કયા ધર્મની ? કોના ધર્મની ?" તથાગતને ચહેરો અચાનક જ બુઝાઈ ગયો, "જે ધર્મ માણસની લાગણીને નથી સમજી શકતો, જે ધર્મ પોતાના ક્રૂર અને હૃદય વિનાના સિદ્ધાંતોને માણસની લાગણીથી ઉપર ગણે છે એ ધર્મની

ધજા ?" ધરમ એની સામે નિઃશબ્દ બસ, જોઈ રહ્યો હતો, "મને કહે ધરમ, આમાંથી કોણ સાચું છે ? ઝહીર ? કમાન્ડર ? દીવાકર ? તું કે હું ?" એ થોડી વાર શૂન્યમાં જોઈ રહ્યો. એની પણ આંખો ભરાઈ આવી હતી, "હું એવા કોઈ ધર્મમાં નથી માનતો, જે ધર્મ માણસનો ભોગ લેવા તૈયાર થઈ જાય. મને વિશ્વાસ નથી એવા કોઈ ધર્મના નામે કરાતા ફિતૂરમાં કે જેમાં માણસ, માણસ મટીને વસ્તુ બની જાય. ધરમ, હું જો ખરેખર અહીંથી સાજોસમો પાછો જઈશને, તો હું ગાદી છોડી દઈશ."

"અ શું બોલો છો ભાઈ ? એવું ક્યારેય નહીં કરતા. એ ગાદી તો તમારા પિતાનો આપેલો આશીર્વાદ છે. આશીર્વાદને નકારશો તો પાપમાં પડશો."

"પાપ ?" તથાગત ઘડીભર ધરમસિંહ સામે જોઈ રહ્યો, "હજીયે તું પાપ-પુણ્યમાં અટવાય છે ? કોને પાપ કહીશ ધરમ ? અને કોને પુણ્ય ? આ નિર્દોષોને મારી રહેલાને મારવામાં પાપ છે ? તું કહીશ કે હા, એમને પૂછીશ તો એ કહેશે કે પુણ્ય તો એ કરે છે. આપણા જેવા વિધર્મીઓને મારીને... તને લાગશે કે વિધર્મી એ છે. એમને લાગશે કે વિધર્મી તું છે. કોણ કોને મારશે ધરમ ? શું કામ?"

ધરમસિંહ અભિભૂત થઈને તથાગતને સાંભળી રહ્યો હતો. એની આંખોમાં એક અજબ પ્રકારની અસમંજસ ઊતરી આવી હતી. એને સમજાતું નહોતું કે તથાગતની વાત માનવી કે જઈને કોઈ ચર્ચા કર્યા વિના પેલા નિર્દોષોને મારવા આવેલાઓને ઉડાવી દેવા...

એકબીજાને સમજવાનો પ્રયાસ કરતા તથાગત અને ધરમ જ્યારે સભામાં જવા નીકળ્યા ત્યારે સવાર પડી ચૂકી હતી. ન્યૂયોર્કનું આકાશ લાલ રંગે રંગાઈ ગયું હતું.

*

દીવાકર મોબાઈલ પર સતત વાત કરી રહ્યો હતો.

એણે વીઆઈપી ગેટમાંથી બે લોકોને અને બીજા બે દરવાજેથી બીજા બે જણાને દાખલ કરી દીધા હતા. એની મનઃસ્થિતિ થોડીક વિચલિત અને થોડીક અકળાયેલી હતી. એને સમજાતું નહોતું કે આ પરિસ્થિતિમાં એ કોનો ભોગ લઈ લેશે અને આમાંથી કોણ બચી જશે ? એની સાથેનો માણસ હવે

નહોતો, એટલે દીવાકર એકલો જ હતો. એણે આ આખીય પરિસ્થિતિ સામે એકલા જ ઝૂઝવાનું હતું. જે કંઈ થાય તે એકલા જ સંભાળવાનું હતું...

એ સ્ટેજ ઉપર ગોઠવાયો ત્યારે તથાગત એની બાજુમાં બેઠો હતો. પણ દીવાકરનું સમગ્ર ધ્યાન એકસરખું તથાગતના ભાષણ કરતાં વધારે ત્યાં પહોંચી ગયેલા પેલા ચાર માણસોમાં હતું. એમનું હલનચલન, એમની અવરજવર અને એ તમામ પરિસ્થિતિ એને વિચલિત કરી રહ્યાં હતાં. જે હવે પછી બનવાની હતી એ ઘટનાની માનસિક તૈયારી સાથે દીવાકર મનમાં ને મનમાં ભગવાનનું નામ લઈ રહ્યો હતો !

"ક્યાં ધ્યાન છે તમારું ?" તથાગતે દીવાકરને પૂછ્યું.

"હેં !" દીવાકરે સહેજ બઘવાઈને કહ્યું.

"જે થવાનું છે તે થઈને જ રહેવાનું છે, શાની ચિંતા કરો છો ?" તથાગતે સહેજ હસીને પૂછ્યું અને પછી એકઠી થયેલી મેદનીને હાથ જોડીને નમસ્કાર કર્યા... "ઓઓઓઓઓમ્..." મેદનીમાંથી એક ઘેરો નાદ ઊઠ્યો.

"તમે સૌ અહીં પધાર્યા એ વાતે હું તમારો સૌનો આભારી છું." તથાગતે પહેલું વાક્ય કહ્યું અને ખૂબ શાંત ચિત્તે, હળવેથી સૌને સૂચના આપવા માંડી, "પલાંઠી વાળીને આંખો મીંચો, તમારા હાથ તમારા પગ ઉપર ખુલ્લા મૂકો... નિરાકારના સ્મરણમાં તલ્લીન થઈ જાવ, જે આપણા સૌનો સર્જનહાર છે. તમારા શ્વાસ ઉપર ધ્યાન આપો... તમારા શ્વાસની આવનજાવનને નિયમિત કરવાનો પ્રયાસ કરો..."

આખીય મેદની જાણે મંત્રમુગ્ધ થઈ ગઈ હતી. લયબદ્ધ શ્વાસનો અવાજ ધીમે ધીમે સંભળાવા લાગ્યો હતો. તથાગત પણ આંખો મીંચીને તદ્દન સ્વસ્થ, જાણે કશું બન્યું નથી અને બનવાનું પણ નથી એમ પોતાના વિચારોને કેન્દ્રિત કરવાનો પ્રયાસ કરતો કરતો પોતાની સ્વસ્થતાને સાચવવા માટે મથી રહ્યો હતો. એના કાનમાં... હૃદયમાં અત્યારે માઈ સાથે થયેલી છેલ્લી વાત પડઘાઈ રહી હતી.

"બેટા..." માઈનો અવાજ જાણે ધ્રૂજતો હતો.

"હા મા."

"કોણ જાણે કેમ મારું હૃદય ફફડે છે બેટા, આજનો દિવસ બહુ સારો નથી ઊગ્યો. સવારથી જ મને એમ થાય છે કે કંઈ અમંગળ થવાનું છે."

"માઈ ! જેવું વિચારો એવું થાય. બાબાશ્રી કહેતા હતા ને માણસના મનથી વધારે સારું-ખરાબ કોઈ નક્કી નથી કરી શકતું."

"મોટી મોટી વાતો નહીં કર. તું હશે બીજા લોકો માટે ભગવાન, ધર્મગુરુ... મારે માટે દીકરો છે અને એક માને જ્યારે એક દીકરા વિશે અમંગળ વિચાર આવે ત્યારે માણસે ડરવું જોઈએ. બેટા, હું હંમેશ તારું ભલું ઇચ્છું છું.... છતાંય આજે જાણે મારું મન રહી રહીને મને અમંગળની એંધાણીઓ આપે છે."

"મા... જરાય ચિંતા ના કર."

"તારી સભા પતે એટલે મને ફોન કરજે."

"ત્યારે તો કરીશ જ, પણ એક સારા સમાચાર આપવા ફોન કર્યો છે."

"સારા સમાચાર ?" માઈનો અવાજ હજીયે ધ્રૂજી રહ્યો હતો.

"મા, તારો વારસ... બાબાશ્રીની ગાદીનો બેસનારો આ દુનિયામાં આવી ચૂક્યો છે."

"તથાગત..." માઈના અવાજમાં સહેજ ક્રોધ,સહેજ ચીડ આવી ગયાં, "તું જાણે છે, મને અમુક વાતોમાં મજાક પસંદ નથી."

આ તરફ સાંભળી રહેલો ધરમ ચોંક્યો. એણે તથાગતની સામે આઘાતથી જોયું.

"મા, મજાક નથી કરતો. તું કહે તેના સોગંદ. જસ્મીન મા બનવાની છે."

"પણ જસ્મીન તો..." માઈ વિમાસણમાં પડી ગયાં.

"મુસલમાન છે. પણ લોહી તારા દીકરાનું છે. બાબાશ્રીની ગાદીનો વારસ છે." તથાગત સહેજ પણ અચકાયા વિના, શબ્દો શોધ્યા વિના, સાવ સરળતાથી જાણે સત્ય જ બોલતો હોય એટલી સ્વાભાવિકતાથી કહી રહ્યો હતો.

ધરમના મનમાં તોફાન ઊઠ્યું હતું.

"માઈ, વિચારજે. આપણે પછી વાત કરીશું." તથાગતે ટેલિફોન કાપ્યો અને ધરમ સામે જોયું. ધરમ એક અક્ષર નહોતો બોલ્યો એ વખતે, પણ એની

આંખો, એનો ચહેરો, એનું સમગ્ર અસ્તિત્વ જાણે તથાગતને કહી રહ્યું હતું, "જુઠ્ઠું છે આ... આ જુઠ્ઠું છે..."

તથાગતે ધરમસિંહના ખભે હાથ મૂક્યો હતો અને બહુ જ શાંતિથી એની આંખોમાં આંખો નાખીને કહ્યું હતું, "હું જાણું છું કે આ જુઠ્ઠાણું છે. પણ ધરમ, હું જે કંઈ બોલું છું એમાં કેટલું સત્ય છે એ મારા સિવાય કોણ જાણે છે? મને માનતી, મારા ચરણમાં નમી જતી આ મેદની જો ધર્મના નામે, શ્રદ્ધાના નામે મારાં હળહળતાં જુઠ્ઠાણાંઓને સત્ય સમજીને સ્વીકારતી હોય... જે ક્યાંય નથી વસતો, જેને કોઈએ નથી જોયો, જેના વિશે કોઈ નથી જાણતું એવા ઈશ્વરના નામે, ખુદાના નામે જેમ ફાવે તેમ જુઠ્ઠાણું ચાલતું હોય તો એક સાચેસાચો આકાર ધરાવતું, ધડકતું હૃદય ધરાવતું અને શ્વાસ લેતું બાળક જુઠ્ઠાણાના નામે જીવન પામે એમાં શું ખોટું છે?"

ધરમ કશું બોલ્યો નહીં. બસ, તથાગત સામે જોતો રહ્યો.

*

ઓમ્‌કારનો નાદ આખાય વાતાવરણમાં ગુંજી રહ્યો હતો. લયબદ્ધ ચાલતા શ્વાસ અને ધ્યાન કરતા શાંત થઈ ગયેલા ટોળાની વચ્ચે એક માણસ ઊભો થયો અને એણે બૂમ પાડી, "એ તથાગત... સાધુડા... બચાવી લે તારા માણસોને જો બચાવી શકે તો..."

કોઈ કંઈ સમજે કે સમજી શકે તે પહેલાં લગભગ સ્ટેજથી વીસેક ફૂટ દૂર ઊભેલા એ માણસે પોતાના હાથમાં હેન્ડગ્રેનેડ લીધો અને એની પીન ખેંચી કાઢી.

પળવારમાં તથાગત સ્ટેજ પરથી ઊભો થયો અને મેદનીને ચીરતો, કોઈકના પગ ઉપર પગ મૂકતો તો કોઈના માથાનો આધાર લેતો, કોઈના ખભાને ધકેલતો તો કોઈને હલબલાવીને આગળ નીકળી જતો પેલા માણસ સુધી પહોંચી ગયો અને એણે હેન્ડગ્રેનેડ તે માણસના હાથમાંથી આંચકી લીધો.

એક એક ક્ષણ કીમતી હતી. હજારોની મેદની વચ્ચે ઊભેલા બે જણા અને પીન ખેંચી કાઢેલો જીવતો હેન્ડગ્રેનેડ...

*

તથાગત અને પેલો માણસ એકબીજાની સામે જોઈ રહ્યા હતા. એ માણસ કંઈ સમજે તે પહેલાં તથાગત ફરી એક વાર મેદની ચીરતો દોડવા લાગ્યો. ત્યાં બેઠેલા એકેએક જણના ચહેરા પર આતંક ફેલાઈ ગયો હતો. પેલા માણસની બૂમ સમજેલા અને નહીં સમજેલા બધા જ એટલું તો જરૂર સમજ્યા હતા કે કંઈક ગરબડ થઈ છે અને અહીં હાજર માણસોનો જીવ ભયમાં છે.

સ્ટેજ પર તથાગતની બાજુમાં બેઠેલો ધરમસિંહ સજાગ થાય એ પહેલાં તો આ બધું બની ચૂક્યું હતું. સતત સજાગ રહેતો ધરમસિંહ જ્યારે બધા ધ્યાનમાં હતા ત્યારે આંખો ઉઘાડી રાખીને બેઠો તો હતો, પરંતુ પેલા માણસે બૂમ પાડી ત્યારે તથાગત દોડ્યો એ જ વખતે દીવાકરે હસીને ધરમસિંહને કહ્યું હતું, "આજે તથાગત ગયો... ગાદી પર બેસાડવા માટે બીજા કોઈને શોધવો પડશે..." દીવાકરનું એ ખંધુ હાસ્ય અને એના ટોણાનો જવાબ આપવાનો પ્રયાસ કરવામાં ધરમસિંહ ક્ષણ ચૂકી ગયો હતો અને અત્યારે તથાગત ત્રણ જણાની વચ્ચે ઘેરાઈને ઊભો હતો.

દીવાકરે આખુંય દૃશ્ય જોઈને હસતાં હસતાં ધરમસિંહના ખભે હાથ મૂક્યો, "જા બચાવ તારા ભાઈશ્રીને... કેટલું સમજાવીને તેં એને ગાદીએ બેસાડ્યો હતો. એણે તો બિચારાએ ત્યારે જ ના પાડી હતી. તેં જ ધકેલ્યોને એને મોતના મોઢામાં ?"

ધરમસિંહ સ્તબ્ધ, શું કરવું એની અસમંજસમાં દીવાકરની સામે તાકતો ઊભો હતો અને જાણે વીજળીનો આંચકો લાગ્યો હોય એમ એ દોડ્યો...

તથાગતથી ત્રણગણી ઝડપે દોડીને એણે તથાગતના હાથમાંથી હેન્ડગ્રેનેડ ઝૂંટવી લીધો. કોઈ કશું સમજે એ પહેલાં વીજળીની જેમ આવેલો ધરમસિંહ વીજળીની જેમ જ મેદની ચીરતો બહાર નીકળી ગયો.

થોડી જ ક્ષણોમાં બહાર એક મોટો ધડાકો થયો અને ધુમાડાનું કાળું વાદળ આગના ભડકા સાથે આકાશ તરફ જતું દેખાયું...

દોડતો તથાગત મેદનીની બહાર નીકળી જાય એ પહેલાં બીજી તરફથી એક માણસ દોડતો આવ્યો. એના શરીર ઉપર બૉમ્બ ફિટ કરેલો હતો.

તથાગત આગળ નીકળી જાય એ પહેલાં એણે તથાગતનો રસ્તો આંતર્યો, "અહીં જ અટકી જા તથાગત, મને મારી જાનની પરવા નથી. હું તો શહીદ

થઈ જઈશ, પણ અહીંથી સો-પચાસને લેતો જઈશ." તથાગતની સામે ઊભેલા એ માણસના ચહેરા પર એક પાશવી સ્મિત હતું, "હું તો અલ્લાહની રાહમાં છું, મોતને વહાલું કરીશ પણ આ કાફિરો..."

બહાર થયેલો ધડાકો અને અહીં ઊભી થયેલી પરિસ્થિતિ અંધાધૂંધી ફેલાવવા માટે પૂરતી હતી. ત્યાં બેઠેલા લોકો હવે ગભરાઈ ગયા હતા. બાળકો, સ્ત્રીઓ, વૃદ્ધો સહિતની આખીયે ભીડ બેકાબૂ થઈ જવાની તૈયારીમાં હતી. ઊભા થઈને થોડા લોકોએ બહાર નીકળવાનો પ્રયાસ કરવા માંડ્યો. થોડી અંધાધૂંધી સર્જાઈ, તથાગતે જોરથી બૂમ પાડી, "સૌ શાંતિથી બેસો. અહીં કોઈનો જીવ જશે તો એ સૌથી પહેલો મારો હશે."

એ બોલતો હતો એ દરમિયાન એને નહીં સાંભળીને ત્યાં એકઠી થયેલી મેદનીમાંથી થોડા લોકો ઊભા થઈને બહાર નીકળવાનો પ્રયાસ કરવા લાગ્યા. બરાબર એ જ વખતે એક માણસ પાછળની તરફથી હાથમાં ઓટોમેટિક ગન લઈને દાખલ થયો અને એણે ધરતી ધ્રૂજી જાય એવી ત્રાડ પાડી, "કોઈ પોતાની જગ્યાએથી નહીં હાલે. નહીં તો ભૂંજી નાખીશ."

તથાગતની પાછળ દોડેલો પેલો માણસ હવે તથાગતની લગોલગ પહોંચી ગયો હતો. આગળ જીવતો બૉમ્બ, પાછળ રિવોલ્વર તાણીને ઊભેલો માણસ અને પાંચ ફૂટ દૂર ઓટોમેટિક ગન ઊંચી કરીને બરાડતો માણસ. તથાગત ઘેરાઈ ગયો હતો.

*

પોતાના ઘરમાં બેચેન જસ્મીન આમથી તેમ આંટા મારતી હતી. સૈફુદ્દીન અને જસ્મીનની અમ્મી એની બેચેની સમજતાં હતાં અને સાથે જ એ પણ સમજતાં હતાં કે તથાગતની વાત ખોટી નહોતી, "એ કોનું બીજ છે એના કરતાં એ ક્યાં અને કઈ રીતે ઊછરે છે એની માણસના જીવન પર વધારે અસર થાય છે." તથાગતે સૌની વચ્ચે કહ્યું હતું, "એક ગુજરાતીનું બચ્ચું અંગ્રેજ ઊછેરે તો એ અંગ્રેજી જ બોલવાનું છે અને માણસનું બચ્ચું જંગલમાં ઊછરે તો એ જાનવરની જેમ જ વર્તવાનું છે. આમાં જન્મની કે લોહીની ચર્ચા ક્યાં આવે છે ?"

સૈફુદ્દીન અને એની પત્નીના ગળે વાત ઊતરી ગઈ હતી અને એમણે જસ્મીનને એબોર્શન નહીં કરાવવા સમજાવી હતી. જીવહત્યા વિશ્વના કોઈ

પણ ધર્મમાં પાપ છે, નહીં જન્મેલા બાળકની હત્યા... સૈફુદ્દીનનું કાળજું રહી રહીને કંપી જતું હતું. એણે જસ્મીનને ખૂબ સમજાવી હતી, પણ જસ્મીનના મનમાં એક જ વાત દઢપણે બેસી ગઈ હતી, "આ બળાત્કારથી જન્મેલું બાળક છે. મારી ઈચ્છાનું સંતાન નથી આ... તથાગતે શા માટે એનો સ્વીકાર કરીને સૌ સાથે છલ કરવું જોઈએ ? એ દુનિયાને છેતરી શકશે, પણ હું મારા મનને નહીં છેતરી શકું." બસ, આ જ વાતે બેચેન થઈને એ પોતાના ઘરમાં આંટા મારી રહી હતી.

"તારે નથી જવાનું તથાગતની સભામાં ?" સૈફુદ્દીને વહાલથી જસ્મીનને પૂછ્યું હતું.

"ના, મારે ક્યાંય નથી જવું, હું સાડા નવે ડૉક્ટર પાસે જઈશ અને એબોર્શન કરાવીશ." જસ્મીનના અવાજમાં જાણે પથ્થર પર લકીર દોરતી હોય એવી મક્કમતા હતી.

"આટલું સમજાવ્યા છતાં ?" સૈફુદ્દીનનો અવાજ જરા ઊંચો થઈ ગયો, "આવો છોકરો નહીં મળે તને."

"આ જ છોકરાને તમે કાઢી મૂક્યો હતો. મને સોગંદ આપ્યા હતા એને નહીં મળવાના." જસ્મીનનો અવાજ ભરાઈ આવ્યો, "હું રમકડું નથી. ક્યારેક તમે હા પાડો તો મારે જાત પર જુલમ કરીને, મનને મારીને તમારા કહેવાતા ધર્મ માટે, તમારા સુખ માટે મારા પ્રેમનું બલિદાન આપવાનું અને ક્યારેક તમને લાગે કે તથાગત મારા માટે શ્રેષ્ઠ છોકરો છે એટલે મારે કોઈનું સંતાન પેટમાં લઈને એની સાથે જિંદગી વીતાવવાની." એની આંખમાંથી આંસુ વહેવા માંડ્યાં, "સંતાન છું તમારું, જાગીર નથી કે જેમ ફાવે તેમ વ્યવહાર કરો મારી સાથે."

"માણસ છું હું પણ, ભૂલ ના થઈ શકે મારી ?" સૈફુદ્દીનની આંખો પણ ભરાઈ આવી. એ જસ્મીનની પીડા સમજતા હતા, પણ કંઈ કરી શકતા નહોતા. ભૂતકાળને રિવાઈન્ડ કરીને થઈ ગયેલી ભૂલો કઈ રીતે બદલી શકાય ?

"અબ્બુ, હું તમારી લાગણી સમજું છું." જસ્મીન એમને વળગી પડી અને રડવા લાગી, "તમે હંમેશાં મારું ભલું જ ઇચ્છ્યું છે. અત્યારે પણ મારું ભલું જ ઇચ્છો છો." એ એકદમ વિચલિત થઈ ગઈ હતી. હીબકાં ભરતાં જોરજોરથી રડી રહી હતી અને રડતાં રડતાં જ બોલી રહી હતી, "મારે

કોઈની દયા નથી જોઈતી. સીધોસાદો પ્રેમ જોઈએ છે. તથાગત મહાન બનવાનો પ્રયત્ન કરે છે, પણ મારે કોઈ મહાન માણસની જરૂર નથી. કોઈ ત્યાગ, કોઈ બલિદાન ઉપર આ સંબંધ કેવી રીતે બંધાઈ શકે ? મારે તો એક સાદાસીધા લગ્નની જરૂર છે, એક સાદાસીધા પતિની. કોઈ ધર્મગુરુ કે કોઈ તારણહાર મારે નથી જોઈતો."

"બેટા !" સૈફુદ્દીને ધીરે ધીરે એના વાળમાં, એની પીઠ પર હાથ ફેરવવા માંડ્યા, "એક વાર મારી ઈચ્છા તારા પર થોપીને, જબરદસ્તી કરીને ભૂલ કરી છે મેં. બીજી વાર નહીં કરું..." એમણે એક નિઃશ્વાસ નાખ્યો, "આખરે તો એ જ થશે, જે તારી ઈચ્છા હશે. પણ એક વાત કહી દઉં તને, તથાગત જે કરી રહ્યો છે એ કોઈ ધર્મગુરુ કે તારણહાર ના કરી શકે. એનો નિર્ણય એક સાચા પ્રેમીનો નિર્ણય છે." જસ્મીને આંસુભરી આંખે ઊંચું જોયું. એની આંખોમાં એક સવાલ હતો, "બેટા, હું પણ પુરુષ છું અને એક વાત કહી શકું છું કે તથાગત જેવો પ્રેમ ભાગ્યે જ કોઈ પુરુષ કરી શકે."

*

ત્રણ જણાની વચ્ચે ઘેરાઈ ગયેલા તથાગત પાસે સમય સાવ ઓછો હતો. એણે ઘડીઓમાં નિર્ણય કરવાનો હતો. આટલા બધા લોકોની જિંદગી એના હાથમાં હતી એવુ એને લાગતું હતું.

"શું ઈચ્છો છો ?" એની સામે ઊભેલા જીવતા બૉમ્બને એણે પૂછ્યું.

"જેહાદ..." પેલા માણસની આંખોમાં હેવાનિયત હતી. ક્યાંય ધર્મનો છાંટો કે પવિત્રતા કે શાંતિની કોઈ છાયા નહોતી, "ઈસ્લામ સામે દુનિયા ઝૂકી જશે. સૌએ ઈસ્લામનું મહત્ત્વ સ્વીકારવું પડશે."

"હું અહીં આ ક્ષણે જેટલા હાજર છે તે સૌ પાસે ઈસ્લામનું મહત્ત્વ સ્વીકારાવડાવી લઉં તો તમે એમને છોડી દેશો ? એ સૌ તમારી સાથે નમાજ પઢે." તથાગતે પેલા માણસની ઝનૂની આંખોમાં આંખો પરોવી, "હું પણ... તો ? અહીં એક પણ જીવ નહીં જાય ? વચન આપો છો ?"

"અહીં એકઠા થયેલા આ થોડા હજાર માણસો નમાજ પઢે એથી અમારો મકસદ હલ નથી થતો." પેલા માણસને શું જવાબ આપવો એ ના સૂઝ્યું, "અમે તો આખી દુનિયા પાસે ઈસ્લામની તાકાત સાબિત કરવા માગીએ છીએ."

"જો માણસો જીવતા જ નહીં રહે તો કોની પાસે તાકાત સાબિત કરશો ?" તથાગતને ચહેરા પર જાણે કશું જ નથી બન્યું એવી શાંતિ અને આત્મવિશ્વાસથી સભર સ્મિત હતું. પહોળા ખભા, વિશાળ છાતી, અદબ વાળીને ઊભેલો તથાગત અને સવારે શેમ્પૂ કરેલા, વારે વારે કપાળ પર આવી જતા કાળા સુંવાળા વાળ... પેલો માણસ ઘડીભર એની સામે જોઈ રહ્યો. તથાગતના સવાલે એને અંદરથી હચમચાવી મૂક્યો હતો.

"અહીં હાજર માણસો તમારા ધર્મને માને. તમારા ધર્મની શક્તિ સામે માથું ઝુકાવે..." એણે ફરીથી સ્મિત કર્યું, "એક બીજા ધર્મનો કહેવાતો ધર્મગુરુ તમારા ધર્મની શક્તિને માને એ જોઈએ છે તમારે ? કે માત્ર નિર્દોષોનો જીવ લેવો એ જ ધ્યેય છે તમારું?" પેલો માણસ ચૂપચાપ તથાગતની સામે જોતો રહ્યો. તથાગતને સમજાઈ ગયું હતું કે પોતાનો સવાલ સામે ઊભેલા ધર્મને સમજ્યા વગર ફક્ત ઝનૂનના રસ્તે નીકળી પડેલા નિર્દોષ માણસના મગજમાં હલચલ જગાવી ગયો છે એટલે એણે કહેવાનું ચાલુ રાખ્યું, "આજ સુધી જેનો જીવ બચ્યો છે એણે જીવ બચાવનારાની તાકાત સામે માથું ઝુકાવ્યું છે. લાશોએ માથું નથી ઝુકાવ્યું ક્યારેય..."

પેલો માણસ મંત્રમુગ્ધ થઈ ગયો હતો. એને તથાગતની વાતમાં તથ્ય લાગતું હતું અને સાથે જ પોતાના ઉપરીને હુકમ યાદ આવતો હતો, "જાન આપી દેજે, પણ પાછાં પગલાં નહીં ભરતો. જન્નતમાં તારી રાહ જોવાય છે."

"કોઈ હાલ્યું તો હું આ માણસને ભૂંજી નાખીશ." ધરમસિંહનો અવાજ જાણે સરાઉન્ડ સાઉન્ડ સ્પીકરમાં ગૂંજતો હોય એમ વિશાળ પાર્કમાં ગૂંજ્યો. સ્તબ્ધ નિઃશબ્દ મેદની ડઘાયેલી હાલતમાં પળેપળે પલટાતી આ બાજી જોઈ રહી હતી. ધરમસિંહે ઓટોમેટિક ગન લઈને ઊભેલા માણસને પાછળથી મારીને એની ગન ઝૂંટવી લીધી હતી. પોતાની રિવોલ્વર એના લમણે તાકી હતી અને બૂમ પાડી હતી.

એણે પેલા માણસના હાથમાંથી ઝૂંટવેલી ગન નીચે મૂકી અને જેના લમણે રિવોલ્વર તાકી હતી એને બાવડેથી પકડી ઢસડતો ઢસડતો તથાગત અને બૉમ્બ પહેરેલો માણસ ઊભા હતા ત્યાં લઈ આવ્યો.

"એક બટન દબાવવાની વાર છે. હું તો જઈશ, પણ સાથે બધાને લઈને જઈશ."

"તો દબાવ બટન, કોની રાહ જુએ છે ?" ધરમસિંહે કહ્યું અને પછી પેલા માણસની સામે આત્મવિશ્વાસસભર સ્મિત કર્યું, "તારું બધું જ પૂરું થઈ ગયું છે. કમાન્ડર ઇન ચીફ અમેરિકન પોલીસના કબજામાં છે અને તમારું સેન્ટર અત્યારે અમેરિકન પોલીસ કેંદી રહી છે."

"શું ?" પેલા માણસના ચહેરા પરથી હોશહવાસ ઊડી ગયા.

"દીવાકરનો પીછો કરતી અમેરિકન પોલીસે પગેરું દબાવ્યું છે અને ધીમે ધીમે તો બધું જ ઉઘાડું પડી જશે."

"યા અલ્લાહ..." પેલા માણસથી ઉદ્ગાર નીકળી ગયો.

"બિસ્મીલ્લા-એ-રહેમાન-એ-રહીમ..." તથાગતે કહ્યું, "ઇન્શાલ્લાહ બધું સારું જ થશે." અને સ્મિત કર્યું, "અત્યારે તમે બંને જણા અહીંથી બહાર નીકળી જાઓ."

"પણ અમે ચાર હતા." પેલો માણસ હવે જાણે ગભરાઈ ગયો હતો.

"ચોથો બહાર પડ્યો છે." ધરમસિંહે સ્મિત કરીને કહ્યું, "મર્યો નથી, બેહોશ છે. અમારા ધર્મમાં નિર્દોષ, નબળા, ગાફેલ અને અજાણ્યા ઉપર વાર નથી કરતા." કહીને ધરમસિંહે પેલા બૉમ્બ બનેલા માણસને પગથી લાત મારી અને કહ્યું, "ચાલ બહાર..."

પેલો માણસ કશું સમજ્યા વિના અટવાયેલો-ગૂંચવાયેલો ચૂપચાપ બહારની તરફ જવા લાગ્યો. ધરમસિંહે એની પાછળ જતાં જતાં તથાગતની સામે આંખ મીંચકારી, "પોલીસ કોઈ પણ ક્ષણે આવતી હશે."

"ખરેખર ?" તથાગતને આ આંખ મીંચકારવાનો અને આ વાક્યનો ભાવ સમજાયો નહીં.

"એકદમ સાચું. તમારો દીવાકર તો હવે કદાચ તમારી સાથે પાછો જઈ પણ નહીં શકે, અમેરિકામાં રહેવાનો એનો શોખ પૂરો થઈ જશે..." ધરમસિંહ હસતો હસતો બહાર જઈ રહ્યો હતો કે પેલો હાથ ઊંચા કરીને આગળ ચાલી રહેલો માણસ ઝૂક્યો. એણે પોતાની ગન ઉઠાવી લીધી અને ધરમસિંહ સામે તાકી, "બહુ સ્માર્ટ સમજે છે તારી જાતને ? હવે જો, હું શું કરું છું..." આટલું

કહીને સમય ગુમાવ્યા વિના એણે ટ્રીગર દબાવી...

એનું વાક્ય પૂરું થાય એ પહેલાં તથાગત ધરમસિંહની આગળ આવીને ઊભો રહી ગયો. ટ્રીગરમાંથી છૂટેલી સળંગ સંખ્યાબંધ બુલેટ તથાગતના શરીરમાં પેસી ગઈ. સફેદ લખનવી ઝભ્ભા ઉપર લોહીનાં કુંડાળાં પડતાં રહ્યાં. બૂલેટ છૂટતી રહી અને તથાગત એની સામે ઊભેલો કોઈ પથ્થર હોય એમ પોતાના શરીરમાં બૂલેટ ઝીલતો રહ્યો...

પેલા માણસને અચાનક જ સમજાયું કે શું થઈ ગયું...

એને સમજાવાની સાથે જ ભીડ પણ આ જોઈ ચૂકી હતી. હવે એ ભીડને રોકવી અશક્ય હતી.

માણસો ઊભા થઈને પેલા ગનવાળા તરફ દોડ્યા. સંખ્યાબંધ લોકોએ એને ઘેરી લીધો. જેના શરીર પર બૉમ્બ પહેરાવાયેલો હતો એને પણ પોતાનું મોત નજર સામે દેખાયું. આ ભીડમાંથી કોઈ પણ એને અડે તો એનું મૃત્યુ નિશ્ચિત હતું...

વાંકો વળીને, નજર બચાવીને એણે ભાગવાનો પ્રયાસ કર્યો, પણ હવે ભીડ તદ્દન બેકાબૂ અને પાગલ થઈ ગઈ હતી. એમાંના થોડા લોકોએ પેલા માણસને પણ આંતરી લીધો અને મારવા માંડ્યો.

એ મારામારીમાં એના શરીર પર લગાડાયેલી સરકિટનું બટન દબાઈ ગયું. એક ધડાકો થયો અને પાંચ-પચીસ શરીરોના ટુકડાઓ ઊડતા દેખાયા...

ધરમસિંહ માણસોને રોકવાનો પ્રયાસ કરતો હતો, પણ હવે આ ભીડ કોઈનેય ગાંઠે એમ નહોતી. લોહીમાં લથપથ એક તરફ પડેલો તથાગત જે થોડાઘણા પ્રાણ શરીરમાં બચ્યા હતા એ બધા જ એકઠા કરીને ઊભો થયો અને એણે જોરથી બૂમ પાડી, “બહુ થયું, અટકી જાઓ...”

અને જાણે ભીડને કોઈકે રિમોટનું બટન દબાવીને ફ્રીઝ કરી દીધી હોય એમ જે જ્યાં હતા ત્યાં જ અટકી ગયા. તથાગત લથડતો હતો. એના પોતાના પગ પર પોતાનો જ કાબૂ નહોતો... હતું એટલું જોર એકઠું કરીને આ બૂમ પાડ્યા પછી તો એનામાં જાણે સહેજ પણ શક્તિ નહોતી રહી...

એ ફરી એક વાર ધબ્ દઈને જમીન પર પટકાયો.

ભીડને અટકી ગયેલી જોઈને ધરમસિંહ દોડ્યો.

"પોલીસ…" તથાગતે હોઠ ફફડાવીને કહ્યું.

"ભાઈ, કોઈ પોલીસ નથી આવવાની. મેં તો એમ જ…" ધરમસિંહે સુકાતા હોઠ પર જીભ ફેરવી. એને માઈના અને બાબાશ્રીના ચહેરા નજર સામે આવી ગયા… એના પગ ઢીલા થઈ ગયા. એ પણ સમજી શકતો હતો કે આટલી બૂલેટ પોતાના શરીરમાં ઉતારી દીધા પછી તથાગત હવે…

"ભાઈ, તમે મારા માટે…"

"ના, મારા માટે." તથાગતનો અવાજ તૂટતો હતો. એને શ્વાસ લેવામાં મુશ્કેલી પડતી હતી. એણે ડોકું હલાવીને ધરમસિંહને નજીક બોલાવ્યો, "જસ્મીન…"

"અહીં નથી." ધરમસિંહ તથાગતના વાળમાં હાથ ફેરવતો હતો. ક્યાંક ક્યાંક સફેદ ધાબા છોડીને તથાગતનો આખો ઝભ્ભો લાલ થઈ ગયો હતો. એના શરીરમાંથી વહેતું લોહી એની આસપાસ જાણે લોહીનું ખાબોચિયું ભરી રહ્યું હતું.

"દીવાકરને હું નહીં છોડું." ધરમસિંહે દાંત પીસ્યા.

"હવે સૌને છોડી દેજે." તથાગતે મહામુશ્કેલીએ કહ્યું.

શાંત થઈ ગયેલી ભીડ ધીમે ધીમે તથાગતની આજુબાજુ એકઠી થવા લાગી. થોડા લોકો રડવા લાગ્યા. કોઈ ઘૂંટણિયે પડી ગયા તો કોઈ ધીમે ધીમે બહારની તરફ જવા લાગ્યા, વાતાવરણ એકદમ બોઝલ અને ગમગીન થઈ ગયું.

"જસ્મીન…" તથાગતે ફરી એક વાર કહ્યું.

"ભાઈ." ધરમસિંહે મહામહેનતે કાળજું મજબૂત કરીને કહ્યું, "એટલો સમય નથી હવે." પછી ત્યાં ઊભેલી ભીડ સામે નજર નાખી અને જાણે તથાગતને એના ફોનની વાત યાદ કરાવતો હોય એમ આટલા સાક્ષીઓની હાજરીમાં કહેવાનું યાદ કરાવ્યું, "કંઈ કહેવું છે ?"

તથાગતે ડોકું ધુણાવ્યું, "મારું બચ્ચું… માઈને કહેજે - જસ્મીનને સ્વીકારી લે. મારા બચ્ચાને નામ આપજે અને જસ્મીનને…" હવે એનો શ્વાસ સાવ ખૂટી ગયો હતો. આંખો ઢળી પડતી હતી. હોઠ સૂકા થઈ ગયા હતા. શરીરમાં વારે વારે લખલખાં આવતાં હતાં. એ ધ્રૂજી ઊઠતો હતો, "જસ્મીનને કહેજે કે મેં એને પ્રેમ કર્યો છે. ધર્મ, જાતિ, દેશ, કાળ અને સમયની બહાર નીકળીને સાચો પ્રેમ

કર્યો છે." એના શરીરે એક આંચકી ખાધી, "અને માત્ર એને જ પ્રેમ કર્યો છે."

ટોળામાં ઊભેલો દીવાકર આ જોઈ રહ્યો હતો. એને સમજાતું નહોતું કે આ પરિસ્થતિમાંથી હવે પોતે કઈ રીતે બહાર નીકળી શકશે. એણે નહોતું ધાર્યું એવી પલટી ખાધી હતી આખી પરિસ્થિતિએ. તથાગતના મૃત્યુએ એને ભગવાન બનાવી દીધો હતો. અહીં ઊભેલી ભીડની આંખોમાં તથાગત માટેની શ્રદ્ધા વધુ દૃઢ, વધુ મજબૂત થયેલી દેખાતી હતી.

અને સાથે સાથે દીવાકરને એ પણ સમજાઈ ગયું હતું કે હવે આશ્રમમાં એને માટે જગ્યા નહોતી રહી.

ધરમસિંહની આંખોએ ભીડના એક ખૂણે ઊભેલા દીવાકરને શોધી જ કાઢ્યો, "દીવાકર, બીજા કોઈની મને ખબર નથી, પણ તને હું અમેરિકન પોલીસને સોંપીને જ રહીશ."

તથાગતની આંખો મીંચાવા લાગી હતી. એણે હાથ ઉઠાવવાનો પ્રયત્ન કર્યો. ધરમસિંહને ના પાડવાનો પ્રયત્ન કર્યો, પણ હવે એનું શરીર એના કહ્યામાં નહોતું. ધરમસિંહે હળવેથી તથાગતને સરખો સુવાડ્યો. એની આંખો પર પોતાના હાથ મૂક્યા અને શ્લોક ગણગણવા માંડ્યો,

"ઓમ પૂર્ણ મદઃ પૂર્ણ મિદં, પૂર્ણાત પૂર્ણમ્ ઉદચ્યતે,

પૂર્ણસ્ય પૂર્ણ માદાય પૂર્ણ મેવા વશિષ્યતે..."

એ જ સમયે ત્યાં હાજર રહેલો આખરી માણસ, જેણે ગન ઉપાડીને બૂમ પાડી હતી એ ધીમેથી આગળ આવ્યો અને એણે તથાગત પાસે ઘૂંટણિયે પડીને આયાતો પઢવા માંડી. એની આંખો બંધ હતી. એના ચહેરા ઉપર પરમ શાંતિ હતી. તથાગતના આત્માને શાંતિ મળે એવો એનો સાચા હૃદયથી પ્રયાસ હતો એવું એના ચહેરા પરથી દેખાતું હતું.

ત્યાં હાજર આખી જ ભીડ આંખો મીંચીને 'ઓમ્'નો ઉચ્ચાર કરવા લાગી.

તથાગતના શ્વાસ ધીમે ધીમે શાંત થતા ગયા અને એક ક્ષણે ઊંડો શ્વાસ લેવાના પ્રયાસમાં એનું શરીર નિશ્ચેષ્ટ થઈ ગયું.

ધરમસિંહે બૂમ પાડી, "ભાઈ..." પછી એને ખ્યાલ આવ્યો કે રડવાનું, કકળવાનું, ફરિયાદો કરવાનું તથાગતને ક્યારેય નહોતું ગમ્યું. એણે બહાદુરીથી

પોતે જ માનતો હતો એને જ વળગી રહીને મૃત્યુ વહોર્યું હતું. સાચા અર્થમાં કદાચ શહીદ હતો એ! એણે ખૂબ ધીમેથી સંયત સ્વરે કહ્યું, "કોઈ રડશે નહીં. ભાઈના આત્માની શાંતિ માટે આપણે સૌ પ્રયાસ કરીશું."

*

"મને ખૂબ ડર લાગે છે, ગભરામણ થાય છે." જસ્મીન સોફામાં બેઠી અકળાઈ રહી હતી.

અમ્મી એના માથે હાથ ફેરવતાં હતાં, "પ્રેગનન્સીના શરૂઆતના દિવસોમાં આવું થાય."

"દરેક વાતને મારી પ્રેગનન્સી સાથે જોડવાની જરૂર નથી." જસ્મીને ઊંડો શ્વાસ લીધો, "આ પ્રેગનન્સી નહીં રહે કલાક પછી, ત્યારે ?"

"બેટા, તને જેમ ગમે તેમ જ કરીશ તું, જાણું છું ! છતાં..."

"મેં નક્કી કરી લીધું છે." જસ્મીનનું વાક્ય હજુ પૂરું થયું કે એમના ઘરનો ફોન રણક્યો.

સૈફુદ્દીને ફોન ઉપાડ્યો. પહેલું જ વાક્ય સાંભળીને જાણે એમનો ચહેરો સફેદ પૂણી જેવો થઈ ગયો. એમના પગ ધ્રૂજવા લાગ્યો. હાથમાં પકડેલો ફોન અને હાથ બંને કંપવા લાગ્યા. ડૂમો ભરાઈ ગયો. એમણે ટેલિફોન ટેબલની બાજુની દીવાલનો સહારો લીધો અને જાણે માથું ચકરાતું હોય એમ દીવાલને માથું અડાડી દીધું. એમના હાથમાં પકડેલો ફોન છૂટી ગયો અને જમીન પર પછડાયો.

"શું થયું ?" જસ્મીનની અમ્મી ઊભી થઈ અને એમની પાસે આવી, "શું થયું ?" એણે સૈફુદ્દીનને હચમચાવી નાખ્યા.

"બધું ખલાસ થઈ ગયું. બધું પૂરું..."

"સરખી રીતે બોલો." અમ્મીનો અવાજ ફાટી ગયો.

"તથાગત..." સૈફુદ્દીન બંને હથેળીમાં મોઢું ઢાંકીને રડી પડ્યા.

"શું થયું તથાગતને ?" જસ્મીન ઊભી થઈને સૈફુદ્દીન પાસે આવી...

એ પછીના કેટલાય કલાકો એ ત્રણેય જણા રડતાં-કકળતા રહ્યાં. ઈશ્વરને અને અલ્લાહને દોષ દેતાં રહ્યાં. પોતે કરેલી ભૂલોની માફી માગતાં રહ્યાં...

*

જસ્મીન જ્યારે આધ્યાત્માનંદ પ્રેમાશ્રમ ટ્રસ્ટના પાટિયા નીચેથી ૪૦ ફૂટ ઊંચા મીનારાઓ જેવા થાંભલાઓની વચ્ચે થઈને ગાડીમાં બેસી પ્રેમાશ્રમમાં દાખલ થઈ ત્યારે એને લાગ્યું કે અહીંના કણ કણમાં તથાગત હતો.

ગાડી પર હાર અને ફૂલ ફેંકાતાં હતાં. ડ્રાઇવ-વેની બંને તરફ ઊભેલા લોકો ઝૂકી ઝૂકીને ગાડીએ ઉડાડેલી ધૂળ માથે ચડાવતા હતા. કોઈ રડતા હતા તો કોઈ હાથ જોડતા હતા...

ગાડીમાં આગળ બેઠેલો ધરમસિંહ વારેવારે આંખો લૂછતો હતો.

ગાડીમાંથી ઊતરીને પ્રેમનિવાસની બહાર આરતી લઈને ઊભેલાં માઈના ચરણમાં જસ્મીન ઝૂકી ત્યારે માઈએ આરતી બાજુમાં ઊભેલા શિષ્યના હાથમાં આપીને જસ્મીનને ખભેથી પકડીને ઊભી કરી, "બેટા..."

"માઈ..." બંને ભેટ્યાં. માઈએ જસ્મીનની આરતી ઉતારી અને એના કપાળમાં કુમકુમનું તિલક કર્યું ત્યારે જસ્મીનને પોતાની બંધ આંખોમાં તથાગતનો ચહેરો હસતો દેખાયો.

"માઈ, હું..." જસ્મીન કંઈક કહેવા ગઈ, પણ માઈએ એના હોઠ પર હાથ મૂકી દીધો.

"તું મારા તથાગતનો પ્રેમ છે અને તારા ઉદરમાં આ ગાદીનો વારસ છે. મારા માટે એથી મોટું સત્ય બીજું કોઈ નથી. તું મારા તથાગતને તારી અંદર લઈને આવી છે જસ્મીન ! આ આશ્રમ અને ધર્મની આ ગાદી આવનારા અનેક જન્મો સુધી તારાં ઋણી રહેશે!"

જસ્મીનની મીંચાયેલી આંખોમાં બે આંસુ સરકી પડ્યાં અને એને તથાગતનો અવાજ સંભળાતો રહ્યો, "મારે માટે ધર્મ એટલે સ્વધર્મ, મારી બુદ્ધિ જેને માને તે, મારો આત્મા જેને સ્વીકારે તે, મારું હૃદય જેની સાક્ષી પૂરે તે... માણસના માણસ હોવાથી મોટો બીજો કોઈ ધર્મ નથી અને હું એક માણસ તરીકે તારા ઉદરમાં આકાર લઈ રહેલા એક માણસને મારા અંશ તરીકે છોડીને જઈ રહ્યો છું..."

* * *